அமிர்தம் என்றால் விஷம்!

| ராஜேஷ்குமார் |

அமிர்தம் என்றால் விஷம்!
ராஜேஷ்குமார்

முதல் பதிப்பு : ஜூன் 2022

RK பப்ளிஷிங்,
23, யமுனா தெரு, க்யூரியோ கார்டன் அவென்யூ,
வடவள்ளி, கோயம்புத்தூர் - 641 046

விலை : ₹ 325

நூல் வடிவமைப்பு : மு.க.ரவிசந்திரஹாசன்

அட்டைப்பட வடிவமைப்பு : ஆர்.கே.ஸ்ரீவஸ்தன்

Amirtham Endraal Visham
Rajeshkumar

@ Copyright Rajeshkumar RK033

First Edition : June 2022

Published by : RK Publishing,
23, Yamuna Street, Curio Garden Avenue,
Vadavalli, Coimbatore 641 046.
Phone : 89251 16783
email : rkpublishing41@gmail.com
www.rajeshkumarnovels.com

Price : ₹ 325

1

விடியற்காலை ஐந்து மணிக்கே தியாகராயநகரின் கடைசியில் இருந்த பால் அப்பாசாமி தெரு விழித்துக் கொண்டு அமளி துமளிப்பட்டது. தெருவின் இரண்டு பக்கங்களிலும் பத்தடிக்கு ஒரு ட்யூப்லைட் கட்டப்பட்டு கிட்டத்தட்ட நானூறு ட்யூப்லைட்கள், மின்சாரம் சாப்பிட்டு தெருவைப் பகலாக்கியிருந்தன. ஒலிபெருக்கிகளில் கட்சிப் பாடல்கள் இரைச்சலாய் வெளிப்பட்டு காற்றை காயப்படுத்திக் கொண்டிருக்க, தெருவோரங்களில் வெளியூர் கட்சித் தொண்டர்கள் கொடி கட்டிய வேன்களில் காத்திருந்தார்கள். காற்றுக்கு அசைந்த பேனர்களில் பெயிண்ட்டால் எழுதப்பட்ட கொட்டை கொட்டையான வாசகங்கள்.

அமைச்சர் கார்மேகவண்ணன் அவர்களின் 50வது பிறந்தநாள் விழா.

தெருவின் இரண்டு பக்கச் சுவர்களிலும் ஒட்டப்பட்டிருந்த ராட்சஷ சைஸ் போஸ்டர்களில் கார்மேகவண்ணன், பெயருக்கேற்ற நிறத்தோடு பற்களை வெள்ளையாய்க் காட்டிக் கொண்டு கும்பிடு போட கட்சியின் 75வது வட்டாரக்கிளை, 'வாழும் வரலாறே! உன்னை வாழ்த்தி வணங்குகிறோம்!' என்று பொய் பேசியிருந்தது. இன்னொரு போஸ்டரில் ஓர் காக்கா கூட்டம் கவிதை பாடியிருந்தது.

உனக்கு வயது

ஐம்பதா?

நம்பமாட்டோம்...!

நீ காலங்களை வென்றவன்.

அந்தக் காலனுக்கும்

ஆயுளை நிர்ணயிப்பவன்.

உனக்கு ஜனனம் மட்டுமே...

மரணம் இல்லை!

பைக்கை நிறுத்தினான் பாரி. 27 வயது இளைஞன் பின்னால் தொற்றியிருந்த நிருபமா, அவன் தோளைத் தட்டினாள்.

"என்ன பாரி...! பைக்கை நிறுத்திட்டே?"

"கொஞ்ச நேரம் கழிச்சுப் போலாமேன்னுதான்."

"நீ என்ன சொல்றே பாரி...?"

"ஒவ்வொரு போஸ்டரையும் படி... ஒரு முழு நீள நகைச்சுவைப் படம் பார்த்த திருப்தி இருக்கு"

"பாரி...! இது உனக்கு வேண்டாத வேலை. நீயும் நானும் பத்திரிகை ரிப்போர்ட்டர்ஸ். அமைச்சர் கார்மேகவண்ணின் பிறந்தநாள் விழாவை கவரேஜ் பண்ண வந்திருக்கோம். அந்த வேலையை மட்டும் பார்த்துவிட்டுப் போவோம்... இந்தக் கட்சிக்காரர்களுக்கு ஏற்கெனவே பத்திரிகைக்காரங்கன்னா பின்லேடன் ஜார்ஜ் புஷ் ரேஞ்சுக்கு பகை... நீ போஸ்டர்களை கமெண்ட் பண்றது எவனாவது ஒரு தொண்டன் காதுல விழுந்தாலும் சரி, நீயும் பீஸ் பீஸ்... நானும் பீஸ் பீஸ்."

"நிரு...!

"ம்..."

"ஒரு காலத்துல பத்திரிகைக்காரங்கன்னா கட்சிக்காரங்க பயப்பட்டாங்க. இப்போ... எல்லாமே தலைகீழ்! எதனால இப்படி?"

"பதில், வெரி சிம்ப்பிள்..."

"சொல்லு..."

"கலிகாலம்...!"

ஒலிபெருக்கியில் கட்சிப்பாடல் சட்டென்று நின்று ஒரு குரல் கரகரத்துப் பேசியது.

"அன்பைச் சுமந்து கொண்டு வந்திருக்கின்ற அனைத்து உள்ளங்களே! வணக்கம். நம் கட்சியின் தளபதியும் சுகாதார அமைச்சருமான திரு. கார்மேகவண்ணன் அவர்களுக்கு இன்று பிறந்தநாள். இது அவருக்கு பொன்விழா ஆண்டு. பத்து வயதிலேயே அரசியலுக்கு வந்து, அப்போது ஆட்சிக் கட்டிலில் இருந்தவர்களை சிம்ம சொப்பனமாய் விளங்கிக் கொண்டிருப்பவர். ஏழை எளியவர்களின் காவலன்...!"

பாரிக்கு சிரிப்பு பீறிட்டுக் கொண்டு வர, நிருபமா அவனுடைய பின்னந்தலையைத் தட்டினாள்.

"பாரி...! வேண்டாம்... எல்லாப் பக்கத்தையும் பொத்திகிட்டு பைக்கை ஓட்டு...!"

"என்னால சிரிக்காம இருக்க முடியலை நிரு...! உன்னால எப்படி முடியுது...?"

"பயம்...!"

ஒலிபெருக்கி தொடர்ந்து கரகரத்துக் கொண்டிருந்தது.

"அமைச்சர் கார்மேகவண்ணன் அவர்களுக்கு தன் வாழ்த்துக்களைத் தெரிவித்து, பொன்னாடை போர்த்தி மகிழ நம் முதலமைச்சர் அவர்கள் சரியாய் ஆறு மணியளவிலே இங்கே வருகை தர உள்ளார்கள். நம் இதய தெய்வமாம் முதலமைச்சர் அவர்கள் இங்கே வருகை புரியும்போது, நம் கட்சித் தொண்டர்கள் சிறப்பான வரவேற்பை அளிக்க வேண்டுமாய் கேட்டுக்கொள்கிறேன்.

மக்களால் புறக்கணிக்கப்பட்டு குப்பைத் தொட்டியில் வீழ்ந்து கிடக்கின்ற சில எதிர்க்கட்சிகள், அந்தக் குப்பைத் தொட்டியிலிருந்து மெல்ல எட்டிப் பார்த்து இந்த விழாவுக்கு வர இருக்கும் நமது முதலமைச்சருக்கு கருப்புக் கொடி

காட்டப் போவதாக ஊளையிட்டுள்ளன. மக்கள் பார்த்துக் கொள்வார்கள்... காவல்துறையும் தன்னுடைய கடமையைச் செய்யும்...

அன்புள்ளம் கொண்டவர்களே! அமைச்சர் கார்மேகவண்ணனை வாழ்த்த அலையலையாய் அணிவகுத்து வாருங்கள். இது பிறந்தாள் விழா மட்டுமல்ல... நம் வலிமையையும் எழுச்சியையும் காட்டப் போகின்ற உன்னதமான விழா வாருங்கள்! சாதனை புரிவோம். சரித்திரம் படைப்போம்.''

பேச்சு நின்றதுமே பாடல் ஒலித்தது.

''முக்கனியும் நீ... மூவேந்தனும் நீ...!''

பாரி 'பர்ர்ர்' என்று இடது புறங்கையை மூடிக் கொண்டு சிரிக்க, நிருபமா அவனுடைய காதைப் பிடித்துத் திருகினாள்.

''பாரி...! உடனே இங்கிருந்து கிளம்பறது பெட்டர். கட்சித் தொண்டர்கள் ரெண்டு பேர் உன்னையே பார்த்துகிட்டு இருக்காங்க. முதுகுலே மேளம் வாசிக்கிறதுக்கு முன்னாடி, பைக்கை ஸ்டார்ட் பண்ணு.''

பாரி பைக்கை உதைத்தான். பைக் புகை தள்ளி தெருவின் கோடியில் இருந்த அமைச்சர் கார்மேகவண்ணனின் பங்களாவுக்கு முன்பாய் போய் நின்றது.

பங்களா இலுமினேஷன் பல்புகளால் நிரம்பி விதவிதமான நிறங்களில் ஒளிர்ந்தது. போலீஸார் பாதுகாப்புப் பணியில் ஈடுபட்டு, வந்து கொண்டிருந்த வி.ஐ.பிக்களை உள்ளே அனுப்பிக் கொண்டிருந்தார்கள். மெட்டல் டிடெக்டர் எல்லோருடைய உடம்புகளையம் வாசம் பிடித்துப் பார்த்தது.

பாரியும் நிருபமாவும் ஒரு போலீஸ் இன்ஸ்பெக்டரால் நிறுத்தப்பட்டார்கள். 'யார் நீங்க...?'

''பிரஸ்...''

''ரெண்டு பேருமா...?''

''ஆமா...''

"என்ன பத்திரிகை...?"

"முகம்"

"ஐ.டி. வேணும்...!"

"இதோ...!" இருவரும் தங்களுடைய அடையாள அட்டைகளை எடுத்துக் காட்டினார்கள். அந்த இன்ஸ்பெக்டர் வாங்கிப் பார்த்துவிட்டு, பங்களாவுக்கு பின்பக்கமாய் போட்டிருந்த பந்தலைக் காட்டினார். "பிரஸ் பீப்பிளுக்கு ஃப்ரண்ட்ல இடது பக்கம் ஒதுக்கியிருக்கு... உள்ளே போங்க...!"

"தேங்க்யூ ஸார்"

"அப்புறம் ஒரு விஷயம்..."

"என்ன ஸார்...?"

"சி.எம். சரியா ஆறு மணிக்கு வருவார். மினிஸ்டர் கார்மேகவண்ணனுக்கு பொன்னாடை போர்த்தி வாழ்த்துக்களைத் சொல்லிட்டு, அடுத்த பத்தைனஞ்சு நிமிஷத்துக்குள்ளே கிளம்பிப் போயிருவார். ஸோ... இண்ட்டர்வ்யூ என்கிற பேர்ல அவர்கிட்ட யாரும் எந்தக் கேள்வியையும் கேட்கக்கூடாது."

பாரியும் நிரூபமாவும் தலைகளை ஆட்டிவிட்டு உள்ளே போனார்கள். பங்காளவின் பின்பக்கம் இருந்த காலித்திடல், ஒரு மாநாட்டுப் பந்தலாக மாறியிருந்தது. வி.ஐ.பிக்களும் கட்சிப் பிரமுகர்களும் எக்ஸிக்யூடிவ் நாற்காலிகளில் உட்கார்ந்து சிரித்து பேசிக் கொண்டிருக்க, அமைச்சர் கார்மேகவண்ணனின் மகன் செழியன் எல்லோரையும் வரவேற்றுக் கொண்டிருந்தான். 25 வயது அப்பாவைப் போலவே நிறம், உயரம்.

பாரியையும் நிரூபமாவையும் பார்த்ததுமே செழியன் முகம் மாறியது.

"நீங்க 'முகம்' பத்திரிகை ரிப்போட்டர்ஸ்தானே...?"

"ஆமா..."

"வர வர ஆளும் கட்சியைப் பத்தி ரொம்பவும் மோசமா

எழுதறீங்க... அதிலும் அப்பாவைப் பத்தி எழுதும்போது ரொம்பவும் ஓவர். கொஞ்சம் அடக்கி வாசிங்க..."

"ஸாரி ஸார்... தமிழ்நாட்டுல எந்தக் கட்சி ஆட்சிக்கு வந்தாலும் நாங்க எதிர்க்கட்சியா இருந்து குற்றம் குறைகளை எடுத்துக் காட்டுவோம்...எங்க பத்திரிகையோட கொள்கையே அதுதான்!"

"எங்கப்பாவை கீழ்த்தரமா எழுதறதுதான் உங்க கொள்கையா...? கொள்கையை மாத்திக்குங்க... இல்லேன்னா எழுதறதுக்கு கையே இருக்காது!" செழியன் ஆட்காட்டி விரலைக் காட்டி எச்சரித்துக் கொண்டிருக்கும்போதே அவன் கையில் வைத்திருந்த கார்ட்லெஸ் டெலிஃபோன், இண்ட்ர்காம் வாய்ஸை வெளியிட்டது. கார்ட்லெஸ்ஸை காதுக்குக் கொண்டு போனான்.

"ஹலோ..."

மறுமுனையில் பங்களாவின் உள்ளே தன்னுடைய அறையில் இருந்தபடி கார்மேகவண்ணன், குரல் கொடுத்தார்.

"செழியன்...!"

"அப்பா..."

"கூட்டம் வந்துகிட்டு இருக்கா...?"

"அலைமோதிகிட்டு இருக்குப்பா... எல்லா ஐ.ஏ.எஸ். ஆஃபீஸர்ஸும் ஆஜர். மினிஸ்டர்ஸ்ல பாதிப்பேர் வந்துட்டாங்க..."

"தொண்டர்கள் கூட்டம்...?"

"சொல்லணுமா... பந்தல்ல இடமில்லாம வெளியே நின்னுட்டிருக்காங்க..."

"நான் எத்தனை மணிக்கு விழா மேடைக்கு வரட்டும்?"

"சரியா அஞ்சே முக்காலுக்கு வாங்கப்பா... போதும்... சி.எம். ஆறு மணிக்கு வந்துவிடுவார்..."

"சரி...! அமைச்சர் பரந்தமான் வந்ததும் கார்ட்லெஸ்ல என்கூட கொஞ்சம் பேசச் சொல்லு..."

"ம்..."

"மறந்துடாதே...!" மறுமுனையில் ரிஸீவர் வைக்கப்பட்டுவிட... செழியன் கார்ட்லெஸ்ஸை அணைத்துவிட்டு, உள்ளே வந்து கொண்டிருந்த ஒரு வி.ஐ.பியை வரவேற்கப் போனான்.

பாரியும் நிருபமாவும் கும்பலில் முண்யடித்து மேடைக்கு முன்புறமாய் இருந்த 'பிரஸ்' என்று ஆங்கிலத்தில் எழுதப்பட்ட பகுதிக்குப் போய் இரண்டு பாலிவினைல் நாற்காலிகளை செலக்ட் பண்ணி உட்கார்ந்தார்கள். சுற்றிலும் மற்ற பத்திரிகைகளின் நிருபர்கள். பாரியைப் பார்த்து சிநேகமாய் புன்னகைத்தார்கள். "பாரி...! நீ ஒரு ஃபங்க்ஷனையும் விடமாட்டியா...?"

"எதுக்கு விடணும்...? என் தொழிலே இதுதானே!"

"போன வாரம் முகத்தில் வந்த உன்னோட ஆர்ட்டிகள், ஸிம்ப்ளி சூப்பர்... உன்னோட பேனாவில் இருக்கிறது இங்க்கா... அமிலமா...?"

"ரெண்டுமே இல்லை..."

"பின்னே...?"

"நியாயம்..."

"உன்னே எப்படி உள்ளே விட்டாங்க...?"

பாரி சிரித்துக் கொண்டிருக்கும்போதே நிருபமா அவனுடைய தோளைச் சுரண்டினாள்.

"பாரி..."

"ம்..."

"கேமரா எங்கே...?"

பாரி லேசாய் திடுக்கிட்டு தன் இடது கை விரல்களால் நெற்றியை மெல்ல அடித்துக் கொண்டான்.

"பைக்கோட கிட்லேயே விட்டுட்டு வந்துட்டேன்...!"

"போய் கொண்டாந்துடு... எவனாவது தட்டிக்கிட்டுப் போயிடப் போறான்...!"

பாரி எழுந்தான். கும்பலை ஊடுருவிக் கொண்டு மறுபடியும் பங்களாவுக்கு வெளியே வர, சரியாய் பத்து நிமிஷ நேரம் பிடித்தது. பங்களாவினின்று நூறு மீட்டர் தூரம் தள்ளி இருட்டில் நிறுத்தியிருந்த பைக்கை நோக்கிப் போனான். தெருவின் இரண்டு பக்கங்களிலும் வாகனங்கள் நெருக்கியடித்துக் கொண்டு நின்றிருக்க, நடந்தான்.

இரண்டு நிமிஷ நடை பைக்கை நெருங்கினான். மெல்லிய வைகறை இருட்டில் பைக்கின் 'கிட்'டைத் திறந்து காமிராவை எடுத்துக் கொண்ட பாரி திரும்பி நடக்க முயன்ற விநாடி

பக்கத்தில் நின்றிருந்த அந்த பழைய மெட்டார் வேன் பார்வைக்குக் கிடைத்தது. அதன் பின்பக்கக் கதவு லேசாய் திறந்து, காற்றுக்கு ஆடிக் கொண்டிருந்தது.

'உள்ளே யாராவது இருக்கிறார்களா?' உற்றுப் பார்த்தான்.

வேனின் எல்லாப் பக்க கண்ணாடிகளும் மேலே ஏற்றப்பட்டிருந்தன.

பாரி வேனின் கதவை அறைந்து சாத்துவதற்காக பக்கத்தில் போனான். அதன் கைப்பிடியைப் பற்றி மெல்ல இழுத்து உள்ளே யாராவது இருக்கிறார்களா என்று எட்டிப் பார்த்தான்.

வேனின் உள்ளே பரவியிருந்த இருட்டில் அந்தக் கண்ணாடிப் பெட்டி, நீள் சதுரத்தில் தெரிந்தது. மூன்றடி அகலமும் ஆறடி நீளமும் கொண்ட அந்தக் கண்ணாடி பெட்டிக்குள் ஒரு உடல் தெரிந்தது. பெட்டிக்கு மேலே ஒரு மலர்வளையம்.

பாரி திடுக்கிட்டுப் போய் தன் பாக்கெட்டில் இருந்த சிகரெட்டை லைட்டரை பதற்றமாய் எடுத்துத் தட்டினான். ஒரு தீ நாக்கு உற்பத்தியாகி வெளிச்சத்தைக் கொடுக்க, வேனுக்குள் இருந்த இருட்டு காணாமல் போய் கண்ணாடிப் பெட்டி பளிச்சென்று தெரிந்தது.

பெட்டிக்குள்ளே வாய் பிளந்த நிலையில் அமைச்சர் கார்மேகவண்ணனின் உடல்!

பாரியின் ரத்த ஓட்டத்தில் மின்சாரம் பாய்ந்த உணர்வு. துடிக்க மறந்த இதயம், சில விநாடிகளுக்கு இரும்புக் குண்டாய் கனத்தது. விழிகள் நிலை குத்தியிருக்க, பார்வை மறுபடியும் அந்த நீள் செவ்வகக் கண்ணாடிப் பெட்டிக்குள் நடுக்கமாய் பாய்ந்தது. பாரி தன் கையில் இருந்த லைட்டரை இன்னமும் பக்கமாய் கொண்டு போய், கண்ணாடிப் பெட்டிக்குள் வாய் பிளந்து மல்லாந்து படுத்திருந்த கார்மேகவண்ணனைப் பார்த்தான். பார்வை லேசர் யூனிட்டாய் மாறியது.

'இது அவர்தானே...?'

'அவர்தான்! சந்தேகமேயில்லை' பாரியின் மூளை கற்பூரம் அடித்தது.

'பிறந்தநாள் விழா கொண்டாட்டம் பங்களாவுக்குள் அமளிப்பட்டுக் கொண்டிருக்க, இவர் இங்கே ஃப்ரீசர்பாக்ஸில் நிரந்தரத் தூக்கம் போட்டுக் கொண்டிருக்கிறார். எப்படி...?'

'யார் செய்த வேலை இது...?'

பாரிக்கு அந்த விடியற்காலை வேளையிலும் வியர்வை சுரப்பிகள் விழித்துக் கொள்ள, உடுத்தியிருந்த ஷர்ட் நனைந்தது.

'என்ன செய்யலாம்...?' பாரி யோசித்துக் கொண்டே

சுற்றும்முற்றும் பார்த்தான். வாகனங்களில் வருகிறவர்கள் கிடைத்த இடங்களில் வாகனங்களை நிறுத்திவிட்டு, அமைச்சருக்கு பிறந்தநாள் வாழ்த்துச் சொல்லி மாலைகளைப் போடுவதற்காக பங்களாவை நோக்கிப் போய்க் கொண்டிருந்தார்கள். பலருடைய கைகளில் பொக்கே. பங்களாவின் வாசலில் உயர்போலீஸ் அதிகாரிகள். முதலமைச்சரின் வருகையை எதிர்பார்த்து பதற்றமாய் தங்களுக்குள் பேசியபடி காத்துக் கொண்டிருந்தார்கள்.

பாரி இரண்டு கைகளாலும் முக வியர்வையை வழித்துக் கொண்டு யோசித்தான்.

'போலீஸ்க்குத் தகவல் சொல்லலாமா...? இல்லை, வேற யாராவது பார்த்து தகவல் சொல்லட்டும் என்று ஒதுங்கிக் கொள்ளலாமா...?'

பாரி வேனின் கதவைச் சத்தமில்லாமல் சாத்திவிட்டு பங்களாவை நோக்கி நடைபோட்டான். இயல்பாய் இருக்க முயன்றான். முடியவில்லை. ரத்த ஓட்டம் இப்போது காட்டாற்று வெள்ளமாய் மாறியிருக்க இருதயத்துக்குள் ஒரு முரசு ஒளிந்துக் கொண்டு 'ததும் ததும்' என்றது.

'அமைச்சர் கார்மேகவண்ணனுக்குப் பிறந்தாள் வாழ்த்து சொல்ல இங்கே ஒரு பெரிய கூட்டம் காத்துக் கொண்டிருக்க, அங்கே அவர் ஒரு பழைய வேனுக்குள் நீள் செவ்வக் கண்ணாடிப் பெட்டிக்குள் வாய் பிளந்து மல்லாந்திருக்கிறார்.இந்த உண்மை எப்போது வெளியே வரும்?'

'எப்போதோ வரட்டும். அதுவரைக்கும் கும்பலோடு கும்பலாய் உட்கார்ந்திருக்கு வேண்டியதுதான்...!'

பங்களாவுக்குள் நுழைந்தான் பாரி. மைக்கில் யாரோ பேசிக் கொண்டிருந்தார்கள்.

"அமைச்சர் கார்மேகவண்ணன் அவர்கள், இன்னும் சற்று நேரத்தில் மேடைக்கு வருகை தர உள்ளார்கள். அது

சமயம் அவருக்கு மாலை அணிவித்து வாழ்த்துச் சொல்ல விரும்புகிறவர்கள், மேடைக்குக் கீழே வரிசையாய் நின்று ஒவ்வொருவராய் வந்து வாழ்த்த வேண்டுகிறேன். ஒரே சமயத்தில் மேடை மீது ஏறினால் மேடை கனம் தாங்காது சரிந்து விடும் அபாயம் இருப்பதால் இந்த வேண்டுகோள் விடுக்கப்படுகிறது.''

பாரி கும்பலை ஊடுருவிக் கொண்டு மேடைக்கு முன்புறமாய் இருந்த 'பிரஸ்' பகுதிக்குப் போனான். நிருபமா, வேறு ஒரு பெண் நிருபருடன் அரட்டை அடித்துக் கொண்டிருக்க... அவளுக்குப் பக்கத்தில் காலியாய் இருந்த நாற்காலியில் போய் உட்கார்ந்தான். நிருபமா திரும்பிப் பார்த்து புருவங்களை உயர்த்தினாள்.

"ஏன் இவ்வளவு லேட்...? காமிராவை எடுக்கப் போனியா... இல்ல, தயாரிக்கப் போனியா...?''

"வழியில் ஒரு 'பிளேடு' கிட்டே மாட்டிக்கிட்டேன்.''

"ஆணா... பொண்ணா...?''

"பிளேடுன்னாலே பொண்ணுதானே? ஆணாயிருந்தா ரம்பம்ன்னு சொல்லியிருப்பேன்...''

"பாரி..''

"ம்...''

"என்ன இப்படி வேர்த்து வழியறே? உன்னோட ஃபேஸ்ல ஏதோ ஒண்ணு மிஸ்ஸிங் யார்கிட்டேயாவது சண்டை போட்டியா...?''

"இல்லையே...!''

"பின்னே ஏன் நூறு மீட்டர் தூரத்தை பத்து செகண்ட்ல ஓடிவந்த மாதிரி வேர்த்து வழியறே...?''

"என்னமோ தெரியலை... ரொம்பவும் சல்ட்ரியா இருக்கு...''

"இது உடான்ஸ்...! யாருக்காவது இந்தக் கூட்டத்துல முகம் வேர்த்திருக்கா பாரு? என்ன விவரம் சொல்லு! எவனாவது கட்சிக்காரன்கிட்டே சண்டை போட்டு வாங்கிக் கட்டிக்கிட்டியா...?''

"நிரு.....! கொஞ்ச நேரம் உன்னோட பனாமா கால்வாய் வாயை வெச்சிட்டு சும்மா இருக்கியா...?"

"மாட்டேன்... காரணம் சொல்லு...! நீ இவ்வளவு கலவரமாயிருந்து நான் பார்த்தது இல்லை. பின்னணி என்ன சொல்லு...!"

'இவ விடமாட்டா!'

பாரி எழுந்தான். "வா என் பின்னாடி...!" பாரி எழுந்து நடக்க ஆரம்பித்துவிட, நிருபமா அவனைப் பின்தொடர்ந்தாள்.

இருவரும் கும்பலை விட்டு விலகி, பங்காளவின் பின்பக்கம் இருந்த ஒரு மரத்துக்குக் கீழே நின்றார்கள். மரத்தின் கிளைகளில் நிறம் நிறமாய் மின்சார பல்புகள் தொங்கின.

பாரி சுற்றும் முற்றும் பார்த்துக் கொண்டு நிருபமாவை ஏறிட்டான் "நிரு..."

"ம்..." நிருபமா அவனையே பார்த்தாள். "என்ன பாரி... ஏன் இவ்வளவு டென்ஷாயிருக்கே...? நீ இப்படியிருந்து இதுவரைக்கும் நான் பார்த்ததே இல்லை... என்ன நடந்தது?"

"நிரு...! நான் இப்போ சொல்லப் போற விஷயத்தைக் கேட்டு உனக்கே வேர்த்துக் கொட்டும்..."

"என்ன... சொல்லு."

"அமைச்சர் கார்மேகவண்ணன் இப்போ தன்னோட பிறந்தநாளைக் கொண்டாடிகிட்டு இருக்கலை..."

"பின்னே...?"

"தன்னோட இறந்தநாளைக் கொண்டாடிகிட்டு இருக்கார்..."

"பாரி... நீ என்ன சொல்றே...!"

"உண்மையைச் சொல்லிகிட்டு இருக்கேன். அமைச்சர் இப்போ உயிரோட இல்லை... வெளியே வேன்ல ஒரு டெட்பாடியா..."

பாரி பேச்சை முடிப்பதற்குள் அந்தப் பக்கமாய் போன சக நிருபர் ஒருவர், இரண்டு பேரையும் நெருங்கினார்.

"என்ன... ரெண்டு பேரும் லவ்வர்ஸ் மாதிரி ஒதுங்கி நின்னு பேசிகிட்டிருக்கீங்க...?"

பாரி வலுக்கட்டாயமாய் சிரித்தான். "அமைச்சரோட பிறந்த நாள் மேட்டரை எப்படி காண்ட்ரவாஷியல் பண்ணினா, மேட்டர் நல்லா வரும்ன்னு பேசிக்கிட்டு இருந்தோம்..."

"இதோ பார் பாரி... இப்போ இது ஆளும் கட்சி இந்தக் கட்சிக்கு எதிரா யார் காண்ட்ரவர்ஷியலா பேசினாலும் சரி... எழுதினாலும் சரி, உருட்டுக் கட்டைல அடி நிச்சயம்! உனக்கு எந்தப் பிரச்சினையும் வராம இருக்கணும்ன்னா, பிரமிக்க வைத்த அமைச்சரின் பிறந்தநாள் விழான்னு பத்திரிகையோட ரேப்பர்ல போட்டு உள்ளே துதிப் பாடிடு.. கையும் காலும் ஆயுசுக்கும் ஒழுங்கா இருக்கும்..."

"அப்படி செய்யலாம்தான்... ஆனா... முதுகுல முதுகெலும்பு இருக்கே!" பாரி கேலியாய் சொல்ல அந்த நிருபர் சிரித்தார்.

"அதையெல்லாம் மறந்துட வேண்டியதுதான்...! சரி வா!"

"எங்கே...?"

"மேடைக்குப் பின்பக்கம் கூடா காப்பி விநியோகம் நடந்துகிட்டிருக்கு. சீக்கிரமா போனா கிடைக்கும். இல்லேன்னா வெறும் டிஸ்போஸபிள் டம்ளர்தான் இருக்கும்..."

"எங்களுக்கு வேண்டாம்... நாங்க வர்றப்பத்தான் ரத்னா கஃபேயில் குடிச்சுட்டு வந்தோம்..."

"சரி...சரி! உங்க மேட்டரை கன்ட்டினியூ பண்ணுங்க..." நிருபர் கண்ணைச் சிமிட்டிக் கொண்டே மேடையின் பின்பக்கத்தை நோக்கிப் போய்விட, நிருபமா இப்போது வியர்த்த முகமாய் பாரியை ஏறிட்டாள்.

"பாரி... நீ சொன்னது உண்மையா? அமைச்சர் கார்மேகவண்ணன் இப்போ உயிரோட இல்லையா...?"

"இல்லை... வெளியே வேன்ல ஒரு கண்ணாடிப் பெட்டிக்குள்ளே..."

பாரி சொல்லச் சொல்ல நிருபமா பதற்றமாய் அவனுடைய கைகளைப் பற்றினாள். "பாரி! இப்போதைக்கு ஒண்ணும் பேசாதே... அஸிஸ்டண்ட் போலீஸ் கமிஷனர் வைகுண்டராமன் நேரா நம்மகிட்டத்தான் வந்துட்டிருக்கார். அவருக்கும் நமக்கும் ஏற்கெனவே டெர்ம்ஸ் சரியில்லை. இப்போ எதுக்கு வர்றார்ன்னு தெரியலை. அவர் எதுக்கா வந்தாலும் சரி, நீ பொலைட்டாவே பேசு... வழக்கமாப் பேசற தெனாவெட்டுப் பேச்சு வேண்டாம்."

"எனக்குத் தெரியாதா என்ன...?"

ஏ.ஸி. வைகுண்டாராமன், பக்கத்தில் வந்தார்.

"குட்மார்னிங் ஸார்..."

அவர் பதிலுக்கு குட்மார்னிங் சொல்லாமல் சின்னதாய்ப் புன்னகைத்தார்.

"என்ன தள்ளி நின்னுகிட்டு ரகசியம் பேசுறீங்க...?"

"ரகசியமெல்லாம் கிடையாது ஸார். இந்தப் பிறந்த நாள் மேட்டரை நம்ம பத்திரிகையில் எப்படி கவர் பண்ணலாம்னு யோசனை பண்ணிகிட்டு இருந்தோம்."

"அப்படியா? சரி... வாங்க..."

"எங்கே ஸார்...?"

"கமிஷனர் உங்க ரெண்டு பேரையும் பார்க்கணும்னு சொன்னார்."

"எ... எதுக்கு ஸார்...?"

"எனக்குத் தெரியாது... அவர் கூட்டிட்டு வரச்சொன்னார். வர்றீங்களா...?" ஏ.ஸி. வைகுண்டராமன் நடக்க ஆரம்பித்து விட, பாரியும் நிருபமாவும் குழப்பமாய் ஒருத்தரையொருத்தர் பார்த்துக் கொண்டு மெல்லப் பின்தொடர்ந்தார்கள். நிருபமா பாரியின் முழங்கையை சுரண்டினாள்.

"எ...து...க்கு....?"

"தெரியலையே..."

"ஏ.ஸி. முகம் சரியில்லை... ஏதோ பிரச்சினை"

"இந்த ஃபங்க்ஷனுக்கு போக வேண்டாம்ன்னு நான் சொன்னேன்... நீ கேட்கலை. தமாஷாயிருக்கும்ன்னு சொல்லி, கூட்டிட்டு வந்தே... இங்கே வந்தா எல்லாம் தலைகீழ்!"

வைகுண்டராமன் இப்போது பங்களாவுக்குள் நுழைந்து, ஹாலின் வலது பக்கம் இருந்த ஒரு அறைக்குள் நுழைந்தார்.

டி.வி. மானிட்டர் ரூம் அது. அமைச்சரின் பிறந்தநாள் நிகழ்ச்சிகளை வெளியே வைக்கப்பட்டிருக்கும் டெலிவிஷன் பெட்டிகளில் காட்டுவதற்காக ஏற்பாடு செய்யப்பட்ட அந்த அறைக்குள் நான்கைந்து பேர், இறுகிய முகங்களோடு பார்வைக்குக் கிடைத்தார்கள். போலீஸ் கமிஷனர் வைத்யா தன் பெரிய உடம்போடு நாற்காலிக்கு சாய்ந்திருந்தார். பாரியும் நிருபமாவும் அவருக்கு முன்பாய் நின்றார்கள்.

"குட்மார்னிங் ஸார்..."

கமிஷனர் வைத்யா பாரியை தீர்க்கமாய் ஒரு பார்வை பார்த்துவிட்டு டெலிவிஷன் மானிட்டரில் வேலையில் ஈடுபட்டிருந்த அந்த நபரிடம் திரும்பினார். "நவநீதகிருஷ்ணன்! அந்த மினி டிஸ்க்கைப் போடுங்க..."

பக்கத்து நாற்காலியில் உட்கார்ந்திருந்த அந்த நடுத்தர வயது மனிதர், தனக்கு முன்பாய் இருந்த ரிமோட் கண்ட்ரோலை எடுத்து பட்டனை அழுத்த... டெலிவிஷன் திரையில் அந்தக் காட்சி உற்பத்தியாயிற்று.

கலர் பல்புகளால் அலங்கரிக்கப்பட்டிருந்த அந்த மரத்துக்குக் கீழே பாரியும் நிருபமாவும் நின்று கொண்டிருந்தார்கள். காமிரா அவர்களை காட்டிக் கொண்டிருக்க, இரண்டு பேரும் பேசிக் கொள்வது தெளிவாய் கேட்டது.

"என்ன பாரி... ஏன் இவ்வளவு டென்ஷாயிருக்கே...? நீ இவ்வளவு டென்ஷனாயிருந்து இதுவரைக்கும் நான் பார்த்ததே இல்லை... என்ன நடந்தது?"

"நிரு...! நான் இப்போ சொல்லப் போகிற விஷயத்தைக் கேட்டு உனக்கே வேர்த்துக் கொட்டும்..."

"என்ன... சொல்லு."

"அமைச்சர் கார்மேகவண்ணன் இப்போ தன்னோட பிறந்தநாளைக் கொண்டாடிகிட்டு இருக்கலை..."

"பின்னே...?"

"தன்னோட இறந்தநாளைக் கொண்டாடிகிட்டு இருக்கார்..."

"பாரி... நீ என்ன சொல்றே...!"

"உண்மையைச் சொல்லிகிட்டு இருக்கேன். அமைச்சர் இப்போ உயிரோடு இல்லை... வெளியே வேன்ல ஒரு டெட்பாடியா..."

டி.வி. அணைக்கப்பட்டது.

போலீஸ் கமிஷனர் வைத்யா பாரியிடம் திரும்பினார். "இது நீயும் நிருபமாவும் அஞ்சு நிமிஷத்துக்கு முன்னாடி பங்களாவுக்கு பின்புறம் இருந்த மரத்துக்குக் கீழே நின்னு பேசிகிட்டு இருந்தபோது உளவு டி.வி. மானிட்டரில் பதிவு பண்ணினது. அரசியல் எதிரிகளைக் கண்டுபிடிக்கிறக்காக நாங்க பண்ணின ஏற்பாடு இது. பட்... அமைச்சரை கொலை பண்ணின நீங்க மாட்டிகிட்டீங்க. அவரோட பாடி எங்கே இருக்குன்னு சொன்னே பாரி... வெளியே நிக்கிற வேன்லயா...? வந்து காட்டு...!"

வைத்யா எழுந்து தன் கனமான எஃகு போன்ற கையை பாரியின் தோள்மீது வைத்தார்.

3

போலீஸ் கமிஷனர் வைத்யாவின் கை, பாரியின் தோள் மேல் ஒரு பாறாங்கல் கனத்தோடு விழுந்து அழுத்தியது. பாரிக்கு லேசாய் சுவாசத் திணறல் ஏற்பட்டு, குரல் தொண்டையிலேயே மாட்டிக் கொண்டது.

"ஸ... ஸார்...! நீ... நீங்க நினைக்கிற மாதிரி அமைச்சரைக் கொலை செஞ்சது நான் கிடையாது ஸார். பைக்ல இருக்கிற என்னோட காமிராவை எடுக்கப் போனப்ப, பக்கத்துல வேன்ல ஒரு கண்ணாடிப் பெட்டிக்குள்ளே அவரோட பாடியைப் பார்த்தேன்."

"பாடியைப் பார்த்தே ... சரி...! உடனே போலீஸ்ல சொல்லியிருக்க வேண்டாமோ...?"

"பயமாயிருந்தது ஸார்..."

"என்ன பயம்...? நீ ஒரு ப்ரஸ் ரிப்போர்ட்டர். எங்கே தப்பு நடந்தாலும் அதை உடனே வெளியே கொண்டுவர வேண்டியதுதானே உன்னோட வேலை? பயமாயிருந்துன்னு சொல்றது நம்பறமாதிரி இல்லையே...! யார் பயப்படுவாங்க தெரியுமா...? தப்பு பண்ணினவன்தான் பயப்படுவான்... நீ ஏதோ தப்பு பண்ணியிருக்கே...!"

"ஸார்... உங்க காக்கி யூனிஃபார்மை கழட்டி வெச்சுட்டு, கொஞ்சம் யதார்த்தமா திங்க் பண்ணிப் பாருங்க... நான்

19

ஏதாவது தப்பு பண்ணியிருக்கிற பட்சத்தில் இந்த இடத்துக்கே வந்திருக்க மாட்டேன்..."

கமிஷனர் வைத்யா மேற்கொண்டு பேசும் முன்பு, அவருடைய 'வாக்கி டாக்கி' கூப்பிட்டது.

எடுத்தார். மறுமுனையில் அஸிஸ்ட்ண்ட் போலீஸ் கமிஷனர் வைகுண்டராமன் பேசினார்.

"ஸார்...! வேனுக்குப் பக்கத்திலிருந்து பேசிட்டிருக்கிறேன். அமைச்சர் கார்மேகவண்ணனின் டெட்பாடியை ஃப்ரீஸர் பாக்ஸீக்குள்ளே நீட்டா படுக்க வெச்சு, அந்த பாக்ஸீக்கு மேலே ஒரு மலர் வளையத்தையும் வெச்சிருக்காங்க... வேன் ரொம்பவும் பழசு... நம்பர் போர்டு இல்லை."

"வைகுண்டராமன்...!"

"ஸார்..."

"விஷயம் இப்போதைக்கு வெளியே தெரிய வேண்டாம். தெரிஞ்சா இங்கே ஒரு பெரிய கலவரமே நடக்கும். அந்தக் கலவரத்தை கண்டரோல் பண்ற அளவுக்கு போலீஸ் இங்கே கிடையாது. இந்த விஷயத்தை ரொம்பவும் ஜாக்ரதையாய் ஹேண்டில் பண்ணனும்."

"எப்படி ஸார் ...?"

"வேனுக்குப் பக்கத்துல இப்போ யார் யார் இருக்காங்க...?"

"நானும் சர்க்கிள் இன்ஸ்பெக்டர் அஜீத்குமாரும் இருக்கோம். கூட ரெண்டு கான்ஸ்டபிள்ஸ்."

"ஓ.கே... நீங்க நாலு பேரும் அந்த ஜீப்புக்கு பக்கத்திலேயே இருங்க. அந்தப் பக்கமா யாரையும் அலவ் பண்ணாதீங்க... நான் நிலைமையைச் சமாளிக்கிறேன்..."

"எப்படி ஸார்...? சி.எம். இன்னும் கொஞ்சம் நேரத்துல இங்கே ஸ்பாட்டுக்கு வந்துடுவார்."

"சி.எம். இங்கே வராதபடிக்கு நான் இங்கே ஏற்பாடு பண்ணிக்கறேன்..."

"இந்த வெறிபிடிச்ச கட்சி கும்பலை என்ன ஸார் பண்றது...?"

"எல்லாத்துக்குக் திட்டம் கைவசம் இருக்கு. நீங்க வேணுக்குப் பக்கத்துல யாரையும் வராமே பார்த்துகிட்டா போதும்."

"எஸ் ஸார்"

கமிஷனர் வைத்யா 'வாக்கி டாக்கி'யை அணைத்து விட்டு, தனக்குப் பக்கத்தில் நின்றிருந்த க்யூ பிராஞ்ச் ஆஃபீஸர் தனகோடியையப் பார்த்தார்.

"மிஸ்டர் தனகோடி...!"

"ஸார்..."

"இந்த ப்ரஸ் ரிப்போர்ட்டர்ஸ் ரெண்டு பேரையும் கஸ்டடிக்கு கொண்டு போங்க... நான் ஒரு மணி நேரத்துக்குள்ளே அங்கே வந்துடேறன்..."

பாரியும் நிருபமாவும் கோபமாய் வைத்யாவை ஏறிட்டார்கள். பாரி படபடத்தான்.

"ஸார்... யூ ஆர் டூயிங் எ ப்ளண்டர். உண்மையான கொலையாளி யார்ன்னு தேடிக் கண்டுபிடிக்க வேண்டிய நேரத்துல, எங்களைத் தேவையில்லாம கைது பண்ணி..."

வைத்யா தன் இடது கையை பாம்பு படம் எடுத்த தினுசில சட்டென்று உயர்த்தினார்.

"இதோ பார். எது தேவை, எது தேவையில்லைன்னு எனக்குத் தெரியும். நீ இந்த ஸ்பாட்ல இருக்கிறவரைக்கும் உன் வாயிலிருந்தும், இவ வாயிலிருந்தும் உண்மை வராது. உங்க ரெண்டு பேரையும் எங்கே கொண்டு போய் உட்காரவைச்சு, என்ன மாதிரியான ட்ரீட்மெண்ட் கொடுத்தா உண்மைகள் வெளியே வரும்ன்னு எனக்குத் தெரியும்..."

"ஸார்... இப்ப நீங்க பண்ணப் போற தப்புக்கு பின்னாடி ரொம்பவும் வருத்தப்படுவீங்க..."

"நான் கெஸ் பண்ணினது என்னிக்கும் தப்பா போனதில்லை... இன்னும் இருபத்துநாலு மணி நேரத்துக்குள்ளே நீ அமைச்சர் கார்மேகவண்ணனை எப்படிக் கொலை பண்ணினேன்னு ஸ்டேட்மெண்ட் கொடுக்க வைக்கிறேன்..."

"ஸார்...!"

"தனகோடி...! பார்த்துகிட்டு நிக்காதீங்க...! இந்த ரெண்டு பேரையும் கஸ்டடிக்கு கொண்டு போங்க..."

அந்த ஆறடி உயர க்யூ ப்ராஞ்ச் போலீஸ் ஆஃபிஸர், பாரிக்கும் நிருமாவுக்கும் இடையில் வந்து நின்றார்.

"நீங்களாவே வர்றீங்களா... இல்லை, இழுத்துட்டு போகணுமா...?"

பாரியும் நிருபமாவும் சில விநாடிகள் தயங்கி விட்டு, மெல்ல நடக்க ஆரம்பித்தார்கள். பார்வையில் அவர்கள் மறையும் வரை பார்த்துக் கொண்டிருந்த கமிஷனர் வைத்யா, தன் பாக்கெட்டில் இருந்த செல்ஃபோனை எடுத்தார். சில எண்களைத் தட்டிவிட்டு காத்திருக்க, மறுமுனையில் ரிங் போய் ரிஸீவர் எடுக்கப்பட்டு குரல் கேட்டது.

"எஸ்... இது சி.எம். ஆஃபீஸ்..."

"பி.ஏ. இருக்காரா...?"

"நீங்க...?"

"வைத்யா..."

"போலீஸ் கமிஷனர்...?"

"எஸ்..."

"ஒரு நிமிஷம்..." முப்பது விநாடிகளுக்குப் பிறகு முதலமைச்சரின் செயலர் கலிவரதன் பேசினார்.

"சொல்லுங்க மிஸ்டர் வைத்யா..."

"அமைச்சர் கார்மேகவண்ணனின் பிறந்தநாள் விழாவில் கலந்துகொள்ள சி.எம். கிளம்பிட்டாரா...?"

"கிளம்பிட்டேயிருக்கார். இன்னும் ஒரு ரெண்டு நிமிஷத்துல காருக்கு வந்துடுவார்..."

"மிஸ்டர் கலிவரதன்... சி.எம். இந்த விழாவில் கலந்துக்காம இருக்கிறது நல்லது..."

"ஏ... ஏன்...?"

"ஃபைவ் மினிட்ஸீக்கு முன்னாடி எனக்கொரு அனானிமஸ் ஃபோன்கால் வந்தது. அதுல ஒரு தகவல்..."

"என்ன தகவல்...?"

"சி.எம். இங்கே வரும்போது வெடிகுண்டு வெடிக்கும்னு ஃபோனில் ஒரு குரல்."

"அது வேண்டாதவாங்க யாராவது கிளப்பிவிட்ட புரளியாய் இருக்கலாமே...?"

"ஸாரி மிஸ்டர் கலிவரதன்...! அந்த ஃபோன்காலை என்னால அலட்சியமா நினைக்க முடியலை... தமிழ்நாட்டில சில தீவிரவாத அமைப்புகள், சி.எம். மேலே கோபமா இருக்காங்கன்னு புலனாய்வுத்துறை ரிப்போர்ட் கொடுத்திருக்கு... அந்த ரிப்போர்ட்டை நாம இக்னோர் பண்ண முடியாது."

"ஓ.கே...! ஏஸ் எ போலீஸ் ஆஃபிஸர் உங்க கவலை நியாயமானதுதான்... பட் சி.எம். வரலைன்னா மினிஸ்டர் கார்மேகவண்ணன் அப்செட் ஆயிடுவாரே... அவரை அப்புறம் யார் கன்வின்ஸ் பண்றது...?"

"மிஸ்டர் கலிவரதன்! அதைப்பத்தின கவலை உங்களுக்கு வேண்டாம்...! கார்மேகவண்ணனை கன்வின்ஸ் பண்ண வேண்டியது என்னோட பொறுப்பு. சி.எம்மை மட்டும் இங்கு வராமே பார்த்துக்க வேண்டியது உங்களுடைய

ரெஸ்பான்ஸ்பிலிட்டி...!"

"சி.எம். என்னோட பேச்சைக் கேட்பாரான்னு தெரியலை... எதுக்கும் சொல்லிப் பார்க்கிறேன்..."

"ஒரு மணி நேரத்துக்காவது அவரை அங்கே நிறுத்தி வையுங்க... அதுக்குள்ளே நான் பாம் ஸ்க்வாடை வரவழைச்சு, மெட்டல் டிடெக்டர் மூலமா வெடிகுண்டு இருக்கா இல்லையான்னு தேடிப் பார்த்துடறோம். நிச்சயமா வெடிகுண்டு இல்லைன்னு தெரிஞ்சதும் உங்களுக்கு தகவல் தர்றேன்... அப்ப சி.எம். புறப்பட்டு வரலாம்."

"சரி நான் சி.எம்.கிட்ட சொல்லிடறேன். இது அநேகமா புரளியாகத்தான் இருக்கும்... ஒரு அரை மணி நேரத்துக்குள்ளே உங்க ஃபோன் காலை எதிர்ப் பார்க்கலாமா...?"

"மே பி...!"

கமிஷனர் வைத்யா செல்ஃபோனை அணைத்து பாக்கெட்டில் போட்டுக் கொண்டு அறையினின்றும் வெளிப்பட்டு, பங்களாவின் பின்பக்கத்தை நோக்கிப் போனார்.

நிகழ்ந்து விட்ட விபரீதம் தெரியாமல் விழா மேடை உற்சாகமாய் இருந்தது. யாரோ ஒரு வட்டச் செயலாளர் மைக்கில் பேசிக் கொண்டிருக்க, தொண்டர்கள் கூட்டம் ஒவ்வொரு வரிக்கும் கைகளைத் தட்டியது.

"அமைச்சர் கார்மேகவண்ணனை நீங்கள் எல்லோரும் ஒரு மனிதராகத்தான் பார்த்துக் கொண்டு இருக்கிறீங்கள். ஆனால் நான் அவரை ஒரு புனிதராய் பார்த்துக் கொண்டிருக்கிறேன். அவர் இந்த நூற்றாண்டின் புறநானூறு. அவர் பார்வை பட்ட இடமெல்லாம் வீரம் விளைந்து அறுவடைக்குத் தயாராக இருக்கும். அமைச்சர் அவர்களைப் பற்றி உங்களுக்கெல்லாம் தெரியாத ஒரு புது செய்தி இருக்கிறது. அது எனக்கு மட்டுமே தெரிந்த செய்தி. நாம் நம்முடைய வீடுகளில் செல்லப் பிராணிகளாக நாயை வளர்ப்போம்; பூனையை

வளர்ப்போம். ஆனால் அமைச்சரின் மூதாதையர்கள் புலி, சிங்கங்களை வளர்த்து அவற்றின் முதுகுகளில் ஏறி சவாரி செய்து இருக்கிறார்கள். இப்போது எதிர்க்கட்சித் தலைவராக இருப்பவர் புலியையும் சிங்கத்தையும், சர்க்களிலும் மிருகக் காட்சி சாலையிலும் பார்த்தோடு சரி..."

மேடைப் பேச்சை ரசித்துக் கொண்டிருந்த அமைச்சரின் மகன் செழியன் தன் முதுகு மெல்ல சுரண்டப்படுவதை உணர்ந்து திரும்பிப் பார்த்தான்.

கமிஷனர் வைத்யா.

"என்ன ஸார்...?"

"மைக்ல ஒரு அறிவிப்பு கொடுக்கணும்..."

செழியன் நெற்றியில் குழப்ப வரிகள்...

"அறிவிப்பா...?"

"ம்..."

"என்னன்னு கொடுக்கணும்...?"

"விழா மேடையில் வெடிகுண்டு வைக்கப்பட்டு இருப்பதாக புலனாய்வுத் துறையிலிருந்து தகவல் வந்திருக்கு. அது உண்மையா, பொய்யான்னு கண்டுபிடிக்க பாம் ஸ்க்வாட் வந்திட்டிருக்கு! ஸோ... எல்லோரையும் போகச் சொல்லணும்."

"என்னது... விழா மேடையில் வெடிகுண்டா...!"

"எஸ்! சோதனை நடைபெறுகிற ஒரு மணி நேரத்துக்கு யாரும் இங்கே இருக்கக் கூடாது. எல்லோரையும் போகச் சொல்லிடுங்க... உடனே அன்னௌன்ஸ் பண்ணணும்..."

"ஸார்... இது புரளி!"

"புரளியோ, உண்மையோ... நாம 'பாம் ஸ்க்வாடை' வெச்சு, செக் பண்ணிப் பார்த்துடறது நல்லது."

"அப்பாகிட்டே ஒரு வார்த்தை கேட்டுக்கறேன் ஸார்..."

வைத்யா முகத்தில் எந்தச் சலனத்தையும் காட்டாமல் கேட்டார்

"அப்பாகிட்டே பேசப் போறீங்களா...?"

"ஆமா..."

"அப்பா... இப்போ எங்கே இருக்கார்...?"

"அவரோட ரூம்ல..." செழியன் சொல்லிக் கொண்டே தன் இடது உள்ளங்கையில் அடக்கி வைத்திருந்த செல்ஃபோனை உசுப்பி, காதுக்குக் கொடுத்தான்.

மறுமுனையில் ரிஸீவர் எடுக்கப்பட்டது.

"அப்பா...!"

"சொல்லு...!"

"விழா மேடையில் வெடிகுண்டு இருக்கிறதாகத் தகவல்."

"யார் சொன்னது?"

"போலீஸ் கமிஷனர் வைத்யா."

"எவனாவது பொழுது போகாதவன் ஃபோன் பண்ணிச் சொல்லியிருப்பான். போலீஸ் கமிஷனர் அதை வேதவாக்கா எடுத்துகிட்டார் போலிருக்கு... விழா மேடையில் வெடிகுண்டு இருந்தாலும் சரி, அணுகுண்டு இருந்தாலும் சரி.. விழா திட்டமிட்டபடி நடக்கும் எரிமலையின் மேல் உட்கார்ந்து கொண்டு அரசியல் நடத்திக் கொண்டு இருப்பவர்கள் நாம். விழா, திட்டமிட்டபடி நடக்கும். இதை அந்த போலீஸ் கமிஷனர் கிட்டே சொல்லிடு..."

"சரிப்பா...!"

செல்லை அணைத்துவிட்டு வைத்யாவை ஏறிட்டான் செழியன்.

"ஸாரி, கமிஷனர் ஸார். விழாவை நடத்தச் சொல்லிட்டார் அப்பா...!"

வைத்யா வியப்பாய் செழியனை ஏறிட்டார்.

"இப்போ... செல்ஃபோன்ல உங்கிட்டே பேசினது உங்க அப்பாவா...?"

"ஆமா...!"

"ஆர் யூ ஷ்யூர்...?"

"இதிலென்ன சந்தேகம்?"

"அவர் நிச்சயமா உங்க அப்பாவாக இருக்க முடியாது..."

"என்ன சொல்றீங்க கமிஷனர் ஸார்?"

"உங்க அப்பாவோட ரூம் எங்கே இருக்கு?"

"மாடியில்"

"வாங்க... போய்ப் பார்க்கலாம்..."

செழியன் குழப்பமாய் நடை போட, கமிஷனர் வைத்யா பின்தொடர்ந்தார். விழாப் பந்தலில் தொண்டர்களின் கரகோஷம் காற்றைக் காயப்படுத்திக் கொண்டிருந்தது.

போலீஸ் கமிஷனர் வைத்யாவும் செழியனும் பங்களாவின் ஹாலுக்குள் நுழைந்தனர். உறவினர்கள் கும்பல், சோஃபாக்களிலும் நாற்காலிகளிலும் இடம் பிடித்து அரட்டையில் மூழ்கியிருந்தார்கள். டிஸ்போஸல் டம்ளர்களில் காப்பி நிரப்பப்பட்டு ஒரு பக்கம் விநியோகம் நடந்து கொண்டிருந்தது.

செழியன் மாடிப்படிகளில் ஏற, வைத்யா அவனைப் பின்தொடர்ந்து கொண்டே கேட்டார்.

"செழியன்! அப்பாவோட அறைக்குள்ளே வேற யாராவது இருக்காங்களா...?"

"இல்ல ஸார்... அப்பா மட்டுந்தான். அது அவரோட பிரைவஸி ரூம்... வேற யாரும் உள்ளே போக முடியாது. அம்மா உயிரோட இருந்த வரைக்கும் அவங்க மட்டும் உள்ளே போவாங்க. அதுக்கப்புறம் நான்..."

"அப்பா ராத்திரி எத்தனை மணிக்கு தூங்கப் போறார்ன்னு தெரியுமா...?"

"மணி பன்னிரெண்டு இருக்கும்.."

"அதுக்கப்புறம் அப்பாவை எப்போ பார்த்தீங்க...?"

செழியன் யோசித்துவிட்டுத் தலையாட்டினான்.

"அதுக்கப்புறம் நான் பார்க்கலை... செல்ஃபோன்ல மட்டும் காண்டாக்ட் பண்ணிகிட்டிருந்தேன்..."

"அப்படீன்னா உங்க அப்பாவை நீங்க பன்னிரெண்டு மணிக்கு மேல் பார்க்கவேயில்லை...?"

"இல்லை" என்ற செழியன், வைத்யாவை ஒரு சந்தேகப் பார்வை பார்த்தான்.

"என்ன கமிஷனர் ஸார்.. உங்க விசாரணையோட தோரணையே வேற மாதிரி இருக்கு! இது வெடிகுண்டு புரளிதானே! அப்பாவுக்கு எந்த ஆபத்தும் இல்லையே...?"

"மொதல்ல அப்பாவை பார்க்கலாம். அதுக்கப்புறம் மத்த விஷயங்களைப் பேசிக்கலாம்..."

செழியன் வைத்யாவை ஒரு குழப்பப் பார்வை பார்த்துக் கொண்டே அப்பாவின் அறைக்கு முன்பாய் போய் நின்றான். கதவை மெல்ல தள்ளிப் பார்க்க அது உள்ளே தாழிடப்பட்டிருந்தது.

தட்டினான். கதவு திறக்கப்பட ஒரு நிமிஷ நேரம் காத்திருந்து பார்த்துவிட்டு, மறுபடியும் தட்டினான்.

"அப்பா...!"

பதிலில்லை.

செழியன் கலவரமாகி தன் கையில் வைத்திருந்த செல்ஃபோனை உயிர்ப்பித்து அப்பாவின் செல்ஃபோன் எண்களை டயலில் தட்டினான். உடனே ஒரு பெண்ணின் ரிக்கார்டட் வாய்ஸ் கேட்டது.

'தற்சமயம் இந்த சந்தாதாரை நீங்கள் தொடர்பு கொள்ள முடியாது...!"

செழியன் வியர்த்துப் போன முகத்தோடு வைத்யாவை ஏறிட்டான்.

"ஸார்... அப்பா, ரூம்ல இல்லை போலிருக்கே...!"

"அதான் சார்... எனக்கு குழப்பமாயிருக்கு... கொஞ்சம் நேரத்துக்கு முந்தி கூட ரூம்லயிருந்து செல்ஃபோன்ல என் கூடப் பேசினாரே!"

"இந்த ரூமுக்குள் போக வேற பக்கம் வழியிருக்கா?"

"பின்னாடி இருக்கிற சிட்அவுட் மூலமாக ரூமுக்குள்ளே வரலாம் சார்..."

"ப்ளீஸ் ட்ரை பண்ணுங்க...!"

"சார். எனக்கு பயமாயிருக்கு... அப்பாவுக்கு ஏதோ ஆபத்து ஏற்பட்டிருக்கு. அது உங்களுக்கும் தெரியும்ன்னு நினைக்கிறேன். சொல்லுங்க சார். அப்பாவுக்கு என்னாச்சு? அவர் இந்த ரூமுக்குள்ளே இல்லைன்னா, வேற எங்கே இருக்கார்?"

"மிஸ்டர் செழியன்... டோண்ட் கெட் டென்ஷன். மொதல்ல சிட்அவுட் வழியா இந்த ரூமுக்குள்ளே நுழைஞ்சு டோரை ஓப்பன் பண்ணுங்க... இந்த ரூமைப் பார்த்த பின்னாடிதான் உங்ககிட்டே விளக்கமா பேச முடியும்..."

செழியன் மாடி வராந்தாவில் வேக நடை போட்டு கீழே இறங்கி, பங்களாவுக்குப் பக்கவாட்டில் இருந்த காலியான இடத்தில் நடந்து அப்பாவின் அறைக்கு கீழே இருந்த சன்ஷேடில் தொற்றி ஏறி, க்ரில்லைப் பிடித்துக் கொண்டு சிட் அவுட்டுக்கு வந்தான்.

சிட்அவுட் கதவு, காற்றுக்கு மெதுவாய் அசைந்து கொண்டிருக்க செழியன் அதைத் தள்ளிக் கொண்டு உள்ளே போனான். அறைக்குள் யாரும் இல்லை. கட்டிலில் செல்ஃபோன் ஒரு பெரிய கரப்பான் பூச்சியைப் போல் மல்லாந்து விழித்திருந்தது. டீபாயின் மேல், பாதி ஸ்காட்ச் பாட்டில்.

"அப்பா..." குரல் கொடுத்துக் கொண்டே அட்டாச்ட் பாத்ரூம் கதவை எட்டிப் பார்த்துவிட்டு முன்பக்கக் கதவுக்கு வந்து தாழ்ப்பாளை விலக்க, வைத்யா உள்ளே வந்தார். செழியன்

படபடத்தான்.

"ஸார்... அப்பாவைக் காணோம்..."

வைத்யா அறைக்குள் நுழைந்து இரண்டு நிமிஷங்கள் பார்வையாலேயே அறையை அலசிவிட்டு செழியனிடம் நிமிர்ந்தார்.

"மிஸ்டர் செழியன்...! இப்போ நான் சொல்லப் போற செய்தி உங்களுக்கு அதிர்ச்சியாய் இருக்கலாம்... இருந்தாலும் நீங்க நிதானம் தவறாம இந்தப் பிரச்சினையை எதிர்கொள்ளணும்."

"ஸார்... நீங்க என்ன சொல்றீங்க?"

"உங்க ஃபாதர் இப்போ உயிரோட இல்லை..."

"ஸ... ஸார்...!

"எஸ்! பங்களாவுக்கு வெளியே ரோட்டில் ஒரு பழைய வேனுக்குள் உங்க அப்பா, அமைச்சர் கார்மேகவண்ணனின் உடல் இருப்பது கொஞ்ச நேரத்துக்கு முன்னாடித்தான் தெரிய வந்தது."

செழியன் விழிகள் நிலைகுத்தின. உடம்பு தன்னிச்சையாய் பதறியது.

"எப்படி ஸார்... எப்படி...?"

கமிஷனர் வைத்யா பெருமூச்சு விட்டு தோள்களைக் குலுக்கினார். "தெரியலை...! அவருடைய உடல் ஒரு ஃப்ரீஸர் பெட்டிக்குள் வைக்கப்பட்டு இருந்தது. பெட்டியின் மீது ஒரு மலர்வளையம்."

"ஸ... ஸார்! அப்பாவை நான் உடனடியா பார்க்கணும்..."

"பார்க்கலாம்.. அதுக்கு முன்னாடி நாம ஒரு விஷயத்தைத் தெளிவு படுத்திக்கணும்..."

"என்ன ஸார்?"

"உங்க ஃபாதரின் இறந்த உடல், பங்களாவுக்கு வெளியே ரோட்டில் ஒரு பழைய வேனுக்குள் இருக்கும் போது

செல்ஃபோனில் நீங்க உங்க அப்பாவோடு பேசியிருக்கீங்க?"

"ஆமா ஸார்..."

"எப்படி?"

"புரியலை ஸார்..."

"உங்க அப்பாவோட குரல்தானா...?"

"ஆமா ஸார்..."

"உங்களுக்குக் கொஞ்சம்கூட சந்தேகம் வரலையா?"

"வரலை ஸார்... அச்சு அசலாய் அது அப்படியே அப்பாவோட வாய்ஸ்தான்."

"அதாவது அவரோட குரலில் தத்ரூபமாய் பேசியிருக்காங்க! அது அப்பாவோட செல்ஃபோன் தானே...?"

"ஆமா ஸார்..."

வைத்யா அதை எடுத்து உயிரூட்ட முயல, அது எந்த சமிக்ஞையையும் காட்ட மறுத்தது. செல்ஃபோனின் பின்பக்கத்தைத் திறந்து பார்த்தார். ஸிம்கார்டு இல்லை.

"யாரோ எடுத்துட்டுப் போயிருக்காங்க..."

செழியன் அங்கேயிருந்த சோஃபாவில் தளர்ந்து போய் சாய்ந்தான். வைத்யா டீபாயின் மேல் இருந்த ஸ்காட்ச் பாட்டிலை பார்த்துவிட்டுக் கேட்டார்

"அப்பா லிக்கர் கன்ஸ்யூம் பண்ணுவாரா?"

"அது இல்லாமே அவரால முடியாது... காலையில் அஞ்சு மணிக்கெல்லாம் எழுந்து பாட்டிலை ஓப்பன் பண்ணிடுவார். எவ்வளவு சாப்பிட்டாலும் நிதானம் தவறாம இருப்பார். இன்னிக்கு அவரோட பிறந்தநாள். நேத்து ராத்திரியே அவரைப் பார்த்து குடிக்க வேண்டாம்ன்னு சொல்லியிருந்தேன்."

"அப்பாவை எப்போ கடைசியா பார்த்தாய் சொன்னீங்க...?"

"ராத்திரி பனிரெண்டு மணி இருக்கும்."

"உங்ககிட்டே பேசினாரா...?"

"பேசினார்..."

"என்ன பேசினார்...?"

"நாளைக்குக் காலைல விருந்து ஏற்பாட்டோட மத்த எல்லா விஷயமும் பிரமாதமாயிருக்கணும்னு சொன்னார்."

"அதுக்கப்புறம் அவரைப் பார்க்கலை...?"

"இல்லை... செல்ஃபோன் மூலமாகத்தான் காண்டாக்ட் பண்ணிகிட்டிருந்தேன்."

"முதல்தடவையா இன்னிக்குக் காலையில் எத்தனை மணிக்கு செல்ஃபோன்ல பேசினீங்க...?"

"நாலு மணிக்கு..."

"என்ன பேசிகிட்டீங்க...?"

"அப்பா ரொம்பவும் டயர்டா இருக்கிறதாகவும் அஞ்சு மணிவரைக்கும் படுத்து ரெஸ்ட் எடுக்கப் போறதாகவும் சொன்னார்."

"அதாவது அப்பாவோட குரல்ல யாரோ பேசியிருக்காங்க..."

"ஆமா..."

"மிஸ்டர் செழியன்...! கொலையாளி இந்த அறைக்குள்ளே இருந்துகிட்டே எல்லாக் காரியத்தையும் பண்ணியிருக்கான். இது ஒரு வெல் ப்ளான்ட்டு அண்ட் பர்ஃபெக்ட் மர்டர். இந்த அறையில் கொலையாளி தன்னோட கைரேகைகளை விட்டுட்டுப் போயிருக்கலாம். ஸோ... இந்த அறையைப் பூட்டி, முதல்ல சீல் வைக்கணும். அப்பாவை பனிரெண்டு மணிக்குப் பார்த்து இருக்கீங்க. அதுக்கப்பறம்தான் அவர் கொலை செய்யப்பட்டிருக்கார். பாடியை பி.எம்க்கு உட்படுத்தினா எத்தனை மணிக்கு மர்டர் நடந்தது என்கிற உண்மை வெளியே வந்துடும்...!"

வைத்யா சொல்லிக் கொண்டிருக்கும்போதே அவரிடம் இருந்த வாக்கிடாக்கி குரல் கொடுத்தது. எடுத்து "எஸ்" என்றார்.

"ஸார்... நான் வைகுண்டராமன்..."

"சொல்லுங்க..!"

"ஸார்.... மினிஸ்டரோட பாடிக்கு ரொம்ப நேரம் காவல் இருக்க முடியாது. கும்பல் அலை அலையா வந்துகிட்டு இருக்கு..."

"நீங்க உடனே ஒரு காரியம் பண்ணுங்க வைகுண்டராமன்..."

"சொல்லுங்க ஸார்..."

"மினிஸ்டரோட பாடியை அதே வேன்ல வைச்சு, போஸ்ட் மார்ட்டத்துக்காக ஜி.ஹெச். கொண்டு போயிருங்க..."

"நீங்க ஸ்பாட்டுக்கு வரலையா ஸார்...?"

"இங்கே கொஞ்சம் வேலையிருக்கு... அதையெல்லாம் முடிச்சிட்டு நான் நேரா ஜி.ஹெச்சுக்கு வந்துடறேன்"

"எஸ் ஸார்"

"விஷயம் இப்போதைக்கு பிரஸ் பீப்பிள்க்கு தெரிய வேண்டாம். பத்து மணிக்கு மேல் அனௌன்ஸ் பண்ணலாம்."

"எஸ்... ஸார்"

வாக்கி டாக்கியில் வைத்யா பேச்சை முடித்துக் கொண்டு எதிரே இருட்டு முகத்தோடு நின்றிருந்த செழியனை ஏறிட்டார்.

"முதல்ல இந்த பிறந்தநாள் விழாவை ரத்து பண்ணனும். வெடிகுண்டு இருக்கிறதா அனௌன்ஸ் பண்ணினா போதும், கூட்டம் பத்தே நிமிஷத்துல காணாம போயிடும்..."

"ஸார்...! நீங்களே மேடைக்குப் போய் அந்தக் காரியத்தையும் பண்ணிருங்க. என்னால இப்போ எந்தக் காரியத்தையும் செய்ய முடியாது..." செழியன் கண்களை

மூடிக்கொண்டு சோஃபாவுக்கு சாய்ந்து கொள்ள. வைத்யா அறையிலிருந்து வெளியேறினார். பங்களாவின் பின்பக்கம் இருந்த விழாமேடைக்கு வந்தபோது, கட்சிப் பேச்சாளர் ஒருவனின் கையில் மைக் மாட்டியிருந்தது.

"சிங்கத்துக்கு கர்ஜனையையும், யானைக்கு பிளிறலையும், புலிக்கு உறுமலையும் கற்றுக் கொடுத்ததும் எங்கள் அமைச்சர் கார்மேகவண்ணன். இந்த உலகத்துக்கு ஏழு அதியசங்கள் என்று சொல்வார்கள். இவர் எங்களுக்குக் கிடைத்த எட்டாவது அதிசயம். கலியுகத்தின் கலிங்கத்துப் பரணி, எங்கள் கார்மேகவண்ணன். அந்தச் சூரியனுக்கும் ஒரு நாள் இறப்புண்டாம். எங்கள் இதயமாம் அண்ணனுக்கு இறப்பு என்பதே கிடையாது. அந்த ஒளவையிடம் நெல்லிக்கனியை வாங்கிச் சாப்பிட்டவர் எங்கள் அண்ணன்..."

எழுந்த கைத்தட்டல், காற்றை ரத்தசேதம் இல்லாமல் கொலை செய்தது. கமிஷனர் வைத்யா மேடையேறினார்.

ஜி.ஹெச்.

மார்ச்சுவரியின் கதவுகள் சாத்தப்பட்டிருக்க, உள்ளே பெரிய மேஜையின் மேல் கார்மேகவண்ணனின் உடல், மல்லாக்கக கிடத்தப்பட்டு இருந்தது.

டாக்டர்கள் ராஜேந்திரனும் பிரசாத்தும் கைகளுக்கு கிளவுஸை மாட்டிக் கொண்டு அமைச்சரின் வெற்றுடம்பை முன்பக்கமாப் பார்த்துவிட்டு, பின்பக்கமாக திருப்பிப் போட்டார்கள்.

ரோமம் மண்டிய பெரிய முதுகு.

"உடம்பில் ஒரு குண்டூசி குத்தின காயம்கூட இல்லை. எப்படி மரணம்...?"

"எக்ஸ்டர்னலா எதுவும் தெரியலை... இனி இன்டர்னலா பார்த்துட வேண்டியதுதான்."

உடம்பை மறுபடியும் திருப்பிப் போட முயன்றபோது டாக்டர் ராஜேந்திரன் அவசரக் குரலில், "ஒரு நிமிஷம் பிரசாத்!" என்றார்.

"என்ன?"

"அமைச்சரோட முதுகு தண்டுவடத்தைப் பாருங்க..."

டாக்டர் பிரசாத் பார்த்தார்... முகம் மாறினார்.

"தண்டுவடத்துல ஏதோ எழுதப்பட்டிருக்கு!"

"எழுதப்படலை, பிரசாத்... பச்சை குத்தியிருக்காங்க! கொஞ்சம் நல்லாப் பாருங்க."

பார்த்தார், "எஸ்...! பச்சைக் குத்தியிருக்காங்க!"

சொல்லிக்கொண்டே க்ளவுஸ் அணிந்த கைகளால் ரோமங்களை விலக்கி உடலின் தண்டுவடப் பகுதியில் பச்சை குத்தப்பட்டு இருந்த அந்த எழுத்துக்களைப் படித்தார்.

"அமிர்தம் என்றால் விஷம்!"

5

கோட்டை.

அந்த முற்பகல் வேளையில் முதலமைச்சர் திருஞானத்தின் அலுவலகம், பட்டாசுத் திரியில் தீப்பற்றிக் கொண்ட மாதிரி பதற்றமாய் இருந்தது. வராந்தா முழுக்க போலீஸ் அதிகாரிகளும் ப்ரஸ் ரிப்போர்ட்டர்களும் பரவியிருந்தார்கள்.

மாலை நான்கு மணிக்கு வரவேண்டிய ஒரு மாலை நாளிதழ் பதினோரு மணிக்கே வெளியாகி, அமைச்சர் கார்மேகவண்ணன் கொலை செய்யப்பட்டதை ஏதோ ஒரு சிறப்பு மலர் போல் வெளியிட்டிருந்தது. பக்கத்துக்குப் பக்கம் கார்மேகவண்ணன் பல்வேறு கட்சித் தலைவர்களோடு பேசி சிரித்துக்கொண்டிருந்தார்.

போலீஸ் கமிஷனர் வைத்யா, டாக்டர்கள் ராஜேந்திரன் மற்றும் பிரசாத்துடன் வராந்தாவில் வேகநடை போட்டு வர, நிருபர்கள் சூழ்நிலை கொண்டார்கள்.

"ஸார்... ஒரே ஒரு கேள்வி...!"

"நோ... நோ... இப்போதைக்கு எந்தப் பேட்டியும் வேண்டாம். முதலைமைச்சர் என்னையும் டாக்டர்களையும் கூப்பிட்டிருக்கார், அவர்கிட்ட பேசிட்டு வந்த பின்னாடி உங்களைப் பார்க்கிறேன்..."

37

"ஸார்...! அமைச்சர் கார்மேகவண்ணன் கொலையுண்டது சம்பந்தமாய் 'முகம்' பத்திரிகையின் நிருபர்கள் பாரியையும் நிருபமாவையும் கைது பண்ணியதில் எந்த நியாயமும் கிடையாது... அந்த ரெண்டு பேரையும் மொதல்ல விடுதலை பண்ணிட்டு உண்மையான குற்றவாளியைத் தேடிக் கண்டுபிடிக்க முயற்சி பண்ணுங்க."

வைத்யா முகம் சிவந்தார். "லுக்...! செய்தி சேகரம் பண்றது மட்டும்தான் உங்க வேலை அந்த எல்லையைத் தாண்டி யாரும் வராதீங்க... யாரை கைது பண்ணனும், யாரை வெளியே விடணும்ன்னு போலீஸ் டிபார்ட்மெண்ட்டுக்குத் தெரியும்..."

"எந்த ஆதாரத்துல அவங்களை கைது பண்ணி யிருக்கீங்கன்னு நாங்க தெரிஞ்சுக்கலாமா?"

"ஆதாரத்தை இப்படி வராந்தாவில் காட்ட முடியாது. கோர்ட்டில்தான் காட்ட முடியும்..."

"பாரியையும் நிருபமாவையும் நீங்க விடுதலை பண்ணலைலன்னா... நாங்க பெரிய அளவுல போராட்டம் நடத்துவோம். கருப்பு பேட்ஜ் அணிந்து உண்ணாவிரதம் இருப்போம்..."

"தாராளமா இருங்க... ஒருவேளை பட்டினி கிடந்தா உடம்புக்கும் நல்லது; இந்தியாவோட பொருளாதாரத்துக்கும் நல்லது."

வைத்யா கோபமான குரலில் சொல்லிட்டு, டாக்டர்களோடு முதலமைச்சரின் அறையை நோக்கி நடக்க ஆரம்பித்தார். சி.எம்மின் பி.ஏ. கலிவரதன் எதிர்கொண்டார்.

"என்ன கமிஷனர் ஸார்...! இவ்வளவு லேட்டா வர்றீங்க? சி.எம். உங்களுக்காகவே வெயிட் பண்ணிட்டிருக்கார்..."

"ஸாரி...! டாக்டர்ஸ்கிட்டேயிருந்து பி.எம். ரிப்போர்ட் வாங்க கொஞ்சம் லேட்டாயிடுச்சு... ஹாஸ்பிடலுக்கு முன்னாடி ஆயிரக்கணக்கான தொண்டர்கள் வேற கூடி ஒரே அமளி.

ரெண்டு போலீஸ் ஜீப்களை நொறுக்கிட்டாங்க... ஹாஸ்பிடலோட பின்பக்கம் வழியில் தான் எங்களால வரமுடிஞ்சுது..."

"சரி... உள்ளே வாங்க...!" பி.ஏ. கலிவரதன் கதவைத் திறந்துகொண்டு உள்ளே போக, வைத்யாவும் இரண்டு டாக்டர்களும் பின்தொடர்ந்தார்கள்.

எழுபது வயது முதலமைச்சர் திருஞானம், பரந்த கண்ணாடி மேஜைக்குப் பின்னாடி தளர்வாய் சாய்ந்திருந்தார். கண்களில் கணிசமான கவலை.

வைத்யா விரைப்பாய் சல்யூட் அடித்துவிட்டு தளர டாக்டர்கள் முதலமைச்சருக்கு வணக்கம் சொன்னார்கள். அவர் மௌனமாய் நாற்காலிகளைக் காட்ட மூன்று பேரும் உட்கார்ந்தார்கள்.

திருஞானம் சில விநாடிகள் மௌனம் காத்துவிட்டு டாக்டர்களை ஏறிட்டார்.

"பி.எம். ரிப்போர்ட் ரெடி பண்ணிட்டீங்களா...?"

"எஸ்... ஸார்...!" டாக்டர் ராஜேந்திரன் தன் கையில் வைத்திருந்த அரசாங்க சாணிப் பேப்பர்களை நீட்ட, அவர் அதை வாங்கி பக்கங்களைப் புரட்டிக் கொண்டே கேட்டார்.

"மரணம் எப்படி...?"

"பாய்ஸன் சார்..."

"எப்படி...? குடிக்கக் கொடுத்தா... இல்லை, விஷ ஊசி போட்டா...?"

"ரெண்டும் இல்லை ஸார்..."

"பின்னே...?"

"அமைச்சரோட முதுகில் தண்டுவட போர்ஷனில் 'அமிர்தம் என்றால் விஷம்' என்கிற வாக்கியத்தை பச்சை குத்தியிருக்காங்க ஸார். அப்படி பச்சை குத்தும்போதே அதுல பாய்ஸனை மிக்ஸ் பண்ணியிருக்காங்க. பாய்ஸன் ஆர்ஸனிக் வகையைச் சேர்ந்தது."

சி.எம். நெற்றியைப் பிடித்துக் கொண்டு மேலும் சில விநாடிகளை மௌனத்தில் கழித்து விட்டு டாக்டர்களிடம் நிமிர்ந்தார்.

"மரணம் எத்தனை மணிக்கு...?"

"பனிரெண்டு மணியளவில் நடந்து இருக்கலாம்."

"உடம்பில் வேற ஏதாவது காயம்...?"

"ஒரு நகக் கீறல் கூட இல்லை ஸார்..." சொன்ன டாக்டர்கள், அமைச்சரின் போஸ்ட்மார்ட்டின் போது எடுக்கப்பட்ட சி.டியையும் ஃபோட்டோக்களையும் கொடுத்தார்கள்.

சி.எம். ஃபோட்டோக்களைப் புரட்டினார். குப்புறப் படுக்க வைக்கப்பட்ட அமைச்சரின் முதுகுப் பரப்பும் தண்டுவடத்தின் மேல் பச்சைக் குத்தப்பட்டிருந்த 'அமிர்தம் என்றால் விஷம்' என்ற வார்த்தைகளும் ஸ்பஷ்டமாய் தெரிந்தது.

சி.எம் ஃபோட்டோக்களைப் பார்த்து முடித்து ஒரு பெருமூச்சை வெளியேற்றியபடி வைத்யாவை ஏறிட்டார்.

"இந்தக் கொலையைப் பத்தி என்ன நினைக்கறீங்க?"

"இது ஒரு சரியானமுறையில திட்டமிடப்பட்ட கொலை ஸார்..."

"நடந்த கொலைக்கு சர்ட்டிஃபிகேட் தர்றீங்களா...?"

"ஸாரி ஸார்... கொலையாளி ரொம்பவும் புத்திசாலித்தனமாய் செயல்பட்டு இருக்கறது ஒவ்வொரு விஷயத்திலும் தெரியுது. முக்கியமா அமைச்சரின் குரலிலேயே பேசி, அவரோட மகன் செழியனை ஏமாத்தியிருக்காங்க..."

"கைது செய்யப்பட்ட பாரி, நிரூபமா இவங்க ரெண்டு பேரும் கொலையாளிகளாக இருக்க முடியும்ன்னு நினைக்கறீங்களா...?"

"மே.பி... ஸார்..."

"எதை வெச்சு அப்படிச் சொல்றீங்க...?"

"அமைச்சரோட பிறந்தநாள் விழாவை கவர் பண்ண வந்த பாரி, திடீர்ன்னு வெளியே எழுந்து போயிருக்கான். வேனுக்குள் பாடி இருக்கிற விஷயம் அவனுக்குத் தெரிஞ்சுதான் அவன் வெளியே போய் இருக்கணும். அந்த பாடியைப் பார்த்துட்டு, கதவையும் சரியா மூடிட்டு, ஒண்ணும் தெரியாத மாதிரி உள்ளே வந்து உட்கார்ந்துட்டான். உண்மையிலேயே அவன் தப்பு பண்ணாதவனாயிருந்தா, அமைச்சரோட டெட்டிபாடியை வேனுக்குள் பார்த்துட்டு அங்கேயிருக்கிற போலீஸ்க்கு இன்ஃபார்ம் பண்ணியிருக்கணும்... அவன் பண்ணலை. ஒரு பத்திரிகையாளனோட முக்கிய கடமை, போலீஸ்க்கு உதவியாக இருக்கிறதுதான். ஒரு கொலைலைய மறைக்கிறவன் எப்படி நல்லவனாக இருக்க முடியும் ஸார்...?"

"அந்தப் பொண்ணு நிருபமா...?"

"அவ பாரியோட கையாள் ஸார்... 'முகம்' பத்திரிகைக்கும் அமைச்சர் கார்மேகவண்ணனுக்கும் ரெண்டு வருஷமாகவே 'டெர்ம்ஸ்' சரியில்லை ஸார். 'பன்ச் பாரி, என்கிற பெயரில் பாரி, அமைச்சரை கடுமையான சாடி நிறைய கட்டுரைகள் எழுதியிருக்கான். அதுல சில கட்டுரைகள் ஏகே 47ல சுடற மாதிரி இருக்கு..."

"பாரி, நிருபமா என்ன சொல்றாங்க...?"

"கேட்கிற கேள்விக்கெல்லாம் அப்பாவி மாதிரி பதில் சொல்றாங்க ஸார்... சரியானபடி லாக்அப்ல விசாரணை நடத்தினாத்தான் உண்மைகள் வெளியே வரும் ஸார்..."

"இதோ பாருங்க மிஸ்டர் வைத்யா! அடுத்த வருஷம் சட்டசபைக்கு தேர்தல் வரப்போகுது. இந்தச் சமயத்துல பத்திரிகைக்காரங்களைப் பகைச்சுக்கிறது அவ்வளவு சரியில்லை. பிரச்சினையை ஸ்மூத்தா ஹேண்டில் பண்ணனும். இல்லேன்னா ஆளும் கட்சி ஜெயிக்கிறது ஒரு பெரிய கேள்விக்குறியா மாறிடும்..."

"பாரியையும் நிருபமாவையும் விடுதலை பண்ணிடலாமா ஸார்...?"

"உடனே விடுதலை பண்ண வேண்டாம். ரெண்டு நாள் கழிச்சு ஜாமீன்ல ரிலீஸ் பண்ணிடலாம்.... விசாரணை என்கிற பெயரில் அவங்ககிட்டே எந்த டார்ச்சரும் வேண்டாம். வேற மாதிரியா விசாரணை பண்ணுங்க..."

"எஸ் ஸார்..."

லாக்கப். ராத்திரி எட்டு மணி.

சுவரோரமாய் ஒருக்களித்துப் படுத்திருந்த நிருபமா லாக்கப்பின் இரும்புக் கதவு திறக்கப்படும் சத்தம் கேட்டு கண்களை மெல்ல மலர்த்தினாள்.

கமிஷனர் வைத்யாவும், ஒரு பெண் போலீஸ் இன்ஸ்பெக்டரும் உள்ளே வந்து கொண்டிருந்தார்கள். நிருபமா எழுந்து நின்றாள். பெண் போலீஸ் தன் கையில் இருந்த ஒரு வெள்ளைத்தாளையும் பேனாவையும் நீட்டினாள்.

"இந்தா...!"

"எதுக்கு...?"

"ஸ்டேட்மெண்ட் எழுதிக் கொடு..."

"ஸ்டேட்மெண்ட்டா...?"

"ம்... பாரி எழுதிக் கொடுத்துட்டான். நீயும் அவனும் சேர்ந்து அமைச்சர் கார்மேகவண்ணனை எப்படிக் கொலை பண்ணி ஃப்ரீஸர் பாக்ஸில் பேக் பண்ணி வேனில் கொண்டு வந்தீங்கன்னு க்ளியரா எழுதிக் கொடுத்துட்டான். நீயும் தனியா ஒரு ஸ்டேட்மெண்ட் கொடுத்துட்டா எங்களுக்கு வேலை சுலபம்..."

நிருபமா புன்னகைத்தாள்.

"பாரி ஸ்டேட்மெண்ட் எழுதிக் கொடுத்திருக்கானா...?"

"ம்..."

"நான் அந்த ஸ்டேட்மெண்டைப் பார்க்கணுமே...!"

"தாராளமாகப் பாரு..." பெண் போலீஸ் தன் கையோடு கொண்டு போயிருந்த ஃபைலை பிரித்து ஒரு வெள்ளைத்தாளை எடுத்து நீட்டினாள். நிருபமா வாங்கிப் பார்த்தாள்.

பாரியின் கையெழுத்துதான்! பேப்பரின் இரண்டு பக்கமும் பால்பாயிண்ட் பேனா, எழுத்து விதைகளை விதைத்து இருந்தது. நிருபமா அதைப் படிக்காமலேயே அவர்களை ஏறிட்டாள்.

வைத்யா கேட்டார்.

"என்ன பார்க்கிறே...?"

"இந்த ஸ்டேட்மெண்டை நான் கிழிச்சுப் போடவா... இல்லை, நீங்களே கிழிச்சுப் போடறீங்களா...?"

"ஏய்!" பெண் போலீஸ் இன்ஸ்பெக்டர், நிருபமாவின் கன்னத்தை நோக்கி கையை இறக்க... அந்தக் கையை அப்படியே அந்தரத்தில் பற்றிக் கொண்டாள்.

"ஒருத்தர் கையெழுத்து மாதிரியே இன்னொருத்தர் எழுதற இந்த கிராஃபாலஜி மோசடி எனக்கும் தெரியும். நானும் பாரியும் பத்திரிகை நிருபர்கள்தான். எங்களுடைய விரல்களுக்கு பேனாவை மட்டும்தான் பிடிக்கத் தெரியும். கத்தியைப் பிடிக்கவோ, துப்பாக்கியைப் பிடிக்கவோ தெரியாது.

அமைச்சர் கார்மேகவண்ணன் கொலையுண்டதுக்குக் காரணம் நாங்கதான்னு நீங்க தீர்மானமா முடிவு பண்ணி, கேஸை அதே கோணத்துல நகர்த்திக்கிட்டுப் போறது கொஞ் சமும் சரியில்லை. இதனால உண்மையான குற்றவாளி தப்பிக்க வாய்ப்பு அதிகம். அமைச்சர் கார்மேகவண்ணன் சாதாரண நபர் கிடையாது. ஒரு பெரிய அரசியல் புள்ளி. எக்கச்சக்கமான சொத்துக்களுக்கு சொந்தக்காரர். தனிப்பட்ட முறையில் அவருக்கு நண்பர்களைக் காட்டிலும் எதிரிகள் அதிகம். அந்த எதிரிகளில் யாராவது ஒருத்தர் கூட, அமைச்சரின் மரணத்துக்குக் காரணமாக இருக்கலாம்..."

"இதெல்லாம் எங்களுக்கும் தெரியும். நீ ஒண்ணும் சொல்ல வேண்டியது இல்லை..." கமிஷனர் வைத்யா கோபமாய் சொல்ல, நிரூபமா புன்னகைத்தாள்.

"உங்களுக்குத் தெரியாத ஒரு விஷயத்தை நான் இப்போ சொல்லட்டுமா ஸார்..."

"என்ன...?"

"நான் இப்போ தங்கியிருக்கிற ஒர்க்கிங் விமன் ஹாஸ்டலுக்கு என்னைக் கூட்டிட்டுப் போக முடியுமா...?"

"எதுக்கு...?"

"கூட்டிட்டுப் போங்க... காரணம் தெரியும்..."

"அந்தக் காரணத்தை இங்கேயே சொல்லு..."

"அதைச் சொல்ல முடியாது.....! காட்டத்தான் முடியும்..."

"காட்டறதா...?"

"எஸ்...! என்னை ஹாஸ்டலுக்கு கூட்டிட்டுப் போங்க... எல்லா விவரமும் தெரியும். அமைச்சரின் கொலையில் உண்மையான குற்றவாளியைப் பிடிக்கனும்ங்கிற அக்கறை உண்மையிலேயே உங்களுக்கு இருந்தா, என்னை நான் தங்கியிருக்கிற ஹாஸ்டலுக்கு கூட்டிட்டுப் போங்க! இல்லேன்னா வேண்டாம்..."

வைத்யா சில விநாடிகள் வரை நிரூபமாவை யோசிப்பாய் பார்த்துவிட்டு... "வா!" என்றபடி லாக்கப்புக்கு வெளியே நடக்க ஆரம்பித்தார்.

நிரூபமா பின்தொடர்ந்தாள்.

அடுத்த ஐந்தாவது நிமிடம். ஸ்டேஷன் வாசலில் இருந்து அந்த போலீஸ் ஜீப், ஏவுகணையாய் மாறி புறப்பட்டது.

மதர் அரவிந்தா வொர்க்கிங் விமன் ஹாஸ்டல்.

போலீஸ் ஜீப், கேட்டுக்கு வெளியே நின்றுகொள்ள...

கமிஷனரும் பெண் போலீஸ்ம் பின்தொடர ஹாஸ்டலுக்குள் நுழைந்தாள் நிருபமா. ஹாஸ்டலில் தங்கியிருந்த பெண்கள், டி.வி. தொடர்களில் ஐக்கியமாயிருக்க... நிருபமா, நீளமான வராந்தாவில் நடந்து தன்னுடைய அறைக்கு முன்பாய் நின்றாள். பூட்டுக்கு விடுதலை கொடுத்து உள்ளே போனாள். ட்யூப்லைட் வெளிச்சத்தில் அறையை நிரப்பிவிட்டு பீரோவை நெருங்கினாள். வெறுமனே சாத்தப்பட்டிருந்த பீரோவைத் திறந்து உள்ளேயிருந்து ஒரு பாலிதீன் கவரை எடுத்துப் பிரித்தாள்.

கவர் நிறைய ஃபோட்டோக்கள். அதில் ஒன்றை எடுத்து கமிஷனர் வைத்யாவிடம் நீட்டினாள்.

"இந்தப் ஃபோட்டோவை கொஞ்சம் உன்னிப்பா பாருங்க ஸார்..."

வைத்யா வாங்கிப் பார்த்தார்.

முதல் ஐந்து விநாடி அவர் முகம் இயல்பாய் இருந்தது.

பத்தவாது விநாடி முகம் லேசாய் மாறியது!

பதினைந்தாவது விநாடி முகம் அடியோடு மாறி, அதிர்ச்சிக்குள் விழுந்தது!!

6

போலீஸ் கமிஷனர் வைத்யா, மறுபடியும் அந்த ஃபோட்டோவைப் பார்த்தார்.

கால்களுக்கும் கைகளுக்கும் இரும்புச் சங்கிலி மாட்டிய நிலையில் ஒரு இளைஞன் மண்டிபோட்டு உட்கார்ந்து, காமிராவை கோபமாய் பார்த்து இருந்தான். ஃபோட்டோவின் பின்புறம், ஒரு அழகான சுவரைக் காட்டியது.

"இந்த ஃபோட்டோவில் இருக்கிற இளைஞன்..." கமிஷனர் வைத்யா, குரலை இழுக்க... பக்கத்தில் நின்றிருந்த நிருபமா, புன்னகையோடு கேட்டாள்.

"யாராயிருக்கும்ன்னு உங்களாலே கெஸ் பண்ண முடியலையா கமிஷனர் ஸார்...?"

"கொலை செய்யப்பட்ட அமைச்சர் கார்மேகவண்ணன் முக ஜாடை, இந்த இளைஞன்கிட்டே அப்படியே இருக்கு... அவரோட மகனா இவன்...?"

"எனக்கும் அதே சந்தேகம்தான்...!"

"இந்த ஃபோட்டோவை எடுத்தது யாரு?"

"நான்தான்...!"

"எங்கே எடுத்தது...?"

"போன மாசம் குணசீலத்துக்கு ஒரு கல்யாணத்துல கலந்துக்கிறதுக்காகப் போயிருந்தேன். கல்யாணத்தை அட்டெண்ட் பண்ணிட்டு, அப்படியே அங்கேயிருந்த ஒரு பழமையான மனநலக் காப்பகத்துக்குப் போய் நோயாளிகளின் நிலைமையைப் பத்தி ஒரு கவர் ஸ்டோரி பண்ண விரும்பினேன்.

அங்க நான் போன சமயம் காப்பகத்தை நடத்துற முக்கியப் பொறுப்பில் இருக்கிற நபர், பச்சிலைகளைப் பறிக்க காட்டுப் பக்கம் போயிருந்தார். வேலைக்கு இருந்த ரெண்டொருத்தரும் ஏதோ மூலிகை எண்ணெய் காய்ச்சற வேலையில் மும்முரமாய் இருந்தாங்க... நான் ஒரு பத்திரிகை நிருபர்ன்னு காட்டிக்காமே அந்த மனநல காப்பகத்தை சுத்திப் பார்த்தேன். சுமார் பத்து அறைகள் கொண்ட அந்தக் காப்பகத்துல ஒரு நாலைஞ்சு பேரே அடைச்சு வைக்கப்பட்டு இருந்தாங்க.... அதுல ஒருத்தன்தான் இந்த இளைஞன்!

எனக்கு அவனை மொதல்ல பார்த்ததுமே அமைச்சர் கார்மேகவண்ணனோட ஞாபகம்தான் வந்தது. அவரோட மகனாக இருக்கலாமோ என்கிற சந்தேகத்தில், மூலிகை எண்ணெய் காய்ச்சிட்டிருந்த அந்த நபர்கள் கிட்டே லேசா பேச்சு கொடுத்துப் பார்த்தேன். அவங்க மலையாளிகளாய் இருந்ததால சரியான விவரத்தை அவங்களால கொடுக்க முடியலை. அவனை யாருக்கும் தெரியாம ஃபோட்டோ மட்டும் எடுத்துக்கிட்டேன்.

நான் புறப்பட இருந்த நேரத்துல அந்தக் காப்பகத்தின் பொறுப்பாளர், பச்சிலைகளோடு வந்தார். என்னைக் காப்பகத்துக்குள்ளே விட்டதுக்காக அந்த மலையாளிகளைப் பார்த்து சத்தம் போட்டார் என்னையும் திட்டினார். நான் ஒரு பத்திரிகைக்காரின்னு காட்டிக்காம அப்பாவிப் பொண்ணு மாதிரி, பேசி நடிச்சுட்டு வெளியே வந்துட்டேன்."

நிரூபமா நீளமாய் பேசி முடித்ததும் வைத்யா கேட்டார். "இந்த ஃபோட்டோ விஷயம் பாரிக்குத் தெரியுமா...?"

"தெரியாது..."

"நீங்க ரெண்டு பேரும் ஒரே பத்திரிகையில்தானே வேலை பார்க்கறீங்க... பாரிகிட்டே இதை ஏன் நீ சொல்லலை...?"

"ஸார்...! பாரி கொஞ்சம் செ்ன்ஸிடிவ் டைப். இந்த ஃபோட்டோ விஷயத்தை உடனே அட்டைப் படத்துல போட்டு 'ஹைலைட்' பண்ண விரும்புவான். என்னைப் பொறுத்தவரைக்கும் இது மாதிரியான விஷயங்களை வெளியே கொண்டு வரும்போது கைவசம் சரியான ஆதாரங்கள் இருக்கணும். ஆதாரங்கள் இல்லாமே ஒருத்தர் மேல சேற்றை வாரி இறைச்சா, சட்டப் பிரச்சினையில் மாட்டிக்க வேண்டி வரலாம். அதனால நான் மறுபடியும் ஒரு தடவை குணசீலத்துக்குப் போய் ஆதாரங்களைத் திரட்ட முடிவு பண்ணியிருந்தேன்... அதுக்குள்ளே இப்படி ஒரு சம்பவம்...!"

"இந்தப் ஃபோட்டோ உன்கிட்ட இருக்கிறது யார் யாருக்குத் தெரியும்...?"

"யாருக்கும் தெரியாது கமிஷனர் ஸார். இந்த ஃபோட்டோவைப் பார்க்கிற முதல் நபர் நீங்கதான்..."

"அந்த மனநலக் காப்பகம், குணசீலத்துல எங்கே இருக்கு...?"

"கோயிலிருந்து கிழக்கே கொஞ்சம் தூரம் போனா 'நஞ்சு முறி'ன்னு ஒரு இடம். அங்கேதான் அந்தக் காப்பகம் இருக்கு காப்பகத்தோட பேரு, தாயுமானவன்."

"பொறுப்பாளர் பேரு...?"

"நீலகண்ட வாரியார்."

"சரி...! இன்னும் ஒரு மணி நேரத்துக்குள்ளே நீயும் ஒரு போலீஸ் இன்ஸ்பெக்டரும் குணசீலத்துக்குப் போய் அந்த நீலகண்ட வாரியாரைப் பார்க்கறீங்க... இந்த இளைஞனைப் பற்றிய விவரங்களை கலெக்ட் பண்ணிட்டு வர்றீங்க.

இப்போதைக்கு இந்த ஃபோட்டோ விவரம், வெளியே யாருக்கும் தெரிய வேண்டாம்..." சொன்ன கமிஷனர் வைத்யா, தன் செல்ஃபோனை எடுத்து சில எண்களைத் தட்டி உயிர் கொடுத்தார். பேசினார்.

"க்ரைம் பிராஞ்ச்...?"

"எஸ்..."

"நான் கமிஷனர் வைத்யா..."

மறுமுனைக் குரலில் பவ்யம் ஏறிக் கொண்டது.

"சொல்லுங்க ஸார்..."

"இன்ஸ்பெக்டர் சபரி இருக்காரா...?"

"இருக்கார் ஸார்.... ஒன் மினிட்...!" அந்த நிமிஷம் முடிவதற்குள்ளாகவே க்ரைம் ப்ராஞ்ச் இன்ஸ்பெக்டர் சபரியின் குரல், பதற்றமாய் ஒலித்தது.

"ஸார்... நான் சபரி...!"

"சபரி...! நீங்க இன்னும் ஒரு மணி நேரத்துக்குள்ளே ஒரு வெளியூர் பயணம் மேற்கொள்ள வேண்டியிருக்கும். நீங்க வேற ஏதாவது வேலைக்கு கமிட் ஆகியிருக்கீங்களா?"

"இல்ல ஸார்..."

"தென் நோ ப்ராப்ளம்... பயணத்துக்கு வேண்டிய ஏற்பாடுகளை பண்ணிட்டு இன்னும் அரைமணி நேரத்துக்குள்ளே என்னை வந்து பாருங்க. போக வேண்டிய ஊரு, பார்க்க வேண்டிய நபரைப் பத்தின டிடெய்ல்ஸை உங்களுக்குத் தர்றேன்..."

"எஸ் ஸார்..."

"இந்த 'டியூட்டி' விஷயம், வெளியே யாருக்கும் தெரிய வேண்டாம்..."

"எஸ்... ஸார்...!"

கார்மேகவண்ணனின் உடல், பொதுமக்கள் பார்வைக்காக வைக்கப்பட்டு மலர் வளையங்களால் நிரம்பிக் கொண்டிருந்தது. செழியன் ஒரு பக்கமாய் நின்று அஞ்சலி செலுத்த வருகின்ற பல்வேறு கட்சித் தலைவர்களை சோகம் கப்பிய முகத்தோடு எதிர்கொண்டு அவர்கள் சொன்ன ஆறுதல் மொழிகளை இயந்திரத்தனமாய் கேட்டுக் கொண்டிருந்தான்.

அமைச்சருக்குச் செயலாளராக இருந்த பசுபதி, செழியனுக்குப் பின்பக்கமாய் வந்து நின்று குரல் கொடுத்தார்.

"தம்பி...!"

செழியன் திரும்பினான். செயலாளரைப் பார்த்து நெற்றி சுருங்கினான்.

"என்ன?"

"கொஞ்சம் உள்ளே வர்றீங்களா தம்பி?"

"வாங்க...! குழப்ப முகத்தோடு செழியன் பக்கத்து அறைக்குள் நுழைய, செயலாளர் பின்தொடர்ந்தார்.

"என்ன...? சொல்லுங்க..."

"அஞ்சு நிமிஷத்துக்கு முன்னாடி உங்களுக்கு ஒரு ஃபேக்ஸ் வந்தது தம்பி..."

"ஃபேக்ஸா...? என்ன ஃபேக்ஸ்... யார் கிட்டயிருந்து...?"

"பேர் எல்லாம் போடலைங்க தம்பி...! இதோ நீங்களே படிச்சுப் பாருங்க..." செயலாளர் மடித்து வைத்து இருந்த அந்த ஃபேக்ஸ் தாளை நீட்ட, செழியன் வாங்கிப் பார்த்தான்.

அந்த ஃபேக்ஸ் செய்தி, ஒரு லெட்டர் மாதிரி இருந்தது. தமிழில் டைப் செய்யப்பட்ட எழுத்துக்கள்.

'அன்புள்ள திரு. செழியன் அவர்களுக்கு வணக்கம் உங்கள் அன்புத் தந்தையார் கொலையுண்ட செய்தியைப் பத்திரிகைகளில் படித்து துடித்துப்போன லட்சக்கணக்கனான தொண்டர்களில் நானும் ஒருவன். இந்த இழப்பை உங்களால்

எப்படி தாங்கிக் கொள்ள முடியாதோ... அதே போல் என்னாலும் தாங்கிக் கொள்ள முடியாது.

டி.வியில் உங்கள் துயர முகத்தைப் பார்த்தேன். மனம் கனத்துப் போயிற்று. அன்புத் தந்தையை இழந்த உங்களால் இனி நிம்மதியாக, சந்தோஷமாக வாழ முடியும் என்று எனக்குத் தோன்றவில்லை. இனி வரும் காலம் பூராவும் எப்படி கழிக்கப் போகிறீர்கள் என்கிற பயம் எனக்கு வந்து விட்டது.

எனவே இந்த உலகத்திலிருந்து உங்களுக்கும் விடுதலை கொடுக்கத் தீர்மானித்து விட்டேன்! உங்களுக்கும் ஒரு ஏர்கூலிங் கண்ணாடிப் பெட்டி உருவாகிக் கொண்டு இருக்கிறது என்பதைத் தாழ்மையோடு தெரிவித்துக் கொள்கிறேன்.

இப்படிக்கு,

அப்பாவின் லட்சக்கணக்கான

தொண்டர்களில் கடைசித் தொண்டன்.

செழியனுக்கு முகம் வெள்ளரிப்பழம் போல வெளுத்துப் போயிற்று. சாதாரணமாக ஆறுதல் சொல்வது போல் ஆரம்பித்த கடிதத்தின் கடைசி வரிகளில் வைத்து இருந்த வெடிகுண்டு, இதயத்தை அதிர வைத்தது.

செயலாளர் பசுபதியை கலக்கமாய் ஏறிட்டான் செழியன். "இந்த ஃபேக்ஸ் எந்த நெம்பரிலிருந்து வந்திருக்குன்னு நோட் பண்ணீங்களா...?"

"பண்ணிட்டேன் தம்பி... இதோ நெம்பர்..." உள்ளங்கையில் அடக்கி வைத்து இருந்த ஒரு துண்டுச் சீட்டைக் காட்டினார்.

"அட்ரஸ்...?"

"இனிமேல்தான் கண்டுபிடிக்கணும். நாமளே முயற்சி பண்ணலாமா...? இல்ல, போலீஸ்ல சொல்லி..."

"வேண்டாம். இந்த விஷயத்தைப் போலீஸுக்கு கொண்டு போகக்கூடாது. இதை நாமே டீல் பண்ணி ஆளைக் கண்டுபிடிக்கலாம்...!"

"முடியுமா தம்பி...?"

"ஏன் முடியாது...? அப்பா உயிரோட இருந்த வரைக்கும் அது மாதிரியான மிரட்டல்களை எத்தனையோ தடவை பார்த்து இருக்கார்."

"நான் சொல்றேன்னு தப்பா நினைச்சுக்காதீங்க தம்பி... இந்த ஃபேக்ஸ் லெட்டரை நாம அலட்சியமா நினைக்கக் கூடாது... ஃபேக்ஸ்ல ஒருத்தன் உங்களை மிரட்டான்னா அவன் சாதாரண ஆளா இருக்க முடியாது..."

"என்ன... பயமுறுத்தறீங்களா?"

"நான் பயமுறுத்தலை தம்பி... என் மனசுக்குப் பட்டதை நான் சொல்லிட்டிருக்கேன். அப்பா அவரோட பிறந்தநாளையும் இறந்தநாளையும் ஒரே சமயத்துல கொண்டாடும்படியா கொலையாளி பண்ணியிருக்கிற காரியம், சாதாரண காரியம் கிடையாது. எவ்வளவோ பாதுகாப்போட இருந்த அப்பாவை உயிர் இல்லாத உடம்பா கண்ணாடிப் பெட்டிக்குள்ளே வெச்சு..."

"மிஸ்டர் பசுபதி... உங்களைப் பேச விட்டா, கொலையாளிக்குப் பாராட்டு விழா நடத்தி பொன்னாடை போர்த்திடுவீங்க போலிருக்கே? இந்த எதிரியை எப்படி சந்திக்கணும்ன்னு எனக்குத் தெரியும்... நீங்க இந்த விஷயத்தைப் போலீஸ்க்கு கொண்டு போகாம இருந்தா போதும்.."

"தம்பி... நான் என்ன சொல்ல வர்றேன்னா..."

"நீங்க எதையும் சொல்ல வேண்டாம்... வாங்க மொதல்ல அப்பாவோட காரியங்களை முடிப்போம். என்னை ஒருத்தன் கண்ணாடிப் பெட்டிக்குள்ளே வைக்கணும்னா இனிமேதான் ஒருத்தன் பொறந்துதான் வரணும்..."

குணசீலம், முதல் சூரியக் கதிர்களால் கழுவப்பட்டுக் கொண்டிருக்க பஸ்ஸினின்றும் இறங்கினார்கள் இன்ஸ்பெக்டர் சபரியும் நிரூபமாவும். காற்று ஜில்லிப்பாய்

முகத்தில் மோதியது. தொலைவில் கோயில் கோபுரம், பார்வைக்குக் கிடைத்தது. அந்த வைகறை வேளையில் வாசல்தோறும் கோலங்கள் உற்பத்தியாகியிருக்க இருவரும் நடந்தார்கள்... மெல்ல.

சபரி, காக்கி யூனிஃபார்மை தவிர்த்து விட்டு, பேண்ட்ஷர்ட்டில் ட்ரிம்மாய் தெரிந்தார். ஒட்டவெட்டிய கிராப்பும், நறுக்கிய மீசையும் அவருடைய சதுர முகத்துக்குப் பொறுத்தமாயிருந்தது.

"நிரூபமா...! அந்த ஐயர் ஹோட்டல்ல ஒரு காப்பி சாப்பிட்டுப் போகலாமா?"

"வேண்டாம் ஸார்! மொதல்ல காப்பகத்துக்குப் போயிடலாம். இந்தக் காலைவேளையில் நீலகண்ட வாரியார், பச்சிலை மூலிகைன்னு பறிக்கப் போயிட்டாருன்னா அவருக்காக நாம காத்துகிட்டு இருக்கும்படியாயிடும்."

"இங்கிருந்து எவ்வளவு தூரம்...?"

"எப்படியும் அரை கிலோமீட்டர் தூரம் இருக்கும்..."

நடந்தார்கள்.

ஒரு வயல்வெளி குறுக்கிட்டது. வரப்பின் மேல், சிரம நடைபோட்டு நடந்தார்கள். ஒரு குறுகிய தெரு எதிர்ப்பட்டது.

"இதுதான் ஸார் நஞ்சுமுறி பகுதி. மூலிகைகளும் பச்சிலைகளும் இங்கே அதிகமா கிடைக்கிறதுனால அந்தப் பெயர். இந்தத் தெருவைக் கடந்த அடுத்த தெருவுக்குள்ளே நுழைஞ்சா முதல் வீடே அந்தத் 'தாயுமானவன்' மனநலக் காப்பகம்தான்...!"

அந்தத் தெருவைக் கடந்து அடுத்த தெருவுக்குள் இறங்கினார்கள்.

இரண்டு பேர்களின் முகங்களிலும் அதிர்ச்சி அலைகள் அடித்தன.

இன்ஸ்பெக்டர் சபரியும், நிருபமாவும் முகங்களில் பரவிய அதிர்ச்சி அலைகளோடு ஒருத்தரையொருத்தர் பார்த்துக் கொண்டார்கள்.

தெருவின் ஆரம்பித்திலேயே இருந்த அந்தத் தாயுமானவன் மனநல காப்பகத்துக்கு முன்னால் ஒரு போலீஸ் ஜீப் நின்றிருக்க, கொஞ்சம் தள்ளி ஒரு சின்னக் கும்பல் நின்று வேடிக்கை பார்த்துக் கொண்டிருந்தது.

"என்ன ஸார்...! மனநல காப்பகத்துக்கு முன்னாடி போலீஸ் ஜீப் நிக்குது...!" நிருபமா கேட்க, சபரி குரலைத் தாழ்த்திக் கொண்டார். "ஏதோ பிரச்சனை...! உடனடியாக நாம உள்ளே போயிட வேண்டாம்.... கொஞ்சம் வேடிக்கை பார்த்துட்டு, அப்ஸர்வ் பண்ணிட்டு அதுக்கப்புறம் உள்ளே போவோம்."

இருவரும் மெல்ல நடந்து காப்பகத்தைக் கடந்து போய், வேடிக்கை பார்த்துக் கொண்டிருந்த கும்பலோடு கலந்து கொண்டார்கள். சபரி தன் பக்கத்தில் நின்றிருந்த ஒரு இளைஞனிடம் திரும்பினார்.

"எதுக்கு போலீஸ்...?"

"ஒரு மன நோயாளி தற்கொலை பண்ணிகிட்டு செத்துப் போயிட்டானாம்..."

நிருபமாவும் சபரியும் சரேலென்று பார்வைகளைப் பரிமாறிக் கொண்டார்கள்.

சபரி சில விநாடிகள் மௌனமாய் இருந்துவிட்டு அந்த இளைஞனிடம் மறுபடியும் கேட்டார்.

"எப்ப நடந்தது...?"

"நேத்து ராத்திரி..."

"தூக்கு மாட்டிகிட்டா...?"

"இல்ல... சமையலறைக்குப் போய் மண்ணெண்ணெயை எடுத்து ஊத்திகிட்டு, நெருப்பை வைச்சிகிட்டான்."

சபரி அடுத்த கேள்விக்காக வாயைத் திறந்த விநாடி கான்ஸ்டபிள் ஒருவர் லாட்டியோடு வேகவேகமாய் வந்தார்.

கும்பல், லாட்டியின் சுழற்றலுக்கு பயப்படுவதுபோல் பாவ்லா காட்டி ஒதுங்கியது. சபரி மட்டும் அசையாமல் நிற்க, கான்ஸ்டபிள் அவரை ஏறிட்டார்.

"உங்களுக்குத் தனியா சொல்லணுமா ஸார்? போங்க...!"

சபரி தன்னுடைய உத்யோக அட்டையை எடுத்துக் காட்டினார். "நான் மெட்ராஸிலிருந்து வர்றேன். உங்க இன்ஸ்பெக்டரைப் பார்க்கணும்..."

கான்ஸ்டபிள் உத்யோக அட்டையைப் பார்த்து விட்டு நெற்றிக்கு கையைக் கொண்டு போய் ஒரு அவசர சல்யூட்டைப் பதித்தார். "ஸாரி ஸார்... நீங்க யார்ன்னு தெரியாம..."

"பரவாயில்ல... உங்க இன்ஸ்பெக்டர் எங்கே...?"

"உள்ளே இருக்கார்... வாங்க ஸார்" கான்ஸ்டபிள் வழி காட்டிக் கொண்டு நடக்க, சபரியும் நிருபமாவும் பின் தொடர்ந்தார்கள்.

சபரி கேட்டார். "ஒரு மனநோயாளி தற்கொலை பண்ணிகிட்டதாக ஜனங்க பேசிகிட்டாங்க... உண்மையா...?"

55

"ஆமா ஸார்..."

"தற்கொலை பண்ணிகிட்டவனுக்கு எவ்வளவு வயசு இருக்கும்?"

"கிழவன் ஸார்... வயசு அறுபதுக்கு மேல இருக்கும்... அப்பனுக்கு மூளைக் கோளாறுன்னு பெத்த பசங்களே கொண்டு வந்து விட்டுட்டுப் போயிட்டாங்க. அப்பன்காரன் மனசு பொறுக்காம தற்கொலை பண்ணிகிட்டான்."

சபரியும் நிரூபமாவும் மறுபடியும் ஒரு தடவை பார்வைகளைப் பரிமாறிக் கொண்டார்கள்.

மனநல காப்பகத்துக்குள் ஒரே அமளியாக இருந்தது. கரிக்கட்டையாய் மாறியிருந்த உடல் ஒன்று, மட்டமான காடாத் துணியால் போர்த்தப்பட்டு சுவரோரமாய் தெரிய வீரப்பன் மீசை வைத்த இன்ஸ்பெக்டர் ஒருவர், காப்பக ஊழியர்களை விசாரித்துக் கொண்டிருந்தார். கான்ஸ்டபிள் அவருக்குப் பக்கத்தில் போய் சபரியைப் பற்றிச் சொல்ல, அவர் விசாரணையைப் பாதியிலேயே விட்டு விட்டு சபரியை நோக்கி வந்தார். சூழ்நிலைக்குப் பொருந்தாத புன்னகையோடு சபரியின் கையைப் பற்றி குலுக்கிவிட்டு, "ஐயாம் மாதவன்" என்றார்.

"சபரி ஃப்ரம் மெட்ராஸ் க்ரைம் ப்ராஞ்"

"சொல்லுங்கள்..."

"ஒரு என்கொயரி"

"ப்ளீஸ்..."

"அமைச்சர் கார்மேகவண்ணன் கொலை சம்பந்தப்பட்ட விவகாரத்தில் இந்த ஒரு ஃபோட்டோ கிடைத்தது."

ஃபோட்டோவை நீட்டினார் சபரி. வாங்கிப் பார்த்த மாதவன் நெற்றி சுருங்கியது.

"கை கால்களில் விலங்கு மாட்டப்பட்டு இருக்கின்ற இந்த இளைஞன் யார்...?"

"இவன் இதே மனநல காப்பகத்தில்தான் இருக்கிறான். இங்கே நீலகண்ட வாரியார் யார்...?"

கொஞ்சம் தள்ளி குட்டையாய் கருப்பாய் நரை தாடியோடு தெரிந்த அந்த மனிதர், மெல்ல நடைபோட்டு அவர்களுக்குப் பக்கத்தில் வந்து நின்றார். "நான்தான்!"

வாரியார் வாங்கிப் பார்த்துவிட்டு முகத்தில் எந்த உணர்ச்சியையும் காட்டாமல், "யாருன்னு தெரியலையே..." என்றார்.

"நிஜமா இது யார்ன்னு உங்களுக்குத் தெரியலையா?"

"தெரியலை..."

நிருபமா குறுக்கே வந்து அவருக்கு முன்பாய் நின்றாள்.

"என்னையாவது உங்களுக்குத் தெரியுதா...?"

வாரியார் அவளை உற்றுப் பார்த்துவிட்டு, உதட்டைப் பிதுக்கி தோள்களைக் குலுக்கினார். "தெரியலையம்மா...!"

"ஒரு மாசத்துக்கு முந்தி இதே மனநல காப்பகத்துக்கு வந்தேன். இந்த ஃபோட்டோவை இந்த இடத்துலதான் எடுத்தேன். ஃபோட்டோவில் இருக்கிற இளைஞன் அதோ... அந்த அறைக்குள்ளேதான் கைகளிலும் கால்களிலும் மாட்டப்பட்ட விலங்குகளோட இருந்தான்..."

வாரியாரின் முகம், முதல் தடவையாய் மாறியது. "இந்த ஃபோட்டோவை இந்தக் காப்பகத்திலா எடுத்தே...?"

"ஆமா...! நீங்க கூட எம்மேல கோபப்பட்டு சண்டை போட்டீங்க..."

"நான் உன்கூட சண்டை போட்டேனா...? என்னம்மா நீ சொல்றது எல்லாமே எனக்கு ஆச்சரியமாயிருக்கு. உன்னை நான் பார்த்ததாத் துளிகூட ஞாபகம் இல்லையே...?"

சபரி இப்போது முதல் தடவையாய் நிருபமாவை ஒரு சந்தேகப் பார்வை பார்க்க, நிருபமா பதற்றமானாள். "ஸார்!

வாரியார் பொய் சொல்றார்."

"இதோ... பாரம்மா...! நான் எதுக்காகவும் பொய் சொல்ல வேண்டிய அவசியம் இல்லை... இந்தப் ஃபோட்டோவில் இருக்கிற இளைஞன், இந்தக் காப்பகத்தின் எந்த அறையிலாவது இருக்கானன்னு பாரு. இருந்தா... நீ சொல்றதை நான் ஒத்துக்கிறேன். போய்ப் பாரும்மா."

நிருபமா சபரியிடம் நிமிர்ந்தாள். "ஸார்! நீங்களும் என்கூட வாங்க ஸார்..."

சபரி தலையசைத்தார். "ம்... நட...!"

இருவரும் காப்பகத்தின் வராந்தாவில் நடந்தார்கள். காலை வெளிச்சம் இன்னமும் சரியாய் உட்புகாததால் உள்ளே இருட்டு பரவியிருந்தது வரிசையாய் அறைகள்.

"ஸார்... வாரியார் பொய் சொல்றார்..."

"அவர் சொல்றது பொய்ன்னு நீ எப்படி நிரூபிக்கப் போறே...?"

"அதான் ஸார் தெரியலை... வாரியார் இவ்வளவு பிடிவாதமா பொய் சொல்றதைப் பார்க்க எனக்கு ஆச்சரியமாயிருக்கு..."

"போன மாசம் நீ இங்கே வந்தப்ப ரெண்டு மலையாளிகள், மூலிகை எண்ணெயைக் காய்ச்சிக்கிட்டு இருந்ததாச் சொன்னியே...! அந்த ரெண்டு பேரோட முகங்கள் ஞாபகம் இருக்கா...?"

"பார்த்தா ஞாபகம் வந்துடும் ஸார்..."

அறைகளைப் பார்த்துக் கொண்டே நடந்தார்கள் பெரும்பாலான அறைகளில் பெண்கள். ஆண்கள் சொற்பமாய் இருந்தார்கள். அவர்கள் இரண்டு தடவை சுற்றிப் பார்த்தும் அந்த இளைஞன் கிடைக்காமல் போகவே, நிருபமா உடைந்து போய் கண்களில் நீர் கோர்த்து இருந்தாள்.

"ஸார்... இது ஒரு மோசடி காப்பகம்..."

"உன்னைத் தெரியவே தெரியாதுன்னு வாரியார் ஸ்ட்ராங்கா சொல்றாரே...?"

"முழுப் பூசணிக்காயை கைப்பிடி சோத்துல மறைக்கப் பார்க்கிறார் ஸார்..."

இருவரும் வாரியாரிடம் வந்தார்கள். அவர் கேலியான குரலில் கேட்டார்.

"என்ன... கையிலும் காலிலும் விலங்கு போட்ட அந்தப் பையனைப் பார்த்தீங்களா...?"

நிரூபமா அவரை முறைப்பாய் பார்த்தபடி, வயிறு எக்கிக் கத்தினாள்.

"நீங்க அவனை எங்கேயோ மறைச்சு வைச்சுட்டீங்க?"

"நீ என்னம்மா சொல்றே...? அவன் என்ன புதையலா நான் மறைச்சு வைக்க...?"

"நீங்க சொன்னாலும் சொல்லாட்டியும் அவன் உங்களுக்குப் புதையல் தாம்பா..."

வாசல் பக்கத்திலிருந்து திடுமென்று ஒரு பெண் குரல் கிளம்பி வர, எல்லோரும் திரும்பிப் பார்த்தார்கள்.

நீலகண்ட வாரியாரின் மகள் தங்கம், நிதான நடை போட்டு உள்ளே வந்தாள். "அனுஷ்டானம் தவறாம பூஜை புனஸ்காரங்களைப் பண்ணிட்டு வர்ற நீங்க பொய் சொல்லாமாப்பா? அந்தப் பொண்ணு, நம்ம காப்பகத்துக்கு வந்தது உண்மை. ஃபோட்டோ எடுத்தது உண்மை. உங்கக்கூட சண்டை போட்டதும் உண்மை. அன்னிக்கு நான் மறைவா நின்னு எல்லாத்தையும் பார்த்துகிட்டுத்தானே இருந்தேன்?"

வாரியார் மகளை தீப்பார்வை பார்த்தார்.

"தங்கம்...! உனக்கு ஒண்ணும் தெரியாது. பேசாம வீட்டுக்குப் போ..."

அதுவரைக்கும் ஒன்றும் பேசாமல் இருந்த இன்ஸ்பெக்டர் மாதவன், தன் கையில் இருந்த லாட்டியால் வாரியாரின் தோளை மெல்லத் தொட்டார். "வாரியார்... நீங்க இனியும் பொய் பேசிக்கிட்டிருந்தா உங்களை உண்மை பேச வைக்கிறதுக்காக லாக்கப்புக்குள்ளே கொண்டு போய் உட்கார வைக்க வேண்டியிருக்கும்...! உங்களுக்கு எப்படி வசதி...? உண்மையை இங்கேயே சொல்றீங்களா... இல்லை, லாக்கப்புக்குப் போய் சொல்றீங்களா...?"

வாரியார் வியர்வை முகமாய் நிமிர்ந்தார்.

"மன்னிக்கணும்...! அது வெளியே சொல்லக் கூடாத விஷயம். சொன்னா அதனால பிரச்சினைகள் வரும்... வெளியே யார்கிட்டேயும் சொல்லக்கூடாதுன்னு என்கிட்டே சத்தியம் வாங்கியிருக்காங்க..."

"யாரு...?"

"அது... வந்து..."

"இதோ பாருங்க வாரியார்... விஷயமெல்லாம் வெளிச்சத்துக்கு வந்துதான் மெட்ராஸிலிருந்து க்ரைம் ப்ராஞ் போலீஸ் இங்கே வந்திருக்காங்க. உண்மையைச் சொல்லுங்க... இந்தப் ஃபோட்டோவில் இருக்கிற இளைஞன் காப்பகத்தில்தானே இருந்தான்?"

"ஆ... ஆமா..."

சபரி வாரியாருக்குப் பக்கத்தில் வந்தார். குரலை உயர்த்திக் கேட்டார், "அவன் யாரு... பேர் என்ன...?"

".....

"ம்... சொல்லுங்க..."

"அ... அ... அவன் பேர்... மனோ..."

"அவனுக்கென்ன மனநிலை சரியில்லையா?"

"ஆமா..."

"யாரோட மகன் அந்த மனோ...?"

"அமைச்சர் கார்மேகவண்ணனோட மகன்...!"

"அவரே மகனை கொண்டு வந்து அட்மிட் பண்ணினாரா...?"

"அவர் வரலை..."

"பின்னே...?"

"ஒரு அம்மா வந்தாங்க.."

"யாரந்த அம்மா...?"

"அமைச்சரோட..."

"சின்ன வீடா...?"

"ஆமா..."

"சரி... இப்போ மனோ எங்கே?"

"மனோவுக்கு ஓரளவு குணமாயிட்டாலே அந்தம்மா வந்து கூட்டிகிட்டுப் போயிட்டாங்க..."

"எப்போ...?"

"போன வாரம்...?"

"அந்த அம்மாவோட அட்ரஸ்...?"

"அவங்க அட்ரஸ் கொடுக்கமாட்டேன்னு சொல்லிட்டாங்க..."

"சரி... அந்த அம்மாவோட பேராவது தெரியுமா?"

"தெரியும்..."

"சொல்லுங்க...?"

"அமிர்தம்..."

8

இன்ஸ்பெக்டர் சபரி, நீலகண்ட வாரியாரை ஒரு அதிர்ச்சியான பார்வையால் கழுவினார்.

"அந்த அம்மாவோட பேர் என்ன சொன்னீங்க...?"

"அமிர்தம்..."

"வயசு எவ்வளவு இருக்கும்...?"

"நாற்பத்தஞ்சிலிருந்து ஐம்பதுக்குள்..."

"மனோவை அந்த அமிர்தம் எப்படி கூட்டிட்டுப் போனாங்க...?"

"கார்ல வந்துதான்..."

"என்ன கார்... நெம்பர் ஏதாவது தெரியுமா...?"

"சிவப்பு கலர் கார்... அது என்ன கார்ன்னு தெரியாது. நெம்பரும் தெரியாது."

"நீ அந்தக் காரைப் பார்த்தியம்மா?"

"இல்ல ஸார்..."

வாரியார் மெல்ல குறுக்கிட்டார். "அந்த அம்மா பேசின தமிழ், அவ்வளவு சுத்தமாயில்லை ஸார். தெலுங்கு வார்த்தைகளைக் கலந்து பேசினாங்க... முகத்துல ஆந்திரா ஜாடை."

"அந்த அம்மா என்னிக்கு வந்தாங்க...?"

"போன வாரம்..."

"கிழமை...?"

"வியாழன்..."

அதுவரைக்கும் ஒன்றும் பேசாமல் இருந்த நிருபமா சபரிக்கு பின்புறம் இருந்து மெல்ல குரல் கொடுத்தாள்.

"ஸார்..."

திரும்பினார். 'என்ன?' என்பதுபோல் புருவங்களை உயர்த்தினார்.

"கொஞ்சம் அப்படி வர்றீங்களா ஸார்?" நிருபமா சொல்லிக் கொண்டே சுவரோரமாய் நகர்ந்து போய் நிற்க... சபரி, பக்கத்தில் போய் நின்றார்.

"என்ன...?"

"ஸார்... காலையில் நாம பஸ்ஸில் குணசீலம் எல்லையை நெருங்குனப்ப ஒரு செக்போஸ்ட்டில் மாட்டிகிட்டோம். கிட்டத்தட்ட இருபது நிமிஷம் பஸ் அங்கே நின்னது. நீங்க சிகரெட் பிடிக்கிறதுக்காக கீழே இறங்கினீங்க... செக்போஸ்ட் சோதனையில் ஈடுபட்டிருந்த ஒரு கான்ஸ்டபிள்கிட்டே 'எதுக்காக சோதனை?'ன்னு நீங்க கேட்டப்ப அவர் சொன்ன பதில், ஞாபகம் இருக்கா...?"

"இருக்கே...! போலியான ரெஜிஸ்ட்ரேஷன் நெம்பர்களை ட்ரேஸ் பண்றதுக்காகன்னு சொன்னார்."

"எஸ்...! அவர் கையில் ஒரு பெரிய லெட்ஜர் இருந்தது. அந்த லெட்ஜர்ல அவர் ஒவ்வொரு வாகனத்தோட ரெஜிஸ்ட்ரேஷன் நெம்பரையும் வாகனத்தோட கலர், மேக் எல்லாத்தையும் பார்த்து பார்த்து எழுதிகிட்டிருந்தார்."

"ஆமா...! அதுவும் ஞாபகம் இருக்கே...?"

"போன வாரம் வியாழக்கிழமை அந்த சிவப்பு கலர் கார், குணசீலத்துக்குள்ளே வந்திருக்கு... காரைப் பத்தின விவரங்கள் அதில் இருக்கலாமே...?"

சபரி நிருபமாவை ஒரு கேலிப் புன்னகையோடு பார்த்தார். "அந்த செக்போஸ்ட் எல்லையை எத்தனையோ சிவப்பு நிற கார்கள், க்ராஸ் பண்ணிப் போயிருக்கலாம்... குறிப்பிட்ட அந்த சிவப்பு காரை எப்படி கண்டுபிடிக்க முடியும்...?"

"முடியும் ஸார்..."

"ஹெள...?"

"வாரியார் சொன்ன ஒரு பாய்ண்ட், இந்த விஷயத்தில் நமக்கு நிறையவே உதவி பண்ணும்..."

"என்ன பாய்ண்ட்...?"

"மனோவோட அம்மா அமிர்தம் பேசின தமிழ் அவ்வளவு சுத்தமாக இல்லை... நடுநடுவே தெலுங்கு வார்த்தைகளைக் கலந்து பேசினதா சொன்னார்..."

"ஆமா..."

"அமிர்தம் ஏன் ஆந்திரப் பெண்ணாய் இருக்கக் கூடாது? அதேபோல் அவளுடைய காரும் ஆந்திரா ரெஜிஸ்ட்ரேஷன் நெம்பரோடு இருக்கலாமே...?"

சபரி அவளை வியப்பாய்ப் பார்த்தார். "நீ சொன்னது ஒரு வேலிட் பாய்ண்ட்தான். பட்... அமிர்தம் காரோடு வந்தது போன வாரம்... வியாழக்கிழமை. அன்னிக்கு செக்போஸ்ட்ல வாகன சோதனை இருந்து இருக்குமா...?"

"போலீஸ்ல என்கொய்ரி பண்ணிப் பார்க்கலாமே ஸார்...?"

நிருபமா சொன்னதை மையமாய் தலையை ஆட்டி ஆமோதித்தார் சபரி. பின் கொஞ்சம் தள்ளி நின்றிருந்த இன்ஸ்பெக்டர் மாதவனை நோக்கிப் போனார்.

"மிஸ்டர் மாதவன்...!"

"ஸார்..."

"குணசீலம் எல்லை செக்போஸ்ட்ல எத்தனை நாளா செக்கிங் நடந்துகிட்டு இருக்கு...?"

"கடந்த பத்து நாளா...! இன்னும் ஒரு ஃபைவ் டேஸீக்கு செக்கிங் இருக்கும். எதுக்காக கேட்கறீங்க...?"

"போன வாரம் மனோவைக் கூட்டிட்டுப் போறதுக்காக அமிர்தம் வந்த கார் பற்றிய விவரம், செக்போஸ்ட் லெட்ஜரில் கிடைக்க வாய்ப்பு இருக்கா...?"

"மே பி..."

"வாங்க பார்த்துடலாம்..."

புறக்காவல் நிலையம், குணசீலம்.

இன்ஸ்பெக்டர் மாதவன் ஒரு லெட்ஜரைப் பிரித்து வைத்துக் கொண்டு பக்கங்களைப் புரட்டினார்.

"வியாழக்கிழமைதானே ஸார்...?"

"எஸ்..."

பால்பாய்ண்ட் பேனாவால் எழுதப்பட்ட வேகமான வரிகளை மேய்ந்தார். ஒரு பத்து நிமிடத் தேடலுக்குப் பின்பு மாதவன் நிமிர்ந்து எதிரில் உட்கார்ந்திருந்த சபரியைப் பார்த்தார்.

"காட் இட் ஸார்..."

"சொல்லுங்க... என்ன டீடெய்ல்ஸ்...?"

"ஓபல்... ரெட் கலர். ஆந்திரா ரெஜிஸ்ட்ரேஷன் AP 07-3759."

"வேற சிவப்பு கலர் கார் ஏதாவது எண்ட்ரி இருக்கா...?"

"இல்ல... ஸார்..."

"ஸோ... அந்த அமிர்தம் இந்தக் காரில் வந்து இருக்கலாம்..."

"சர்ட்டன்லி..."

"இன்ட்டர்ஸ்டேட் ரீஜனல் ட்ரான்ஸ்போர்ட் கார்ப்பரேஷனோட நெம்பர் உங்ககிட்டே இருக்கா...?"

"இருக்கு ஸார்..."

"ப்ளீஸ்..."

மாதவன் அந்த நெம்பரைத் தேடி எடுத்துக் கொடுக்க, அந்த நெம்பரை வாங்கிக் கொண்ட சபரி தன்னிடம் இருந்த செல்ஃபோன் மூலம் தொடர்பு கொண்டார்.

"இன்ட்டர்ஸ்டேட் ரீஜனல் ட்ரான்ஸ்போர்ட் கார்ப்பரேஷன்...?"

"எஸ்..."

"அயாம் சபரி... க்ரைம் ப்ராஞ்ச் ஃப்ரம் சென்னை"

"சொல்லுங்கள்..."

"ஒரு தகவல் வேண்டியிருக்கிறது..."

"ப்ளீஸ்..."

"ஒரு ஓபெல் காரின் ரெஜிஸ்ட்ரேஷன் நெம்பரை நோட் செய்துக் கொள்ளங்கள். AP 07-3759. இந்தக் காரின் உரிமையாளர் பெயர், முகவரி வேண்டியிருக்கிறது."

"ஆந்திரா ரெஜிஸ்ட்ரேஷன்...?"

"எஸ்..."

"உங்கள் செல்ஃபோன் நெம்பரை கொடுங்கள் அடுத்த பத்து நிமிஷ நேரத்துக்குள் உங்களை நான் தொடர்பு கொள்கிறேன்."

"தேங்க்யூ...!" பதினைந்து நிமிஷத்துக்குப் பிறகு செல்ஃபோன் கனைத்தது. எடுத்தார்.

"எஸ்..."

"மிஸ்டர் சபரி...?"

"ஹோல்டிங்..."

"நீங்கள் குறிப்பிட்ட கார் நெம்பர்க்குரிய உரிமையாளரின் பெயர், அமிர்தம் என்கிற அமிர்தாம்மா. பழைய நடிகை. முகவரி... நெம்பர் ஃபார்ட்டி ஸெவன், கொண்டராஜ நகர், நெம்பர் போஸ்ட், விஜயவாடா-25."

"தேங்க்ஸ் ஃபார் யுவர் இம்மீடியட் ரெஸ்பான்ஸ்..."

"எதற்காக அமைச்சர் ஒருவர், மர்மமான முறையில் கொலை செய்யப்பட்டு இருக்கிறார்..?"

"கார்மேகவண்ணன்...?"

"எஸ்... அவரேதான்...! அவரோடு இந்த நடிகை அமிர்தம் சம்பந்தப்பட்டிருப்பது புலன் விசாரணையில் தெரிய வந்தது. உறுதி செய்துக் கொள்ளத்தான் உங்கள் இன்ட்டர்ஸ்டேட் ரீஜனல் ட்ரான்ஸ்போர்ட்டைத் தொடர்பு கொண்டேன்..."

"வெல்கம்...! வேறு ஏதாவது உதவி வேண்டுமானாலும் கேளுங்கள். செய்யக் காத்திருக்கிறோம்..."

"நன்றி...!"

ரா த்திரி மணி பத்தரை.

செழியன், ஷீவாஸ் ரீகலின் நான்காவது ரவுண்டில் நரம்பு மண்டலத்தைக் கதகதப்பாக்கியிருந்தான். மூளையின் பில்லியன் செல்களும் போதையின் பிடிக்கு சிக்காமல் உஷாராக இருந்தன. ஐந்தாவது ரவுண்டை அப்போதே ஆரம்பிக்கலாமா அல்லது பத்து நிமிஷம் கழித்து ஆரம்பிக்கலாமா என்று யோசித்த விநாடி, செயலாளர் உள்ளே வந்தார்.

"தம்பி..."

"என்ன பசுபதி...?"

"அப்பாவுக்கு அனுதாபம் தெரிவிச்சு ஆயிரக்கணக்கான தந்திகள் வந்திருக்கு... அதையெல்லாம் ஒரு பார்வை பார்த்துட்டீங்கன்னா பரவாயில்லை..."

செழியன், செயலாளர் பசுபதியை ஒரு கோபப் பார்வை பார்த்தான். "யோவ்...! இப்ப அதுதானா முக்கியம்...? அந்த ஃபேக்ஸ் நெம்பர் விஷயம் என்னாச்சு...? என்னையும் ஃப்ரீஸர் பாக்ஸ்ல வைக்கப் போறதா ஒருத்தன் சொன்ன பின்னாடி என்னால நிம்மதியா உட்கார்ந்து ஒரு 'பெக்' அடிக்க முடியுமா என்ன...? பயத்துல கிக்கே ஏற மாட்டேங்குது."

"தம்பி...! உங்களுக்கு மிரட்டல் கொடுத்த அந்த ஃபேக்ஸ் நெம்பரை டெலிஃபோன் எக்ஸ்சேஞ்சில் கேட்டு ட்ரேஸ் பண்ணிட்டேன். அந்த ஃபேக்ஸ் நெம்பர், ஒரு எஸ்.டி.டி. பூத்துக்குச் சொந்தமானது."

"பூத்தா...? ஓனர் யாரு...?"

"ஒரு பொண்ணு."

"பொண்ணா...?"

"ம்... பேரு... செண்பகவல்லி. நுங்கம்பாக்கம் லேக் ஏரியா எட்டாவது குறுக்குத் தெருவில் அந்த எஸ்.டி.டி. பூத் இருக்கு. அந்த செண்பகவல்லியை பார்த்து விசாரிக்கலாம்ன்னு போனா பூத் மூடியிருக்கு."

"அவ வீடு எங்கேன்னு அக்கம் பக்கத்துல கேட்க வேண்டியதுதானே...?"

"கேட்டேன் தம்பி... யாருக்கும் தெரியலை..."

"தெரியலைன்னா சரின்னு தலையை ஆட்டிகிட்டு வந்துடறதா...? அவளைக் கண்டுபிடிக்க இன்னும் கொஞ்சம் முயற்சி எடுத்துக்க வேண்டாமா...?"

"தம்பி...! அப்பாவோட காரியங்கள் முடியறதுக்கே ராத்திரி ஒன்பது மணி ஆயிடுச்சு... அதுக்கப்புறமாத்தான் நான் இந்த ஃபேக்ஸ் நெம்பரைப் பத்தி விசாரிக்கப் போனேன். அக்கம்பக்கத்துல இருந்த எல்லா கடைகளும் சாத்தியிருந்தது. ஒரே ஒரு பேக்கரி மட்டும் திறந்து இருந்தது. அங்கே விசாரிச்சுப் பார்த்தப்ப யாருக்கும் அந்த செண்பகவல்லியோட வீடு தெரியலை..."

டெலிஃபோன் குரைத்தது.

"யாருன்னு பாருய்யா... எவனாவது அனுதாபம் தெரிவிச்சான்னா நீயே பேசிடு. என்னைக் கேட்டா நான் தூங்கப் போயிட்டா சொல்லிடு..."

"சரிங்க தம்பி..." பசுபதி சொல்லிவிட்டு, கட்டிலுக்கு தலைமாட்டில் இருந்த டெலிஃபோனைத் தொட்டு ரிஸீவரை எடுத்துக் கொண்டார்.

"ஹலோ..." மறுமுனையில் ஒரு பெண் குரல்.

"யாரு...?"

"செழியன் இருக்காரா...?"

"நீங்க யாரு...?"

"செண்பகவல்லி...!"

"நீ... நீ...?"

"எஸ்.டி.டி. பூத் செண்பகவல்லி. செழியன் பக்கத்துல இருந்தா, அவர்கிட்டே ரிஸீவரைக் கொடுங்க..."

பசுபதி ரிஸீவரை கையால் மூடிக்கொண்டு செழியனைப் பார்த்து விவரம் சொல்ல, செழியன் பதற்றமாகி ரிஸீவரை வாங்கினான்.

"ஏய்... யார் நீ...?"

"சொல்றேன் செழியன்...! அதுக்கு முன்னாடி ஒரே ஒரு சந்தேகம்..."

"என்ன...?"

"உன்னோட உயரம் ஆறு அடியா...? இல்லை, ஆறடி ரெண்டு அங்குலமா...?"

"எதுக்கு கேட்கிறே...?"

"ஃப்ரீஸர் பெட்டி தயாரிக்க வேண்டாமா...!"

9

செழியன் எல்லா ரத்தக் குழாய்களிலும் சாலை மறியல் போராட்டம் நடந்த உணர்வு. டெலிஃபோனின் மறுமுனையில் குரல் சிரித்தது.

"என்ன... பதிலையே காணோம்...! உன்னோட உயரம் என்னன்னு கரெக்டா சொன்னாத்தானே பெட்டியைத் தயாரிக்க முடியும்...?"

"யா... யார்... நீ...?"

"பேர் மட்டும் போதுமா... இல்ல ஃபுல் அட்ரஸ்ம் வேணுமா...? இதோ பார் செழியன்... உன்னோட அப்பாவுக்கு தேதி குறிச்ச மாதிரியே உனக்கும் ஒரு தேதி குறிச்சாச்சு. அந்த தேதியில் நீ கண்டிப்பாக கண்ணாடிப் பெட்டிக்குள்ளே இருக்கணும்கிறது உன்னோட விதி; இதை மாத்தவே முடியாது. உனக்கு சந்தேகமாயிருந்தா, ஊர்ல இருக்கிற எந்தக் கிளி ஜோஸ்யக்காரன்கிட்டேயும் போய் ஜோஸ்யம் கேட்கலாம்... நீ போலீஸ்க்குப் போனாலும் சரி, அந்த ராணுவத்தையே கூட்டிக்கிட்டு வந்தாலும் சரி உன்னை யாராலும் காப்பாத்த முடியாது..."

செழியன் படபடப்பாய் குறுக்கிட்டான். "உனக்கு என் மேலயும் என்னோட அப்பா மேலயும் என்ன கோபம்...? எதுக்காக இந்தக் கொலை...?"

"செழியன்...! எனக்கு உன் மேலயும் சரி, உன்னோட அப்பா மேலயும் சரி... ஒரு கோபமும் கிடையாது. சும்மா ஒரு வேண்டுதல்தான்..."

"வேண்டுதலா...!"

"ஆமா...! என்னோட குலதெய்வம் குடல் உருவி மாரியம்மன். என் கனவுல அடிக்கடி வந்து அம்மன் பேசும். போனவாரம் அம்மன் கனவுல வந்தா, ஊர்ல மழையே இல்லே... ஏம்மான்னு கேட்டேன். அதுக்கு அம்மன் என்ன சொல்லிச்சு, தெரியுமா செழியன்...!"

"......"

குரல் சிரித்துக் கொண்டே தொடர்ந்தது. "போன வருஷம்வரைக்கும் தமிழ்நாட்டுல நல்லவங்க ஃபிப்டி பர்செண்ட்டும், கெட்டவங்க ஃபிப்டி பர்செண்ட்டும் இருந்தாங்களாம். அதனால் போனாப் போகுதுன்னு மழை பெய்ஞ்சுட்டு இருந்ததாம். ஆனா... இப்போ கெட்டவங்க ஃபிப்டி ஃபைவ் பர்செண்ட் ஆயிட்டாங்களாம்.

அந்த அஞ்சு பர்செண்ட்டைக் குறைச்சுட்டா, மழை கொட்டோ கொட்டுன்னு கொட்டுமாம்... ஊர்ல ஜனங்க தண்ணியில்லாம கஷ்டப்படுறாங்க... மழை பெய்யணும்கிறதுக்காக அந்த அஞ்சு... பர்செண்ட்டை நான் குறைக்கறேன்னு அம்மன்கிட்டே வேண்டிக்கிட்டேன். அந்த வேண்டுதல்தான் இது.

எல்லாத் துறைகளிலும் கெட்டவங்க யார் யார்ன்னு ஒரு லிஸ்ட் எடுத்தேன். அந்த லிஸ்ட்ல உன்னோட பேரும், உன் அப்பாவோட பேரும் இருந்தது. அதான் பெட்டி தயாரிக்க வேண்டியதாயிடுச்சு... என்னோட வேண்டுதலுக்கு உன்னோட அப்பா ஒத்துழைச்ச மாதிரி, நீயும் எனக்கு ஒத்துழைப்புத் தரணும்...!"

செழியன் இப்போது கோபம் குறைந்து, பயத்தில் குரல் கம்மினான்.

"இதோ பார்...! உனக்கு எங்க மேல என்ன கோபம்...? ஏதோ ஒரு கோபம் இருக்கப் போய்த்தான் இப்படியொரு விபரீத்தை ஆரம்பிச்சிருக்கே...! சொல்லு... என்ன கோபம்? அதுக்கு ஒரு விலையைப் பேசிக்கலாம்."

"விலையா...!"

"ஆமாம்... இந்த உலகத்துல எல்லாத்துக்கு ஒரு விலை இருக்கு... உன்னோட கோபத்துக்கும் ஒரு விலையை நிர்ணயம் பண்ணிடலாம். சொல்லு... என்ன விலை...?"

"இது புத்திசாலித்தனம்...! விலையை நிர்ணயம் பண்ணிக்கலாமா...?"

"ம்... சொல்லு..."

"கொஞ்சம் காஸ்ட்லியாக இருக்கும். பரவாயில்லையா...?"

"அதைப்பத்தின கவலையே உனக்கு வேண்டாம். உன்னோட கோபத்துக்கு என்ன விலை வேணும்ன்னாலும் தர, நான் தயாராயிருக்கேன்."

"குட்! இப்படி ஒரு பேரத்தை நான் எதிர்ப்பார்க்கலை. என்னோட கோபத்துக்கு... விலை..."

"சொல்லு..."

"உன்னோட உயிர்தான்!"

போலீஸ் கமிஷனர் வைத்யா, தனக்கு முன்னால் உட்கார்ந்திருந்த செழியனை ஒரு கோபப் பார்வை பார்த்தார். நேரம், ராத்திரி பதினோரு மணி.

"உங்களை ஒருத்தன் ஃபேக்ஸ்ல மிரட்டினப்பவே விஷயத்தை எங்களுக்கு கொண்டு வந்து இருக்க வேண்டாமா...?"

"ஸாரி... ஸார்... யாரோ விளையாடறாங்கன்னு நினைச்சேன்...!"

"இது விளையாட்டில்லை செழியன்... விபரீதம். நூத்துக்கு நூறு விபரீதம்...! பிறந்தநாள் கொண்டாட இருந்த உங்க அப்பாவை கண்ணாடிப் பெட்டிக்குள்ளே ஒருத்தன் வச்சிருக்கான். உங்களையும் அதே மாதிரி கண்ணாடிப் பெட்டிக்குள்ளே வைக்கப் போறேன்னு சொல்லியிருக்கான். இது விளையாட்டா என்ன...?"

செழியன் அந்தக் குளிரான ராத்திரி வேளையிலும் வியர்த்துப் போயிருந்த தன் முகத்தை இரண்டு கைகளாலும் வழித்துக்கொண்டே கமிஷனர் வைத்யாவை ஏறிட்டான்.

"ஸார்...! அப்பாவோட எதிர்பாராத மரணத்தால ரொம்பவும் குழம்பிப் போயிருக்கேன். இப்ப நான் என்ன பண்ணனும் ஸார்...?"

"இன்னும் கொஞ்சம் நாளைக்கு நீங்க போலீஸோட பாதுகாப்பு வளையத்துக்குள்ளே இருக்கணும்... போலீஸ் பாதுகாப்பை அலட்சியப்படுத்திட்டு நீங்க உங்க இஷ்டத்துக்கு நடந்தா, அதனால நேரப் போகிற விளைவுகளுக்கு நாங்க பொறுப்பு ஏற்கமாட்டோம்."

"நீங்க சொல்றமாதிரி நான் நடந்துக்கறேன் ஸார்."

"ஒண்ணும் கவலைப்படாதீங்க நீங்க போலீஸ்க்கு முழுமையான ஒத்துழைப்பு கொடுத்தா கொலையாளியைக் கண்டுபிடிச்சுடலாம். அந்த ஃபேக்ஸ் மேட்டர் எந்த இடத்திலிருந்து வந்ததுன்னு சொன்னீங்க?"

"அது ஒரு எஸ்.டி.டி. பூத் ஸார்... அந்த பூத்திலேயே ஃபேக்ஸும் இருக்கு..."

"பூத் அட்ரஸ்..."

"பூத்துக்கு ஓனர், ஒரு பொண்ணு ஸார். பேரு செண்பகவல்லி. பூத்தோட அட்ரஸ்; எட்டாவது குறுக்குத் தெரு, லேக் ஏரியா, நுங்கம்பாக்கம்... என்னோட பி.ஏ. பசுபதி அந்த பூத்துக்குப் போய் பார்த்தப்ப பூத் பூட்டிருந்தது. செண்பகவல்லியோட

வீட்டு அட்ரஸைக் கேட்டு அக்கம் பக்கத்துல விசாரிச்சப்ப அவ வீடு யாருக்கும் தெரியலை. அவ வீட்டைக் கண்டுபிடிக்க முயற்சி எடுத்துகிட்டு இருக்கும்போதே டெலிஃபோன்ல மிரட்டல். இனிமேலும் விஷயத்தை தனியா டீல் பண்ணக்கூடாதுன்னுதான் உங்ககிட்ட வந்தேன்..."

கமிஷனர் வைத்யா தனக்கு முன்பாய் இருந்த இண்ட்டர்காம் பட்டனைத் தட்டி, "ஷ்யாம்...! உடனே என்னை வந்து பாரு" என்று சொல்லிவிட்டு பதினைந்து விநாடிகள் காத்திருக்க... அந்த முப்பது வயது ஷ்யாம், வெள்ளை பேண்ட் வெள்ளை சட்டையில் உள்ளே வந்து சல்யூட் வைத்தார். "ஸார்...!"

"ஷ்யாம்...! இந்த அட்ரஸை நோட் பண்ணிக்குங்க. பேரு செண்பகவல்லி. எஸ்.டி.டி. பூத் ஓனர், எட்டாவது குறுக்குத் தெரு, லேக் ஏரியா, நுங்கம்பாக்கம். இந்த அட்ரஸிலிருந்து ஒரு மிரட்டல் ஃபேக்ஸ் வந்திருக்கு...! இந்தப் பிரச்சினையை டீல் பண்ண நீங்கதான் ரைட் பெர்ஸன்...! எனக்கு இன்னும் ஒரு மணி நேரத்துக்குள்ளே இந்த ஃபேக்ஸ் சம்பந்தபட்ட விஷயமா பாஸிட்டிவ் ரிப்ளை வேணும்..."

"எஸ் ஸார்..."

"இந்த விஷயத்தை நீங்க தனியா டீல் பண்ணுங்க. அஸிஸ்ட் பண்ண யாரையும் கூட்டிட்டுப் போக வேண்டாம்."

"எஸ் ஸார்..."

"என்னோட புது செல்ஃபோன் நெம்பர் உங்களுக்குத் தெரியுமில்லையா?"

"தெரியும் ஸார்."

"இன்வெஸ்டிகேஷன்ல இஃப் யூ ஃபைண்ட் எனிதிங் இம்பார்ட்டண்ட், உடனடியாக என்னை காண்டாக்ட் பண்ணுங்க."

ஷ்யாம் தலையசைத்து மறுபடியும் ஒரு சல்யூட்டை கொடுத்துவிட்டு வெளியேறினார். கமிஷனர் வைத்யா

செழியனிடம் திரும்பினார்.

"மிஸ்டர் செழியன்...! இன்னும் ஒரு மணி நேரத்துக்குள்ளே ஷ்யாம் நிச்சயம் உபயோகமான தகவல்களோடு வருவார்... விடியறதுக்குள்ளே கொலையாளியை ட்ரேஸ் பண்ணி லாக் அப்புக்கு கொண்டு போயிடலாம்.. பி கம்ஃபர்ட்டபிள்..."

"தேங்க்யூ ஸார்..."

"இந்த விஷயத்துல எனக்கு இன்னொரு தகவலும் வேணும்."

"என்ன ஸார்...?"

"கொலை செய்யப்பட்ட உங்க ஃபாதர் முதுகில் தண்டுவடத்துக்கு மேல ' அமிர்தம் என்றால் விஷம்' என்கிற வாக்கியம் எழுதப்பட்டிருந்தது. அந்த வார்த்தைக்கு என்ன அர்த்தம்ங்கிறதை உங்களால கெஸ் பண்ண முடிஞ்சதா...?"

"முடியலை ஸார்...?"

"நாங்க கெஸ் பண்ணிட்டோம்... அது ஒரு பெண்."

"பொண்ணா?"

"எஸ்..."

"அமிர்தம் என்கிற பேர்ல உங்களுக்கு எந்தப் பொண்ணையாவது தெரியுமா செழியன்...?"

"தெரியாது ஸார்..."

"அப்பாவுக்கு அந்தப் பொண்ணைத் தெரியும். ஷி இஸ் அன் ஆக்ட்ரஸ். பழைய ஆந்திர நடிகை. அமிர்தாம்மா."

"இது என்ன ஸார் புது விவரமாயிருக்கு...!"

"இது புது விவரம் கிடையாது. ரொம்பப் பழசு...! க்ரைம் ப்ராஞ்ச் இன்ஸ்பெக்டர் சபரி, குணசீலத்துக்குப் போய் அங்கே இந்த விவரங்களைத் தோண்டி எடுத்துட்டு வந்திருக்கார். அந்த அமிர்தாம்மாவுக்கும். உங்க அப்பாவுக்கும் பிறந்த ஒரு

பையன்... அவன் பேரு மனோ. அந்த மனோ, குணசீலம் மனநல காப்பகத்துல மாசக்கணக்கா இருந்திருக்கான்."

"ஸாரி ஸார்...! இந்தக் கதையை எல்லாம் நம்ப நான் தயாரா இல்லை... எனக்குத் தெரிஞ்ச வரைக்கும் அப்பாவுக்கு எந்தப் பொண்ணோடயும் தொடர்பு இருந்தது இல்லை..."

"செழியன்...! ஒவ்வொரு வி.ஐ.பிக்கும் சில கருப்பு ப்ளாஷ்பேக்குள் உண்டு. அந்த கருப்பு ஃப்ளாஷ் பேக்குகள், சில சமயம் வெளியுலகத்துக்குத் தெரியாமலே போயிடும். சிலது மட்டும் வெளியே வரும்... உங்கப்பாவோட சம்பந்தப்பட்ட அந்த அமிர்தாம்மா, ஒரு கருப்பு ப்ளாஷ்பேக் விவகாரம்... க்ரைம் ப்ராஞ்ச் சபரி அதைத் தோண்டி எடுத்துட்டு வந்திருக்கார்."

"ஸார்...! நீங்க சொன்ன விவரங்கள் எல்லாம் உண்மையாய் இருக்க வாய்ப்பில்லை..."

"ஸார்... அப்பாவோட நல்ல பேரைக் கெடுக்கிறதுக்காக யாரோ பண்ணியிருக்கிற விஷமம்தான் இந்த அமிர்தாம்மா விவகாரம்... இது முழுக்க முழுக்க பொய்ன்னு சீக்கிரமே உங்களுக்குப் புரியும் ஸார்..."

"பார்க்கலாம்..." வைத்யா சொல்லிக் கொண்டிருக்கும்போதே செழியனின் ஷர்ட் பாக்கெட்டில் இடம் பிடித்திருந்த செல்ஃபோன் தன் எலெக்ட்ரானிக் முனகலை வெளியிட்டது.

எடுத்து காதுக்குப் பொருத்தி "எஸ்..." என்று குரல் கொடுத்தான்.

மறுமுனை கிசுகிசுப்பாய் பேசியது. பெண் குரல்.

"செழியன்! நான் அமிர்தாம்மா."

10

செழியன் பேச்சை மாற்றினான். "சந்தீப்...! நான் இப்போ ஒரு முக்கியமான வேலையில் இருக்கேன். அப்பாவுக்கு நினைவுக் கூட்டம் ஒண்ணை சர்வகட்சி அளவில் ஏற்பாடு பண்ணணும். அதைப்பத்தி நேர்ல பேசிக்குவோம்... நீ வீட்டுக்கு வா..."

அமிர்தம் மறுமுனையில் குரலைத் தாழ்த்திக் கொண்டாள். "எனக்குப் புரியுது செழியன்...! உனக்கு முன்னாடி போலீஸோ இல்லேன்னா வேற யாரோ உட்கார்ந்து இருக்காங்கன்னு நினைக்கிறேன். உன்கிட்டே ஒரு முக்கியமான விஷயம் பேச வேண்டியிருக்கு. ஒரு மணி நேரம் கழிச்சு நீயே எனக்கு ஃபோன் பண்றியா?"

"பண்றேன்..."

செல்ஃபோனை அணைத்தான் செழியன். எதிரில் உட்கார்ந்திருந்த வைத்யாவை ஏறிட்டான். "ஸாரி ஸார்... நாம பேசிக்கிட்டு இருக்கும்போது குறுக்கே இந்த செல்ஃபோன் வந்திருச்சு..."

"அதையெல்லாம் தவிர்க்க முடியாது... ஆமா... ஃபோன்ல யாரு...?"

"சந்தீப்...!"

"உங்க ஃப்ரெண்டா...?"

"இல்லை... கட்சித் தொண்டர்! அப்பா மேலே பிரியம் அதிகம். சர்வகட்சி சார்பில் நினைவுக் கூட்டம் ஒண்ணைப் போடணும்ன்னு அடிக்கடி ஃபோன் பண்ணி கேட்டுகிட்டு இருக்கார்..." செழியனின் வாயில் பொய் சரளமாய் வந்தது.

"இதோ பாருங்க செழியன்...! இப்போதைக்கு எந்தக் கூட்டமும் வேண்டாம்... உங்க உயிருக்கு குறி வைக்கப்பட்டிருக்கிற இந்த நேரத்துல நீங்க மிகவும் எச்சரிக்கையோட செயல்படணும்... எதையுமே யாரையுமே அலட்சியமா நினைக்கக் கூடாது... போலீஸ் பாதுகாப்பு இல்லாமே நீங்க வீட்டு வாசற்படி இறங்கக்கூடாது..."

செழியன் எழுந்தான். "நான் இப்போ வீட்டுக்குப் போகலாமா ஸார்?"

"உங்க கார்ல நீங்க போக வேண்டாம். போலீஸ் வேன்ல, செக்யூரிட்டியோடு வீட்டுக்குப் போயிருங்க..."

பங்களா வாசலில் போலீஸ் வேன் நின்றது.

வேனிலிருந்து இறங்கிய செழியன், வீட்டுக்குள் நுழைந்து, ஹாலைக் கடந்து, மாடிப்படிகளில் ஏறி தன்னுடைய அறைக்குள் பிரவேசித்தான். கதவைச் சாத்திக் கொண்டு, ஏ.ஸியின் குளிரால் உறைந்துப் போயிருந்த படுக்கைக்கு சாயந்தான். செல்ஃபோனை உயிர்ப்பித்து விஜயவாடாவில் இருக்கும் அமிர்தத்தைத் தொடர்பு கொண்டான்.

"நான் செழியன்..."

"என்ன செழியன்...! அங்கே நிலைமை எப்படியிருக்கு...?"

"சரியில்லை...! அப்பா கொலையானது ஒரு பெரிய அதிர்ச்சியான விஷயம். அந்த அதிர்ச்சியிலிருந்து இன்னும் மீள முடியாம இருக்கும்போதே அப்பாவுக்கும் உங்களுக்கும

இருந்த தொடர்பு வெளியே வந்துடும் போலிருக்கு. போலீஸ், குணசீலம் போய் உங்களையும் உங்க மகன் மனோவையும் ஸ்மெல் பண்ணிட்டாங்க..."

"எ... எப்படி...?"

"ஒரு பெண் பத்திரிகை நிருபர் மூலமா விஷயம் போயிருக்கு...! விசாரண பண்ண போலீஸ் எந்த நிமிஷமும் விஜயவாடாவுக்கு வரலாம்."

"அப்படி வந்து விசாரணை பண்ணினா நான் என்ன பதிலைச் சொல்லட்டும் செழியன்..?"

"அப்பாவுக்கும் உங்களுக்கும் எந்தத் தொடர்பும் இல்லைன்னு சொல்லிட வேண்டியதுதான்..."

"போலீஸ் நம்புவாங்களா...?"

"ஏன் நம்பாமாட்டாங்க...?"

"என்னோட மகன் மனோ, உங்கப்பாவையே ஜெராக்ஸ் எடுத்த மாதிரி இருக்கும்போது யார்தான் நம்புவாங்க...? போலீஸ் வந்தா உண்மையைச் சொல்லிட வேண்டியதுதான். பொய் சொன்னா பிரச்சினை பெரிசாகி, கொலைப்பழி நம்ம தலையில் விழுந்தாலும் ஆச்சரியப்படறதுக்கில்லை..."

"உங்களுக்கும் அப்பாவுக்கும் இருக்கிற தொடர்பு வெளியே தெரிஞ்சா, அப்பாவுக்கு இப்போ இருந்துகிட்டு இருக்கிற மதிப்பும் மரியாதையும் சிதிலமாயிடும்..."

"இதோ பார் செழியன்...! கத்திரிக்காய் முத்தினா, கடை வீதிக்கு வந்தேயாகணும்ன்னு சொல்வாங்க. அதே மாதிரி சில பெரிய மனிதர்களின் சின்ன வீடு விவகாரங்களும் சமயம் வரும்போது வெளியே வந்துதான் ஆகணும்...! போலீஸ் வந்து என்னை விசாரணை பண்றப்ப எதையும் மறைக்காம உண்மைகளை ஒத்துகிறதுதான் நல்லது."

"அப்பாவோட இமேஜ்...?"

"அவரோட இமேஜ் கெடாம இருக்கணும்ன்னா என்னோட தொடர்பு விவகாரம், பத்திரிகைகளுக்குப் போயிடக் கூடாது..."

"அது முடியுமா?"

"முடியும்."

"எப்படி...?"

"முதலமைச்சர் திருஞானம் இந்த விஷயத்தில் கொஞ்சம் அக்கறை காட்டினாப் போதும்... செய்தி, பத்திரிகைகளுக்கும் டி.வி. மீடியாக்களுக்கும் போகாது."

"அவர் செய்வாரா...?"

"கண்டிப்பா செய்வார்... ஏன்னா இன்னும் சில மாசத்துல சட்டசபை தேர்தல் வரப்போகுது. அடுத்த தேர்தலிலும் கட்சி ஜெயிச்சு ஆட்சியைப் பிடிக்கணும்ன்னா கட்சியில இருக்கிற தலைவர்களின் இமேஜ், கறைபடாம இருக்கணும்... முதலமைச்சர் திருஞானம் ஒழுக்கத்துக்கும் கண்டிப்புக்கும் பேர் போனவர். இது மாதிரியான விஷயங்கள், பொதுமக்களோட காதுகள் வரைக்கும் போகாம பார்த்துக்குவார். நீ அவரை உடனே ஃபோன்ல காண்டாக்ட் பண்ணி விஷயத்தைச் சொல்லிடு. மத்ததை அவர் பார்த்துக்குவார்."

"அப்படித்தான் பண்ணணும். வேற வழியில்லை."

செழியன் சொல்லிக் கொண்டிருக்கும்போதே அறைக்கதவு, வேகமாய்த் தட்டப்பட்டது. 'த்தட்...த்தட்...!'

"யாரோ கதவைத் தட்றாங்க... நான் உங்ககிட்டே அப்புறமா பேசறேன்..."

செழியன் செல்ஃபோனை அணைத்து விட்டு எழுந்தான். கதவை நெருங்கி தாழ்ப்பாளில் கை வைத்தவன் கேட்டான்

"யாரு...?"

"ஸார்... நாங்கள் செக்யூரிட்டி..."

கதவைத் திறந்தான்.

ஏ.கே47 ரகத் துப்பாக்கிகளை கைக்குழந்தைகளாகத் தூக்கி வைத்துக் கொண்டிருந்த இரண்டு செக்யூரிட்டிகள், பார்வைக்கு கிடைத்தார்கள்.

முகங்கள் வியர்வை.

பதற்றம்.ஆங்கிலத்தில் பேசினார்கள்.

"ஸார்..."

"என்ன...?"

"நம் பங்களாவின் பின்பக்கம் காம்பௌண்ட் சுவர் வழியாக ஒருவன் உள்ளே ஏறி குதித்து இருக்கிறான்."

"எ... எ... எப்போது?"

"ஐந்து நிமிடங்களுக்கு முன்னால்..."

"பார்த்தது யார்...?"

"எஸ். ஜி. ஓ. செக்யூரிட்டி ஃபோர்ஸைச் சேர்ந்த ஒருவர், தோட்டத்துக்குள் குதித்தவனை அவர் பார்த்துவிட்டு பிடிக்கத் துரத்தியிருக்கிறார். அவன் பங்களாவுக்குள் புகுந்துவிட்டான்..."

செழியனின் முதுகுத் தண்டுவடம் துருவப் பிரதேசமாய் உறைந்து போயிற்று. "பங்களாவுக்குள் புகுந்து விட்டானா...?"

"ஆமாம்..." சொல்லிக் கொண்டே இருவரும் அறைக்குள் நுழைந்தார்கள். அறையை அங்குலம் அங்குலமாய் அலசிப் பார்த்துவிட்டு வெளியேறினார்கள்.

"ஸார்... அறையை உட்பக்கமாய் தாழ்போட்டுக் கொள்ளுங்கள். எக்காரணத்தை முன்னிட்டு வெளியே வந்து விடாதீர்கள். அவனை நாங்கள் பிடித்ததும் உங்களுக்கு இண்ட்டர்காம் மூலம் தகவல் கொடுக்கிறோம். அப்போது நீங்கள் வந்தால் போதும்..."

அவர்கள் துப்பாக்கிகளோடு பூட்ஸ் சத்தம் ஒலிக்க பிரிந்து ஓடினார்கள். 'தப்... தப்... தப்... தப்... தப்.'

செழியன் கதவைச் சாத்தி தாழ் போட்டுக் கொண்டான். உடம்பு குபீரென்ற ஒரு வியர்வைக் குளியலுக்கு உட்பட்டிருந்தது. ரத்தம், மூளைக்குள் உஷ்ணமாய் புரண்டது.

'இவ்வளவு செக்யூரிட்டி இருக்கும்போதே ஒருவன் பங்களாவுக்குள் தைரியமாய் நுழைகிறான் என்றால் அவன் துணிச்சல்காரன்தான்!'

செக்யூரிட்டிகள் இப்போது பங்களா முழுக்க ஓடுகிற சத்தமும், குழப்பமான பேச்சொலிகளும் கேட்டன.

"கோ... தட் சைட்..."

"மே பி இன் டெரஸ்... கோ அண்ட் சர்ச்"

"நாட் ஃபவுண்ட் ஸார்..."

"ஈஸ்ட்ர்ன் சைட் சன்ஷேட்?"

"ஆல்ரெடி ஸீன் ஸார்...!"

செழியனுக்குள் வியர்வை சுரப்பிகள் ஓயாமல் பீறிட்டன. ஏ.ஸியை வேகமாய் வைத்துவிட்டு படுக்கைக்கு வந்து சாய்ந்தான்.

ஒரு ஐந்து நிமிஷம் கரைந்த பிறகு பங்களாவுக்குள் கனத்த நிசப்தம்.

செழியன் இண்ட்டர்காமில் செக்யூரிட்டி செல்லைக் கூப்பிட்டான்.

"என்னாச்சு...?"

"பங்களா முழுக்க செக் பண்ணிப் பார்த்துட்டோம் ஸார். யாரும் பங்களாவுக்குள்ளே இல்லை..."

"எஸ்.ஜி.ஓ. பார்த்தது உண்மைதானா?"

"உண்மைதான் ஸார்... செக்யூரிட்டி விங் உஷாரானதும் வெளியே தப்பி ஓடிட்டான் போலிருக்கு...?"

"ஆர் யூ ஷ்யூர்...?"

"ஷ்யூர் ஸார்... பங்களாவின் ஒவ்வொரு அங்குலத்தையும் சல்லித்துப் பார்த்துட்டோம். ஹி இஸ் நாட் ஹியர் ஸார். எஸ்கேப்டு..."

"போலீஸ்க்குத் தகவல் கொடுத்து விட்டீர்களா?"

"கொடுத்துவிட்டோம் ஸார்... தே ஆர் ஆன் த வே. இன்னும் சில மணி நேரத்துக்குள் அந்த நபரைக் கண்டு பிடிச்சுடுவோம் ஸார்."

செழியன் இண்ட்டர்காமை அணைத்து விட்டு, மெல்ல எழுந்து அறைக்குள் நடக்க ஆரம்பித்தான்.

ஏதோ பொறிக்குள் மாட்டிக் கொண்ட உணர்வு.

'இப்போது பங்களாவுக்குள் நுழைந்தவன் தப்பித்துவிட்டாலும், மீண்டும் வராமல் இருக்க மாட்டானே...?"

'என்ன செய்யலாம்...?'

'யாரிடமும் சொல்லிக் கொள்ளாமல் வடநாட்டுப் பக்கம் போய் சில நாட்கள் இருந்துவிட்டு வரலாமா...?'

'வைத்யாவிடம் மட்டும் சொல்லிவிடலாமா!'

இண்ட்டர்காம் கூப்பிட்டது.

போய் ரிஸீவரை எடுத்தான். செக்யூரிட்டி என்று நினைத்து குரல் கொடுத்தான்.

"எஸ்...!"

மறுமுனையில் ஒரு பெண் குரல்.

"என்ன செழியன்...! படுக்கையறைக்குள்ளே பதுங்கிகிட்டா உயிர் பிழைச்சுக்கலாம்ங்கிற நினைப்பா...?"

"நீ... நீ... நீ... நீ...?"

"பங்களா பின்பக்கம் காம்பௌண்ட் சுவரேறி குதிச்சு

உள்ளே வந்தவ...! நான் ஆணா, பொண்ணான்னு கூட உனக்கு செக்யூரிட்டியா இருக்கிறவங்களால கண்டுபிடிக்க முடியலை... இவங்க எப்படி உன்னைப் காப்பாத்தப் போறாங்க...? நான் இன்னும் இதே பங்களாவுக்குள்ளேதான் இருக்கேன். உன்னைக் கொஞ்சம் கொஞ்சமா நெருங்கிட்டிருக்கேன்.''

பயம் ஒரு சின்ன ரம்பமாய் மாறி, இதயத்தின் சுவர்களை ராவ ஆரம்பித்தது.

11

செழியன் சுவாசிக்கத் திணறிக் கொண்டிருக்கும் போதே இண்டர்காமில் அந்தப் பெண் குரல் தொடர்ந்து கேட்டது.

"செழியன்! உன்னோட பங்களாவுக்குள் இருக்கிற செக்யூரிட்டிகளை ஏமாத்திட்டு இந்தப் பங்களாவுக்குள்ளே நான் நுழைஞ்சு ஒரு மணி நேரமாச்சு... என்னை அவங்களால கண்டுபிடிக்க முடியலை... இனியும் கண்டு பிடிக்க முடியாது!"

"......"

"என்ன பேச்சையே காணோம்...? நான் எப்படி உள்ளே வந்தேன்னு உனக்கு ஆச்சரியமாயிருக்கும். அந்த வீரபிரதாபத்தையெல்லாம் உன்கிட்டே சொல்லிட்டிருக்க நான் தயாராயில்லை. உனக்கு ஒரே ஒரு விஷயத்தை மட்டும் ஞாபகப்படுத்த ஆசைப்படறேன். இந்த ராத்திரிதான் உனக்கு கடைசி ராத்திரி. நாளைக்கு விடியும்போது நீ கண்ணாடிப் பெட்டிக்குள்ளே நிரந்தரமா தூங்கிட்டிருக்கப் போறே...!"

இண்டர்காமின் ரிஸீவர் வைக்கப்பட்டுவிட செழியன் பதற்றமாய் ரிஸீவரை சாத்திவிட்டு, செக்யூரிட்டிகளை அழைப்பதற்கான அலாரப் பொத்தானை அழுத்தினான். அது வீறிட்டு அடங்குவதற்குள் செக்யூரிட்டிகள் தபதபவென்று ஓடி வந்தார்கள் படுக்கையறைக் கதவைத் தட்டினார்கள். செழியன் கதவைத் திறந்தான். வெளியே ஏகே47 துப்பாக்கிகளோடு நான்கு பேர்.

"வாட் ஹேப்பண்ட் ஸார்...?"

"என்னைக் கொல்ல வந்து இருப்பது ஒரு பெண், அவள் இன்னமும் இதே பங்களாவுக்குள்ளேதான் இருக்கிறாள். இப்போதுகூட என்னோடு இண்ட்டர்காமில் பேசினாள்."

"இண்ட்டர்காமில் பேசினாளா?" செக்யூரிட்டி சீஃப் திகைப்போடு கேட்டார்.

"எஸ்...?"

"இந்த பங்களாவை துல்லியமாய் சோதனை போட்டுவிட்டோம். உள்ளே அந்நியர் யாரும் இருப்பதற்கான அறிகுறிகளே இல்லை."

"நோ...! ஒரு பெண் உள்ளே இருக்கிறாள்."

"இப்போது பார்த்து விடுகிறோம் ஸார்... நீங்கள் மட்டும் அறையைவிட்டு எந்தக் காரணத்தை முன்னிட்டும் வெளியே வராதீர்கள். அவள் இந்த வீட்டுக்குள் இருந்தால் ஒரு பத்து நிமிடத்திற்குள் பிடிபட்டுவிடுவாள்..."

செழியன் வியர்த்து வழிகிற முகத்தோடு அறைக் கதவைச் சாத்திக்கொள்ள, செக்யூரிட்டிகள் ஏகே47களை சுமந்து கொண்டு பங்களாவின் நான்கு திசைகளிலும் ஓடினார்கள்.

கூயூ பிராஞ்சைச் சேர்ந்த இன்ஸ்பெக்டர் ஷ்யாம் அந்த முன்னிரவு வேளையில் டெலிஃபோன் எக்ஸ்சேஞ்சைவிட்டு வெளியே வந்து நிறுத்தியிருந்த ஃபைக்கை உதைப்பதற்கு முன்பாக தன்னுடைய செல்ஃபோனை உயிர்ப்பித்து போலீஸ் கமிஷனர் வைத்யாவை தொடர்பு கொண்டான்.

"ஸார்... நான் ஷ்யாம்"

"சொல்லுங்க ஷ்யாம்... உங்க ஃபோனுக்காகத்தான் வெயிட் பண்ணிட்டிருக்கேன். அந்த லேக் ஏரியா எஸ்.டி.டி. பூத் ஓனர் செண்பகவல்லியோட வீட்டைக் கண்டு பிடிச்சுட்டீங்களா...?"

"கண்டுபிடிச்சுட்டேன் ஸார்..."

"எப்படி...?"

"டெலிஃபோன் எக்ஸ்சேஞ்சுக்கு வந்து அந்த எஸ்.டி.டி. பூத் நெம்பரைக் கொடுத்து என்கொயர் பண்ணினேன். ஓனர் செண்பகவல்லியோட ஜாதகத்தையே எக்ஸ்சேஞ்ச் ஜி.எம். எடுத்துக் கொடுத்துட்டார்."

"அவளுக்கு வீடு எங்கே...?"

"நிலமங்கை நகர்ல ஸார்..."

"போய் அவளை மடக்குங்க... அவளை தரோவா என்கொயர் பண்ணினால்தான் செழியனுக்கு கொலை மிரட்டல் ஃபேக்ஸ் கொடுத்தது யார்ன்னு தெரியவரும்... என்கொயரி ரகசியமாகவே இருக்கட்டும்."

"எஸ்... ஸார்..."

"எனக்கு ரிஸல்ட் எப்போ கிடைக்கும்...?"

"இன்னும் ஒரு மணி நேரத்துக்குள்ளே ஸார்..." ஷ்யாம் செல்ஃபோனை அணைத்து ஷர்ட் பாக்கெட்டுக்குள் போட்டுக்கொண்டு பைக்கை உதைத்தான். அது புகை கக்கித் தயாராக, அதன் மேல் பரவினான். போக்குவரத்தை இழந்த ரோடுகள். சோடியா வேப்பர் விளக்குகளின் வெளிச்சத்தில் மஞ்சள் பூசி குளித்துக் கொண்டிருக்க பைக் நிலமங்கை நகரை நோக்கிப் பறந்தது.

"இருபத்தைந்து நிமிடங்களுக்குப் பிறகு நிலமங்கை நகர் உங்களை வரவேற்கிறது' என்கிற பெயர்ப் பலகை பார்வைக்குக் கிடைத்தது. சாலையோர இட்லிக்கடை ஒன்று பெட்ரோமாக்ஸ் விளக்கு வெளிச்சத்தில் உயிரோடு இருந்தது. நீளமான பெஞ் சுகளில் உட்கார்ந்து கைகளில் தட்டுகளை வைத்துக்கொண்டு சிலபேர் சாப்பிட்டுக்கொண்டிருக்க பெரிய தோசைக் கல்லில் முட்டை புரோட்டா கொத்தப்பட்டுக் கொண்டிருந்தது.

ஷ்யாம் மெல்ல இட்லிக்கடையை நெருங்கி, அங்கிருந்த பெஞ்சில் உட்கார்ந்தான். ஒரு பெண் பக்கத்தில் வந்து நின்றாள்

"என்ன சாப்பிடறீங்க...?"

"ரெண்டு இட்லி..."

"தொட்டுக்க சிக்கன் குழம்பு தரட்டுங்களா?"

"ம்...ம்..."

வாழையிலையில் இரண்டு இட்லி வைத்து அதன் மேல் கோழிக் குழம்பை ஊற்றிய அந்தப் பெண்ணிடம் ஷ்யாம் கேட்டான்.

"இந்த ஏரியாவில் பாரதி தெரு எங்கேயிருக்கு?"

"அதுக்கு இன்னும் உள்ளாரப் போகணுமே...?"

"எவ்வளவு தூரம்...?"

"ரெண்டு கிலோ மீட்டர் இருக்கும்...! இங்கே யாரைப் பார்க்கணும்...?"

"காஜா பாய்ன்னு ஒருத்தர்..."

"காஜா பாயா...?"

"ம்..."

"அப்படி யாரும் இந்த ஏரியாவில் கிடையாதே... வயசானவரா...?"

"நாப்பத்தஞ்சு வயசு இருக்கும்... ஊதுவத்தி வியாபாரம்."

இட்லிக்கடை பெண்மணி, தாடையில் கை வைத்து பத்து விநாடிகள் தீவிரமாய் யோசித்தாள். "ஊதுவத்தி வியாபாரமா...? இந்த ஏரியாவில் இருக்கிற அத்தனைப் பேரையும் எனக்குத் தெரியும். இந்த கண்ணம்மா இட்லிக் கடைக்கு வந்து சாப்பிடாத ஆளே கிடையாது. அவர் பேரு காஜா பாயா... இல்ல வேற ஏதாவது பேரா...?"

"காஜா பாய்தான்...! பாரதி தெரு... நிலமங்கை நகர்ன்னு அட்ரஸ் கொடுத்து இருக்காங்க..."

"வேற ஏதாவது அடையாளம் சொன்னாங்களா...?"

"பக்கத்துல செண்பகவல்லியோட வீடு இருக்கும்ன்னு சொன்னாங்க..."

"எஸ்.டி.டி. பூத் வெச்சிருக்கிற செண்பகவல்லியா?"

"ஆமா..." ஷ்யாம் தலையாட்டிக் கொண்டே அந்த இட்லிக்கடைப் பெண்ணின் முகபாவத்தை கவனித்தான். அந்தப் பெண்ணின் முகத்தில் ஒரு பயம் தெரிந்தது. லேசாய் நெற்றியில் வியர்வை.

"இப்ப அடையாளம் தெரியுதுங்களா...?"

"தெரியலையே...!"

"செண்பகவல்லியோட வீடு, பாரதி தெருவில்தானே இருக்கு?"

"ஆமாங்க...!"

"அந்த செண்பகவல்லியைக் கேட்ட காஜாபாய் வீடு எதுன்னு தெரியுமா...?"

"போய்க் கேட்டுப்பாருங்க..." அந்தப் பெண் சொல்லி விட்டு வேகமாய் அந்த இடத்தை விட்டு நகர்ந்துவிட, ஷ்யாம் சாப்பிட்டுவிட்டு கை கழுவினான். பணம் கொடுத்து விட்டு, பைக்கை உதைத்து உயிரூட்டி, இட்லிக்கடையைக் கடந்து எதிர்ப்பக்கச் சாலையின் இருட்டுக்குள் நுழைந்தான். பைக் ஒரு ஐம்பது மீட்டர் தூரம் போனதும் அதன் வேகத்தைக் குறைத்து பிரேக்கிட்டு ஓரமாய் நிறுத்திய ஷ்யாம், இருட்டில் வேகமாய் நடந்து தெருமுனைக்கு வந்து பெட்ரோமாக்ஸ் வெளிச்சத்தில் இருந்த அந்த இட்லிக்கடையைப் பார்த்தான். கஸ்டமர்களுக்குப் பரிமாறிக் கொண்டிருந்த அந்தப் பெண்ணைக் காணோம்!

'எங்கே அவள்...?'

ஷ்யாம் பார்வையைச் சுழற்ற... அந்தப் பெண் இப்போது சாலைக்கு எதிர்ப்புறம் இருந்த ஒரு சிறிய வீட்டுக்குள் வேகவேகமாய் நுழைந்துக் கொண்டிருந்தாள்.

செழியனுக்கு முன்பாய் அத்தனை செக்யூரிட்டி அதிகாரிகளும் அட்டென்ஷனில் நின்றார்கள்.

"ஸார்... வீடு முழுக்க ஒரு தூசி துரும்பை விடாமல் சல்லித்துப் பார்த்துவிட்டோம். இந்தப் பங்களாவுக்குள் நீங்கள் சொல்கிற மாதிரி எந்தப் பெண்ணும் இல்லை..."

கண்களில் கோபம் சிதற அவர்களை ஏறிட்டான் செழியன். "அவள் என்னோடு இண்ட்டர்காமில் பேசினாள். இந்த ராத்திரிதான் எனக்கு கடைசி ராத்திரி என்று சொன்னாள். அதெல்லாம் பொய் என்று சொல்கிறீர்களா...?"

"உங்களைப் பயமுறுத்துவதற்காக வெளியிலிருந்து யாராவது அப்படி பேசியிருக்கலாம் ஸார்..."

"நோ...! வெளியிலிருந்து வரும் டெலிஃபோன் காலுக்கும் உள்ளே இண்ட்டர்காம் மூலமாக வரும் காலுக்கும் எனக்கு வித்தியாசம் தெரியாதா என்ன... அது இண்ட்டர்காம் கால்தான்... அவள் இந்தப் பங்களாவுக்குள் தான் இருக்கிறாள்..."

"சர்ட்டன்லி நாட் ஸார். வீ ஆர் ஷ்யூர் அபௌட் இட்... பங்களாவுக்குள் யாரும் இல்லை. உங்களுக்கு எந்த ஆபத்தும் நேராது. நீங்கள் நிம்மதியாய் தூங்கி கண் விழிக்கலாம்."

செக்யூரிட்டி அதிகாரிகளில் ஒருவர் சொல்லிக் கொண்டிருக்கும்போதே செழியனுக்கு பக்கத்தில் இருந்த இண்ட்டர்காம் முணுமுணுத்துக் கூப்பிட்டது.

செழியன் அதை பயமாய்ப் பார்த்தான். பிறகு மெல்லப் பின்வாங்கி, அதிகாரிகளை ஏறிட்டான்.

"இது அவள்தான்...!"

பதற்றமாய் நடைபோட்ட சீஃப் செக்யூரிட்டி ஆஃபீஸர் முனகிக் கொண்டிருந்த இண்டர்காமை நெருங்கி ரிஸீவரை எடுத்தார். காதுக்குக் கொடுத்து மெல்லிய குரலில் "எஸ்" என்றார்.

பெண் குரல் சிரித்தது.

"ஓ...! ரிஸீவரை நீங்கள் எடுத்து விட்டீர்களா செக்யூரிட்டி ஆஃபீஸர் ஸார்...? நீங்கள் இந்தப் பங்களாவை எத்தனை தடவை சோதனை போட்டாலும் சரி, நான் உங்களுக்குக் கிடைக்க மாட்டேன்! பாதுகாப்புக்கு இந்திய ராணுவமே வந்தாலும் சரி, செழியனைக் காப்பாற்ற முடியாது. நாளைக்கு காலையில் ஃப்ரீஸர் பாக்ஸில் செழியன் இருக்கும்போது, முதல் மலர் வளையம் வைக்கப் போவது நீங்கள்தான்..."

"யூ... யூ..."

"உங்கள் டென்ஷன் எனக்குப் புரிகிறது ஸார்...! பட் என்னோட ட்யூட்டியை நான் செய்ய வேண்டாமா...?"

சொன்ன குரலில் கேலிச் சிரிப்பும் அதே சமயம் கடுமையும் கலந்திருந்தது.

12

செ க்யூரிட்டி சீஃப் திகைத்துக் கொண்டிருக்கும் போதே இண்ட்டர்காமில் அந்த பெண் குரல் இன்னும் சிரித்தது.

"செழியன் போன்றவர்கள் இந்த உலகில் வாழ அருகதையற்றவர்கள். உரிமை இல்லாதவர்கள். இவர்களின் ஆயுள் முடிகிற வரைக்கும் காத்துக் கொண்டிருக்க என்னால் முடியாது. அதனால்தான் அவசர அவசரமாய் இந்த உயிர்பறிப்பு. செழியனை உங்கள் கைகளில் இருக்கும் ஏ.கே.47 கன் காப்பாற்ற முடியாது."

சீஃப் செக்யூரிட்டி தன் கையில் இருந்த இண்டர்காம் ரிஸீவரின் வாயைப் பொத்திக் கொண்டு தனக்குப் பக்கத்தில் நின்றிருந்த செக்யூரிட்டி ஸ்க்வாடுக்கு ஹஸ்கி வாய்ஸில் குரல் கொடுத்தார்.

"கோ அண்ட் சர்ச்... பங்களாவின் ஒரு மூலை முடுக்கையும் விடாதீர்கள்..."

செக்யூரிட்டி ஸ்க்வாட், பூட்ஸ் சத்தம் எழாமல் பூனைகளைப் போல துப்பாக்கிகளோடு பிரிந்து ஓடினார்கள்.

இண்டர்காமில் பேசிய பெண் குரலில் இப்போது கேலி. "என்ன... எனக்கு குரல் கேட்டு விடாமல் செக்யூரிட்டி ஸ்க்வாடுக்கு கட்டளை பிறப்பித்து விட்டீர்கள் போலிருக்கிறதே...! ஆனால்

உங்கள் கட்டளைகள் எதுவும் பிரயோஜனப்படப் போவது இல்லை. நாளை சூரிய உதயம் நிகழும்போது செழியன் ஆத்மா சாந்தியடைய கட்சித் தலைவர்கள் அறிக்கை விட்டுக் கொண்டு இருப்பார்கள்."

சீஃப் செக்யூரிட்டி ஆபிஸர் மேற்கொண்டு பேசும் முன்பு, ரிஸீவர் மறுமுனையில் கவிழ்க்கப்பட்டது.

செழியனிடம் திரும்பினார்."இந்தப் பங்களாவில் மொத்தம் எத்தனை அறைகளில் இண்டர்காம் வசதி இருக்கிறது?"

"பதினெட்டு அறைகளில்..."

"இவ்வளவு இண்டர்காம்கள் தேவையா...?"

"தேவையில்லைதான்...! அப்பாவுக்கு அமைச்சரவையில் கூடுதல் இலாக்காக்கள் ஒதுக்கப்பட்டபோது தனி செயலர்களுக்காக இந்த இண்டர்காம் வசதிகள் ஏற்படுத்தப்பட்டன."

"மிஸ்டர் செழியன்...! இனி வரப்போகிற ஒவ்வொரு விநாடியும் நீங்கள் ஜாக்கிரதையாய் இருக்கு வேண்டும். விடிகிற வரைக்கும் உங்களுடைய அறைக்குள் நான் இருக்கப் போகிறேன். என்னை மீறிக்கொண்டு இந்த அறையில் யாரும் உள்ளே நுழைந்துவிட முடியாது."

செழியன் தன் முகத்தில் ஊற்றெடுத்த வியர்வையை இரண்டு கைகளாலும் துடைத்துக் கொண்டு சீஃப் செக்யூரிட்டியை ஏறிட்டான்.

"ஒரு பெண்ணுக்கு எவ்வளவு துணிச்சல் பார்த்தீர்களா?"

சீஃப் செக்யூரிட்டி இறுகிய முகத்தோடு தலையாட்டினார். "நோ...! இண்டர்காமில் பேசியது ஒரு பெண் கிடையாது..."

"எ... எ... என்னது பெண் இல்லையா...?"

"எஸ்..."

"என்ன சொல்கிறீர்கள்...?"

"உண்மையைச் சொல்லிக் கொண்டிருக்கிறேன். ஒரு பெண் பேசுவதற்கும் ஒரு ஆண் ஒரு பெண்ணைப் போல் பேசுவதற்கும் நிறைய வித்தியாசம் இருக்கிறது."

செழியன் திகைத்தான்.

"அப்படியானால் இண்டர்காமில் பெண் குரலில் பேசியது ஒரு ஆணா...?"

"கண்டிப்பாக...!"

செழியனின் பய சதவிகிதம் அதிகரித்தது.

ஷ்யாம் பைக்கை இருட்டில் நிறுத்திவிட்டு, அந்த இட்லி கடைப் பெண்ணின் வீட்டை நோக்கிப் போனான். தேங்கியிருந்த இருட்டில் ஒண்டிக் கொண்டு, திறந்திருந்த ஜன்னல் பக்கமாய் பார்வையை ஒரு கஷ்டமான கோணத்தில் திரும்பி உள்ளே அனுப்பினான்.

வீட்டுக்குள்ளே பரவியிருந்த ஜீரோ வாட்ஸ் வெளிச்சத்தில் அந்தப் பெண் பார்வைக்குக் கிடைத்தாள். கையில் செல்ஃபோன். முதுகைக் காட்டிக் கொண்டு பேசினாள்.

'என்ன பேசுகிறாள்...?'

ஷ்யாம் காதுகளை உன்னிப்புக்குப் கொண்டு வந்து அவள் என்ன பேசுகிறாள் என்பதை மோப்பம் பிடிக்க முயன்றான்.

முடியவில்லை. குரல் கிசுகிசுப்பாய் வெளிப்பட்டு காற்றில் கரைந்து கொண்டிருந்ததே தவிர எதுவும் பிடிபடவில்லை.

மெல்ல கதவைத் தள்ளினான். அது சத்தம் காட்டாமல் உள்ளே போயிற்று. நுழைந்தான். ஜீரோ வாட்ஸ் வெளிச்சத்தில் மெல்ல நகர்ந்து அந்தப் பெண்ணை வெகுவாய் நெருங்கி, ஒரு மர பீரோவுக்குப் பின்னால் ஒண்டிக் கொண்டான். அந்த இட்லிகடைப் பெண் செல்ஃபோனில் பேசுவது இப்போது தெளிவாகக் கேட்டது. ரகசியம் பேசுகிற மாதிரியான தொனி.

"அந்த ஆள் சரியில்லை..."

"......"

"புது ஆள்...! இதுவரைக்கும் நான் பார்த்தது இல்லை."

"......"

"ஊதுவத்தி விக்கிற காஜாபாய் வீடு எதுன்னு கேட்டான். நான் தெரியலைன்னு சொன்னதும் எஸ்.டி.டி. பூத் செண்பகவல்லியின் வீட்டுக்குப் பக்கத்துலேன்னு அந்த ஆள் சொன்னான். உண்மையில் இந்த ஏரியாவுல காஜா பாய்ன்னு யாருமே கிடையாது."

"......"

"போலீஸ் மாதிரியும் தெரியலை..."

"......"

"செண்பகவல்லிக்கு தகவல் கொடுக்கிறதுக்காக ட்ரை பண்ணினேன்... செல்ஃபோன்ல கிடைக்கலை. அவ வெளியூர் போயிட்டாளா?"

"......"

"எதுக்கும் தகவல் சொல்லிட்டேன். அந்த ஆள் கேட்டது என் மனசுக்கு கொஞ்சம் உறுத்தலா பட்டுச்சு. அதுதான் வியாபாரத்தை அப்படியே போட்டுட்டு ஃபோன் பண்ணிட்டிருக்கேன். நீ செண்பகவல்லிக்கு விஷயத்தைச் சொல்லிடு..."

அவள் செல்ஃபோனில் பேசிவிட்டு அதை அணைத்தபடியே திரும்ப, ஷ்யாம் அவளுக்கு முன்பாய் போய் திடுமென்று நின்றான். முகம் அதிர்ச்சிக்கு உட்பட்டு மாறியது. வியர்த்தது. பலாப் பிசினில் ஒட்டிக் கொண்ட ஈயைப் போல குரல் தத்தளித்தது.

"நீ... நீ... நீங்க...?"

தன் உத்யோக அட்டையை எடுத்து அவளுடைய முகத்துக்கு நேரே பிடித்தான் ஷ்யாம். குரலை அழுத்திச் சொன்னான்.

"போலீஸ்..."

அவளுடைய வியர்வை அதிகமாயிற்று.

"ஸ்... ஸார்..."

"உன் பேர் என்ன...?"

"...."

"உன் பேர் என்னான்னு கேட்டேன்..."

"ச... ச... சகுந்தலா...!"

"இப்ப யார்க்கு ஃபோன் பண்ணிப் பேசிட்டிருந்தே.?"

சகுந்தலா பிடிவாதமாய் மெளனிக்க, ஷ்யாம் தன் இடது கையின் ஆட்காட்டி விரலை உயர்த்தினான். "இதோ பார்...! நான் கேட்கிற கேள்விகளுக்கெல்லாம் பதிலைச் சொல்லிட்டியின்னா... போலீஸ் ஸ்டேஷனுக்குப் போக வேண்டிய வேலை இருக்காது."

"ஸ்... ஸார்... நான் எந்தத் தப்பும் பண்ணலை."

"நீ தப்பு பண்ணிட்டா நான் சொல்லலையே...! இப்ப நீ யார்க்கு ஃபோன் பண்ணிட்டிருந்தேன்னு கேட்டேன். அந்தக் கேள்விக்கு பதில் சொன்னா போதும்."

"அது... வந்து... வந்து... சாத்தப்பனுக்கு...!"

"யார் அந்தச் சாத்தப்பன்...?"

"செண்பகவல்லியோட புருஷன்..."

"அவனுக்கு ஃபோன் பண்ணி என்ன பேசிட்டிருந்தே...? தப்பு பண்ணினவங்கதான் போலீஸைப் பார்த்து பயப்படுவாங்க... நீ பயப்படறே!"

"ஸ்... ஸார்... நான் எந்தத் தப்பும் பண்ணலை ஸார்.. ஏதோ கமிஷன் தொகைக்கு ஆசைப்பட்டு அந்த செண்பகவல்லிக்கும் உதவி பண்ணிட்டிருக்கேன்..."

"கமிஷன் தொகையா...?"

"ஆமா ஸார்...! எஸ்.டி.டி. பூத் செண்பகவல்லிக்கு மெயின் பிஸினேஸ் பலானதுதான். இட்லி கடைக்கு வர்ற கஸ்டமர்களை

செண்பகவல்லி வீட்டுக்கு அனுப்பி வைச்சா நூறு ரூபாய் கிடைக்கும். குடிகாரக் புருஷனையும் நாலு குழந்தைகளையும் வெச்சுகிட்டு என்னால பொழுதைச் சுலபமா ஓட்ட முடியுதுன்னா அதுக்குக் காரணம், செண்பகவல்லி மூலமா எனக்குக் கிடைக்கிற கணிசமான பணம்தான்."

"கஸ்டமர்களைப் பத்தின உடனடியான தகவல்களை அனுப்பறதுக்காத்தான் இந்த செல்ஃபோனை உனக்கு அவங்க கொடுத்து இருக்காங்களா...?"

"ஆமா... ஸார்..."

"பலான தொழில் எங்கே நடக்குது...? செண்பகவல்லியோட வீட்லயா... இல்ல, வேற ஏதாவது இடம் இருக்கா...?"

"அது வந்து..."

"வார்த்தைகளுக்குப் பசை போட்டு ஒட்டாதே... சொல்லு..."

"கொரட்டூர்ல ஒரு பங்களாவை வாடகைக்கு எடுத்து தொழில் பண்ணிட்டிருக்காங்க ஸார்..."

"அட்ரஸ் சொல்லு..."

"அட்ரஸ் எனக்குத் தெரியாது ஸார்..."

"செண்பகவல்லியும் சாத்தப்பனும் இப்போ எங்கே இருக்காங்க...?"

"தெரியலை சார்... செண்பகவல்லிக்கு ஃபோன் பண்ணிப் பார்த்தேன். செல்ஃபோன்ல அவங்க கிடைக்கலை... அவளோட புருஷன் சாத்தப்பன்கிட்டதான் பேசினேன்..."

"செண்பகவல்லியோட வீடு உனக்குத் தெரியுமில்ல?"

"வந்து காட்டு..."

நிலமங்கை நகரின் உள்ளே எட்டாவது குறுக்குத் தெருவின் கடைசியில் செண்பகவல்லியின் வீடு, தென்னை மரங்களுக்கு நடுவில் இருட்டில் உட்கார்ந்திருந்தது. அக்கம் பக்கத்தில் வீடுகள்

அதிகம் இல்லை. பொட்டல் வெளியில் காற்று வேகமாய் அடித்தது.

ஷ்யாம் பைக்கை நிறுத்தினான். பில்லியனில் உட்கார்ந்திருந்த சகுந்தலா, வீட்டைக் காட்டினாள்.

"இதுதான் ஸார்... செண்பவல்லியோட வீடு."

ஷ்யாம் மெல்ல நடந்துபோய் காம்பௌண்ட் கேட் அருகே நின்று உள்ளே எட்டிப் பார்த்தான். இருட்டில் போர்ட்டிகோ ஒரு டுவீலரோடு தெரிந்தது.

கேட்டைத் தள்ளினான் ஷ்யாம். அது மெலிதாய் பிளறிக் கொண்டே உள்வாங்கியது. உள்ளே நடந்தான். சகுந்தலா பின் தொடர்ந்தாள்.

போர்ட்டிகோவுக்கு வந்து படிகள் ஏறிய ஷ்யாம், வாசல் கதவுக்கு வந்து சாத்தியிருந்த அதை மெல்ல தள்ளிப் பார்த்தான்.

திறந்து கொண்டது.

வீட்டுக்குள் இருட்டு.

ஷ்யாம் தன் பாக்கெட்டில் இருந்த பென் டார்ச்சை எடுத்து பட்டனைத் தட்டி, ஒரு வெளிச்சப் பந்தை உருவாக்கிக் கொண்டான். வெளிச்சம் விழுந்த இடமெல்லாம் இருட்டு காணாமல் போக, ஹாலில் இருந்த பொருள்கள் பார்வைக்குக் கிடைத்து உடனே மறைந்தது.

சோஃபா, டீபாய், ஃப்ளவர்வாஸ், சுவரில் போர்ட்ரெய்ட்ஸ், ஃபிஷ் டப், டி.வி., டெலிஃபோன்...

வெளிச்சப்பந்து குதித்துக் கொண்டே ஹாலில் சீலிங் ஃபோர்ஷனுக்கு உயர

அந்தப் பழங்கால மின்விசிறியின் மையத்திலிருந்து ஒரு பெண்ணின் உடல், உடம்பில் ஒட்டுத் துணியில்லாமல் ஒரு நேர்க்கோடு மாதிரி தொங்கிக் கொண்டிருந்தது.

13

ஆழ்ந்த உறக்கத்தில் இருந்த போலீஸ் கமிஷனர் வைத்யாவை தலைமாட்டில் இடம் பிடித்திருந்த செல்ஃபோன், எலக்ட்ரானிக் முனகலை வெளியிட்டு எழுப்பியது. போர்வைக்குள் இருந்தபடியே கமிஷனர் கையை நீட்டி எடுத்து காதுக்குக் கொடுத்தார்.

"எஸ்..."

"ஸார்.. நான் ஷ்யாம்..."

"சொல்லு..."

"நிலமங்கை நகர்ல இருக்கிற செண்பகவல்லி வீட்டிலிருந்து பேசிட்டிருக்கேன் ஸார்..."

"செண்பகவல்லியை என்கொயர் பண்ணீங்களா?"

"ஸாரி ஸார்..."

"எதுக்கு ஸாரி...?"

"நவ் ஷி ஈஸ் நோ மோர்..."

"ஷ்... ஷ்யாம்... நீங்க என்ன சொல்றீங்க...?"

"ஸார்... செண்பகவல்லியை யாரோ மர்டர் பண்ணி தூக்குல தொங்கவிட்டுப் போயிருக்காங்க. பாடியை இன்னும் கீழே கூட இறக்கலை ஸார்.."

"மர்டரா... தற்கொலையா...?"

"மர்டர்தான் ஸார்..."

"எப்படிச் சொல்றீங்க...?"

"ஸார்... பாடி ஃபுல் ந்யூடா தொங்கிட்டிருக்கு. உடம்புல ஒட்டுத்துணி கிடையாது... ஒரு பெண் இந்தக் கோலத்தில் கண்டிப்பா தற்கொலை பண்ணிக்க மாட்டா ஸார்..."

"நிலமங்கை நகர் போலீஸ்'க்கு தகவல் கொடுத்துட்டீங்களா... ஷ்யாம்...?"

"கொடுத்துட்டேன் ஸார்...! தே ஆர் ஆன் த வே..."

"ஃபாரன்ஸிக்...?"

"ந்யூஸ கன்வே பண்ணிட்டேன் ஸார். ஃபாரன்ஸிக் சீஃப் வின்சென்ட் வந்துட்டிருக்கார்..."

"இன்னும் அரைமணி நேரத்துக்குள்ளே நானும் அங்கே இருப்பேன்." சொன்னவர் செல்போனை அணைத்துவிட்ட, நைட் கவுனை உரித்து வேறு உடைக்கு மாறினார். படுக்கையில் இருந்த மனைவி கேட்டாள். குரலில் தூக்கக் கலக்கம்.

"என்னங்க... இந்த நேரத்துல கிளம்பறீங்க?"

"கடமை..."

"போய்ட்டு உடனே வந்துடுவீங்களா...?"

"எப்படியும் விடிஞ்சுடும்...! இது கொஞ்சம் பெரிய பிரச்னை. நீ தூங்கு...!" கமிஷனர் வைத்யா வெளியே வந்து செக்யூரிட்டிகளின் சல்யூட்டை கையசைப்பால் ஏற்றுக் கொண்டு, போர்டிகோவில் நின்றிருந்த காருக்குள் புகுந்தார்.

சென்னை நகரின் வெறிச்சோடிய தெருக்களில் அரைமணி நேரப் பயணம். நிலமங்கை நகர் வந்தது. செண்பகவல்லியின் வீடு வெளிச்சமாய் பார்வைக்குக் கிடைக்க வீட்டு வாசலில் ஒரு போலீஸ் ஜீப்பும் தெரிந்தது. பக்கத்து வீடுகள் விழித்திருந்தன. ஜன்னல்களில் எட்டிப் பார்க்கும் முகங்கள்.

வைத்யாவை எதிர்கொண்டான் ஷ்யாம். நிலமங்கை நகர் போலீஸ் ஸ்டேஷன் இன்ஸ்பெக்டர் பன்னீர் செல்வம், சல்யூட் அடித்து தளர்ந்தார்.

"ஃபாரன்ஸிக் வந்தாச்சு ஷ்யாம்...?"

"வந்தாச்சு ஸார்...! ஸீன் ஆஃப் க்ரைம் பார்த்துக்கிட்டிருக்காங்க..." சொன்ன ஷ்யாம் குரலை மெல்லத் தாழ்த்திக் கொண்டு, "ஸார்...! ஒரு அதிர்ச்சியான விஷயம்..." என்றான்.

"என்ன...?"

"செண்பகவல்லியோட பாடியை வந்து பாருங்கள் ஷார்..." ஷ்யாம் சொல்லி கூட்டிக் கொண்டு போக, வைத்யா அவனைக் குழப்பமாய் பின்தொடர்ந்தார்.

ஃபாரன்ஸிக் ஆட்கள் வீடு முழுவதும் பவுடர் தூவி கைரேகைப் பதிவுகளைச் சேகரித்துக் கொண்டிருக்க செண்பகவல்லியின் உடல், வீட்டின் மையத்தில் கிடத்தப்பட்டு ஒரு போர்வையால் போர்த்தப்பட்டிருந்தது.

ஷ்யாம், செண்பகவல்லியின் உடலுக்குப் பக்கத்தில் போய் உட்கார்ந்து போர்வையை விலக்கினான். முதுகுப் பரப்பு தெரிகிற மாதிரி உடல் ஒருக்களித்துக் கிடந்தது.

"பாடியோட முதுகுத் தண்டுவடப் பகுதியைப் பாருங்கள் ஸார்..."

வைத்யா பார்த்தார்.

செண்பகவல்லியின் முதுகுத் தண்டுவடத்தின் மேல், பச்சை குத்தப்பட்ட அந்த தமிழ் எழுத்துக்கள் தெரிந்தன.

'அமிர்தம் என்றால் விஷம்.'

கமிஷனர் வைத்யாவின் விழிகள், சில விநாடிகள் வரைக்கும் வியப்பில் நிலைத்துப் போயிற்று.

அமைச்சர் கார்மேகவண்ணனின் முதுகுத் தண்டுவடத்தில் பச்சை குத்தப்பட்ட அதே மாதிரியான எழுத்துக்கள்.

ஷ்யாம் சொன்னான். "ஒரு டாக்டரை வரவழைச்சு எக்ஸ்டர்னல் பி.எம். பண்ணிப் பார்த்ததில் செண்பகவல்லியின் மரணத்துக்குக் காரணம் விஷம் என்கிற விஷயம் தெரிந்தது ஸார். முதுகுத் தண்டுவடத்தில் பச்சை குத்தும்போதே விஷத்தையும் இஞ்ஜெக்ட் பண்ணியிருக்காங்க ஸார்..."

"அதாவது அமைச்சர் கார்மேகவண்ணனின் மரணம் எப்படி நிகழ்த்தப்பட்டதோ அதே மாதிரி, செண்பகவல்லியின் மரணமும் நிகழ்த்தப்பட்டிருக்கு.."

"ஆமா ஸார்...! அமைச்சர் கார்மேகவண்ணன் இந்த செண்பகவல்லியோடு ஏதோ வகையில் சம்பந்தப்பட்டிருக்கணும். இல்லேன்னா ரெண்டு பேரும் ஒரே மாதிரியான முறையில் கொலை செய்யப்பட வாய்ப்பில்லை..."

"இந்த வீட்ல வேற யாரெல்லாம் இருக்காங்க?"

"நானும் இந்த இட்லிக்கடை பெண் சகுந்தலாவும் இங்கே வந்தபோது வீட்ல யாரும் இல்ல ஸார்..."

"வேலைக்காரங்க...?"

"யாரும் இல்ல ஸார்... வாசல் கதவு திறந்து கிடந்தது..."

"செண்பகவல்லி மேரீட்தானே...?"

"ஆமா ஸார்... புருஷன் பேரு சாத்தப்பன். ரெண்டு பேருக்குமே மெய்ன் பிசினஸ் ப்ராஸ்டிட்யூஷன்தான். கொரட்டூரில் ஒரு பங்களா இருக்கிறதாகவும், அந்தப் பங்களாவுல வெச்சுத்தான் பலான பிசினஸ் நடக்கிறதாகவும் இட்லிக்கடை சகுந்தலா ஸ்டேட்மென்ட் கொடுத்திருக்கா..."

"சாத்தப்பன் இப்போ எங்கே...?"

"தெரியலை ஸார்... கொரட்டூரில் இருக்கலாம். சகுந்தலா கொஞ்ச நேரத்துக்கு முந்தி செல்ஃபோனில் அவனோட பேசியிருக்கா."

வைத்யா சகுந்தலாவிடம் திரும்பினார்.

"சாத்தப்பனோட செல்போன் நெம்பர் என்ன?"

"அது... வந்து..."

'இதப் பார்...! நடந்திருக்கிறது கொலை. பிக்பாக்கெட் கிடையாது. இனியும் நீ எதையும் மூடி மறைக்க முடியாது. அப்படி ஏதாவது நீ முயற்சி பண்ணினா உன் புருஷனும் நீயும் உள்ளே போக வேண்டியிருக்கும்."

"ஸ... ஸார்... நான் எந்தத் தப்பும் பண்ணாதவ. ஏதோ கமிஷனுக்கு ஆசைப்பட்டு இந்தத் தொழிலில் இறங்கிட்டேன்."

"இந்தக் கதையெல்லாம் வேண்டாம். சாத்தப்பனோட செல்ஃபோன் நெம்பர் என்ன...? அதை மட்டும் இப்போதைக்கு சொல்லு." முகம் வியர்த்து வழிய சகுந்தலா சொன்னாள்.

கமிஷனர் அதை மனசில் குறித்து வைத்துக் கொண்டு தன்னுடைய செல்ஃபோனில் அந்த எண்களைத் தட்டினார்.

மறுமுனையில் ரிக்கார்டட் வாய்ஸில் ஒரு பெண் குரல் கேட்டது. "தி நெம்பர் யூ ஹேவ் டயல்ட் ஈஸ் கரண்ட்லி நாட் ரீச்சபிள்..."

நான்கு முறை முயற்சித்துப் பார்த்துவிட்டு வைத்யா செல்போனை அணைத்தார். சகுந்தலாவை ஏறிட்டார்.

"கொரட்டூர்ல எந்த இடம்ன்னு தெரியாதா உனக்கு?"

"தெரியாது ஸார்... போலீஸ்க்கு விஷயம் போயிடக் கூடாதேங்கிறதுக்காக சாத்தப்பனும் செண்பகவல்லியும் சில விஷயங்களை ரகசியமாகவே வெச்சிருப்பாங்க... கஸ்டமர்களைக் கூட கண்ணைக் கட்டித்தான் கூட்டிட்டுப் போவாங்க."

சகுந்தலா சொல்லிக் கொண்டிருக்கும்போதே ஃபாரன்ஸிக் அதிகாரிகளில் ஒருவர், கையில் ஒரு பெரிய அட்டைப் பெட்டியோடு வந்தார்.

"ஸார்...! ஒரு நிமிஷம் இதைப் பார்க்கறீங்களா?"

"என்ன...?" வைத்யா கேட்டுக் கொண்டே அட்டைப் பெட்டியை வாங்கினார். லேசாய் கனத்தது. இரண்டு கிலோ எடை இருக்கலாம்.

அட்டைப் பெட்டியின் மேல் ஒரு வெள்ளைத் தாள் ஒட்டப்பட்டு அதில் கம்ப்யூட்டரில் பிரிண்ட் செய்யப்பட்ட தமிழ் எழுத்துக்கள் தெரிந்தன. வைத்யா வாய்விட்டுப் படித்தார்.

இங்கே கூடியிருக்கும் போலீஸ்துறை சம்பந்தப்பட்ட அனைவருக்கும் வணக்கம்.

செண்பகவல்லியின் மரணம் இனிமையானது. பெண் இனத்துக்கே ஒரு கரும்புள்ளியாய் இருந்தவளை 'அறம்' என்ற ரப்பர் கொண்டு அந்தப் புள்ளியை அழித்திருக்கிறோம். எத்தனையோ குடும்பப் பெண்களை, கல்லூரி மாணவிகளை வலுக்கட்டாயமாய் விலைமகள்களாக மாற்றிய ஒரு விபரீதத்துக்கு நாங்களும் வலுக்கட்டாயமாய் விடை கொடுத்து அனுப்பியிருக்கிறோம். அட்டைப் பெட்டியில் இருக்கும் இனிப்புகள் உங்களுக்காகத்தான். எல்லோரும் எடுத்துக் கொள்ளுங்கள். பெண்மையை நிர்வாணப்படுத்திய செண்பகவல்லியை தூக்கில் நிர்வாணமாய் தொங்க விட்டது சரியென்று நாங்கள் நினைக்கிறோம். தப்பு என்று நீங்கள் நினைத்தால் மன்னிக்க வேண்டுகிறோம்.

இப்படிக்கு,

அ. எ. வி.

வைத்யா தனக்குப் பின்னால் நின்றிருந்த ஷ்யாமைப் பார்த்தார். "அதென்ன அ.எ.வி...?"

"அமிர்தம் என்றால் விஷம் ஸார்..."

"இது ஏதோ ஒரு இயக்கம் மாதிரித் தெரியுது..."

"நோ ஸார்... இது ஒரு இயக்கம் கிடையாது. எனக்கு அப்படித் தோணலை... நாம அப்படி நினைக்கணும்ன்னு யாரோ நினைச்சு இந்தக் காரியங்களைப் பண்ணிட்டிருக்காங்க... செண்பகவல்லி கொலை செய்யப்பட்டுக்கு அவ பண்ணிட்டிருந்த விபச்சாரத் தொழில் காரணம் கிடையாது."

"தென்...?"

"வேற ஏதோ காரணம். வீ ஹேவ் டு ட்ரேஸ் இட்... ஸார்... செண்பகவல்லியோட புருஷன் சாத்தப்பன் கைக்கு கிடைச்சா எல்லா உண்மைகளும் வெளியே வந்துடும் ஸார். மறுபடியும் ஒரு தடவை சாத்தப்பனை செல்லில் ட்ரை பண்ணுங்க ஸார்..."

வைத்யா தன் செல்ஃபோனை இயக்கத்துக்குக் கொண்டு வந்து, சாத்தப்பனின் செல்ஃபோன் எண்களை டயலில் ஏற்றி வைத்தார்.

மறுமுனையில் உடனே ரிங் போயிற்று. அடுத்த பத்து விநாடிகளில் குரல் கேட்டது.

"ஹலோ..." ஒரு ஆண் குரல். வைத்யா கேட்டார்.

"சாத்தப்பன்...?"

"உங்களுக்கு சாத்தப்பனா வேணும்...?"

"ஆமா..."

"நீங்க யாரு...?"

"அவரோட ஃப்ரெண்ட்..."

மறுமுனையில் அந்தக் குரல் சிரித்தது. "ஒரு போலீஸ் கமிஷனர் எப்படி சாத்தப்பனுக்கு ஃப்ரெண்டா இருக்க முடியும்...?"

14

கமிஷனர் வைத்யா செல்போனில் ஒலித்த குரலைக் கேட்டு ஒரு விநாடி திகைத்து, மறுவிநாடியே இயல்புக்கு வந்தார். பதட்டத்தை காட்டிக் கொள்ளாமல் கேட்டார். "நீ யார் பேசறது...?"

"கமிஷனர் ஸார்...! நான் யார்ன்னு தெரிஞ்சுக்க நீங்க உண்மையிலேயே ஆசைப்பட்டா, கொஞ்சம் சிரமம் பார்க்காம பெரம்பூர் பேரக்ஸ் ரோட்டில் இருக்கிற புஷ்பா லாட்ஜ் ரூம் நெம்பர் எண்பதுக்கு வரமுடியுமா...? உங்ககிட்ட பர்சனலா கொஞ்சம் பேச வேண்டியிருக்கு..."

"பேரக்ஸ் ரோட்டில் அந்த லாட்ஜ் எங்கேயிருக்கு?"

"பின்னி மில்ஸ்க்கு கொஞ்சம் தள்ளி."

"சாத்தப்பன்...?"

"அவனையும் பார்க்கலாம் வாங்க... ஸார்" மறுமுனையில் செல்போன் வாயை சாத்திக் கொள்ள கமிஷனர் வைத்யா அருகில் நின்றிருந்த ஷ்யாமை ஏறிட்டார்.

"பெரம்பூர் பேரக்ஸ் ரோட்டில் இருக்கிற புஷ்பா லாட்ஜீக்கு வரச் சொல்றான்..."

"நீங்க போகாதீங்க ஸார்... போலீஸ் ஸ்க்வாடை கூட்டிகிட்டு நான் போய்ட்டு வர்றேன். அநேகமாக அந்த புஷ்பா லாட்ஜில்

யாரும் இருக்க மாட்டாங்க... இது அலைக்கழிக்கிற கேஸ்தான் ஸார்... இப்ப போன்ல பேசினது சாத்தப்பனாக கூட இருக்கலாம்."

"செண்பகவல்லியோட மரணத்தில் அவனுக்கும் பங்கு இருக்குன்னு சொல்ல வர்றீங்களா...?"

"மே பி ஸார்..."

"எப்படி...?"

"ஸார்...! இட்லிக்கடை சகுந்தலாவோட ஸ்டேட்மென்ட்படி கொஞ்ச நாளாகவே செண்பகவல்லிக்கும் சாத்தப்பனுக்கும் டெர்ம்ஸ் சரியில்லைன்னு தெரியுது. இந்தக் கொலையை அவனேகூட பண்ணியிருக்க வாய்ப்பு இருக்கு ஸார். அமைச்சர் கார்மேகவண்ணன் கொலை செய்யப்பட்டதுக்கும் இந்தக் கொலைக்கும் ஏதோ லிங்க் இருக்கிற மாதிரி செட்டப் பண்ணியிருக்கலாம். தனக்கு எதிரிகள் இருக்கிற மாதிரியான பிரமையை உண்டாக்கற முயற்சிதான் ஸார் இது..."

"எதுக்கும் புஷ்பா லாட்ஜ் போய்ப் பாருங்க... ஏதாவது க்ளூ கிடைக்கலாம்...."

"எஸ்... ஸார்..."

சல்யூட் அடித்து பின்னுக்கு நகர்ந்தார் ஷ்யாம்.

கூவம் உச்சபட்சமாய் நாறிக் கொண்டிருந்த பெரம்பூர் பேரக்ஸ் ரோட்டின் கடைசியில் அந்த புஷ்பா லாட்ஜ், பெயிண்ட் உதிர்ந்து போன போர்டோடும் மங்கிய ட்யூப் லைட் வெளிச்சத்தோடும் ஷ்யாமின் பார்வைக்குக் கிடைத்தது. லாட்ஜ்க்குப் பக்கத்திலேயே மும்தாஜ் ஒயின் ஷாப்பும், குஷ்பு பிரியாணிக் கடையும் ராத்திரி நேர கஸ்டமர்களுக்காக திறந்திருந்தன. ஜீப்பை லாட்ஜ்க்கு கொஞ்சம் தள்ளி நிறுத்திய ஷ்யாம், இரண்டு கான்ஸ்டபிள்களோடு இறங்கி லாட்ஜை நோக்கிப் போனார்.

லாட்ஜ் அவ்வளவு சுத்தமாய் இல்லை. எந்தக் காலத்திலோ அடித்த டிஸ்டெம்பர், இப்போது நிறம் மங்கிப் போய் வெளிறியிருந்தது. சுவர் பூராவும் பென்சில் கிறுக்கல்கள். ரயில்வே டாய்லட்களில் இடம் பெற வேண்டிய கெட்ட வார்த்தைகள். எல்லா அரசியல் தலைவர்களும், 'வாழ்க' அல்லது 'ஒழிக' வார்த்தைகளுக்குப் பக்கத்தில் இடம்பெற்று இருந்தார்கள்.

ஷ்யாம் அழுக்கான மாடிப்படிகளில் ஏறி வராந்தாவில் இருந்த முன்னறைக்கு வர மேஜைக்குப் பின்னால் லுங்கிக் கட்டி சிகரெட் புகைத்துக் கொண்டிருந்த அந்த இளைஞன், சிகரெட்டை அவசர அவசரமாய் ஆஷ்ட்ரேயில் திணித்துவிட்டு எழுந்தான்.

"ஸ... ஸார்..."

ஷ்யாம் தன் கையில் இருந்த லாட்டியால் அந்த இளைஞனின் தோளைத் தட்டினார்.

"யார்ரா நீ...?"

"இந்த லாட்ஜ்க்கு மேனேஜர் ஸார்..."

"பேர் என்ன...?"

"குமரேசன் ஸார்...!" சொன்னவன், குரலைத் தாழ்த்திக் கொண்டு பவ்யமாய் ஷ்யாமிடம் குனிந்தான். "ஸார்...! இந்த லாட்ஜ் முன்னே மாதிரி கிடையாது ஸார். ப்ராஸ்டிட்யூஷன் சுத்தமா கிடையாது. எல்லாமே மன்த்லி ரெண்ட்ல பேச்சலர்ஸ்க்கு வாடகைக்கு விட்டுட்டோம்..."

"லாட்ஜ்ல மொத்தம் எத்தனை ரூம் இருக்கு...?"

"இருபத்தேழு ஸார்...?"

"எல்லாமே ஃபுல்லா...?"

"ரெண்டு ரூம் காலியாயிருக்கு ஸார்..."

"ரூம் நெம்பர் 80ல யார் இருக்காங்க?"

"அந்த ரூமும் நெம்பர் 71ம் காலி ஸார்."

"பாக்கி எல்லா ரூமும் ஃபுல்லா...?"

"ஃபுல் ஸார்..."

"ரூம் நெம்பர் எய்ட்டியில் யாரும் இல்லையா?"

"இல்ல ஸார்..."

"அந்த ரூம் சாவியை எடுத்துட்டு வா, பார்த்துடலாம்."

"ஸார்... லாட்ஜ் முந்தி மாதிரி கிடையாது ஸார். காரைக்குடி செட்டியார் ஒருத்தர் இதை வாங்கின பிறகு லாட்ஜ் டீஸண்ட்டாயிடுச்சு ஸார்..."

"மேற்கொண்டு எதையும் பேசாதே...! ரூம் நெம்பர் எய்ட்டியோட சாவி எடுத்துக்கிட்டு என் பின்னாடி வா... !!"

லாட்ஜ் மானேஜர் பதட்டமாய் மேஜையின் டிராயரை இழுத்து உள்ளே இருந்த சாவிக்கொத்தை எடுத்துக் கொண்டு நடந்தார். இருட்டும் வெளிச்சமும் மாறி மாறி இடம் பிடித்து இருந்த வராந்தாவில் மெல்ல நடைபோட்டு, இரண்டாவது மாடியில் இருந்த 80 எண்ணிட்ட அறைக்கு முன்பாய் வந்து நின்றார்கள்.

கதவில் நவ்தால் கம்பெனியின் மஞ்சள் பூட்டு மின்ன அதை இழுத்துப் பார்த்த ஷ்யாம் மானேஜர்க்கு கண் காட்டினார்.

"ம்... ஓப்பன் பண்ணு..."

அவன் தயக்கத்தோடு பூட்டின் வாய்க்கு சாவி கொடுத்து நெம்பினான். பூட்டு கழன்று கொண்டது. ஷ்யாம் கதவைத் தள்ளினார். உள்ளே தேங்கியிருந்த இருட்டை ட்யூப் லைட்டை உயிர்ப்புக்கு கொண்டு வந்து விரட்டிய பின் உள்ளே நுழைந்தார்கள்.

பச்சை நிற பெட் ஸ்பெரட்டோடு ஒற்றைக் கட்டில் சின்ன மேஜை. ஒரு ஸ்டூலின் மேல் உட்கார்ந்திருந்த டேபிள் ஃபேன், மண் கூஜாவின் மேல் கவிழ்க்கப்பட்டிருந்த டம்ளர், சுவரில்

பதிக்கப்பட்டிருந்த அலமாரி.

ஷ்யாம் கேட்டார்.

"இதுக்கு அட்டாச்ட் பாத்ரூம் கிடையாதா...?"

"கிடையாது ஸார்..."

"எத்தனை நாளா இந்த ரூம் காலியாயிருக்கு?"

"ரெண்டு வாரமா ஸார்..."

"அதுக்கு முன்னாடி இந்த ரூம்ல யார் ஸ்டே பண்ணியிருந்தாங்க...?"

"கோபாலகிருஷ்ணன்னு ஒருத்தர் ஸார்... ஒரு லாரி ட்ரான்ஸ்போர்ட் கம்பெனியில் வேலைக்கு இருந்தார். திருச்சிக்கு ட்ரான்ஸ்ஃபர் வரவும் போயிட்டார்."

ஷ்யாம் அந்த அறையை ஒரு ஐந்து நிமிஷ நேரம் சுற்றிப் பார்த்துவிட்டு குமரேசனிடம் நிமிர்ந்தார். "இன்னொரு அறை வேக்கன்ட்டா இருக்கிறதா சொன்னியே, அது எந்த அறை...?"

"ரூம் நெம்பர் செவண்ட்டி ஒன் ஸார்."

"அது எந்த மாடி...?"

"இதே மாடிதான் ஸார்..."

"வந்து ஓப்பன் பண்ணு..."

"ஸ... ஸார்..."

"என்ன...?"

"அது எதுக்கு ஸார்...?"

"ஏன் எதுக்குன்னு கேள்வி கேட்காதே... ஓப்பன் பண்ணுன்னு சொன்னா பண்ணனும்..." ஷ்யாம் குரலை உயர்த்தினான்.

"சரி ஸார்..." குமரேசன் மிரண்ட விழிகளோடு தலையாட்டிவிட்டு, அறையினின்றும் வெளிப்பட்டு வராந்தாவின்

அதே கோடியில் இருந்த அறை எண் 71ஐ நோக்கி நடந்தான்.

முப்பது விநாடி நடையில் அறை எண் 71 பூட்டப்பட்ட பூட்டோடு பார்வைக்குக் கிடைத்தது. குமரேசன் சாவிக் கொத்தால் ஒரு சாவியைத் தேடி எடுத்து பூட்டுக்குக் கொடுத்து கதவைத் திறந்தான். இடது பக்க சுவர்க்கு கையைக் கொண்டு போய் ஸ்விட்ச்சைத் தேய்த்து ஒரு ட்யூப்லைட்டுக்கு உயிர் கொடுக்க, அது அறைக்குள் இருந்த இருட்டை துடைத்தது.

அது கொஞ்சம் பெரிய அறை. இரட்டைக் கட்டில் அறையின் இடது பக்க மூலையில் அட்டாச்ட் பாத்ரூம் தெரிந்தது. ஷ்யாம் அறைக்குள் நுழைந்து பார்வையைச் சுழற்றிக் கொண்டே நடந்தார். அறை துடைத்து வைத்த மாதிரி சுத்தமாய் இருந்தது.

"இது டபுள் ரூமா...?"

"ஆமா... ஸார்... கப்புள் வந்தா இதைத்தான் ஒதுக்குவோம்..."

ஷ்யாம் மெல்ல நடந்து போய், சாத்தியிருந்த பாத்ரூம் கதவுக்கு முன்பாய் நின்று கதவை மெல்லத் தள்ளினார்.

கதவு சத்தம் இல்லாமல் பின்வாங்க உள்ளே வாஷ்பேசினுக்குப் பக்கத்தில் யாரோ காலை நீட்டிக் கொண்டு சுவரில் சாய்ந்து உட்கார்ந்திருப்பது தெரிந்தது. இடதுகை விரல்களில் சிகரெட் புகைந்து கொண்டிருக்க, பக்கத்திலேயே ஸ்காட்ச் பாட்டில்.

விஜயவாடா ரயில்வே ஸ்டேஷனில் அந்த ஜெயந்தி ஜனதா எக்ஸ்பிரஸ், இன்ஸ்பெக்டர் சபரியை இறக்கி விட்டபோது விடியற்காலை ஐந்து மணி. ஸ்டேஷன் அந்நேரத்துக்கே கல்யாண வீடு மாதிரி களைகட்டியிருந்தது. இட்லி, வடை, மொபைல் ஸ்டால்களை பிளாட்ஃபாரத்தில் உருண்டன. டெல்லியிலிருந்து வந்திருந்த ஒரு ரயில், கணிசமான பயணிகளை ஸ்டேஷனில் உதிர்த்து விட்டிருக்க எக்ஸிட் கேட்

111

அருகே கூட்டம் அலைமோதியது.

சபரி தன் சிறிய சூட்கேஸோடு ஒதுங்கி தன் பாக்கெட்டில் இருந்த செல்போனை எடுத்து, எண்களைத் தட்டிவிட்டு காதுக்கு ஒட்டவைத்துக் கொண்டார். மறுமுனையில் ரிங் போய் ரிஸீவர் எடுக்கப்பட்டதும் குரல் கொடுத்தார்.

"ஸார்... நான் சபரி..."

கமிஷனர் வைத்யா பேசினார். "என்ன மிஸ்டர் சபரி! விஜயவாடா போய் சேர்ந்துட்டீங்களா?"

"விஜயவாடா ரயில்வே ஸ்டேஷனிலிருந்துதான் பேசிட்டிருக்கேன் ஸார். ட்ரெய்ன் ரெண்டு மணி நேரம் லேட்..."

"நீங்க போலீஸ்ன்னு தெரியாதபடிக்கு உங்களுடைய நடையுடை பாவனைகள் இருக்கட்டும் சபரி..."

"சென்னையை விட்டுக் கிளம்பும்போதே என்னை நான் மாத்திக்கிட்டேன் ஸார். மீசையை ட்ரிம் பண்ணிட்டேன். இப்பக் கூட ஆந்திரா ஸ்டைலில் வேஷ்டி கட்டி, சர்ட் போட்டிருக்கேன், இந்த நிமிஷம் என்னோட முகத்தில் போலீஸ் களையோ, தமிழ்நாட்டுக் களையோ சுத்தமாய் இருக்காது."

"வெரிகுட் சபரி...! அமிர்தாகிட்டே உங்களை எப்படி அறிமுகப்படுத்திக்கப் போறீங்க...?"

"ஒரு ரசிகனா...?"

"நம்புவாளா...?"

"நம்ப வெச்சுடுவேன் ஸார்..."

"குட்... உங்கிட்டேயிருந்து நல்ல பதிலை எதிர்பார்த்துக் காத்துட்டிருக்கேன்..."

"இன்னும் இருபத்தினாலு மணி நேரத்துக்குள்ளே உங்களுக்கு அந்த நல்ல பதில் கிடைக்கும் ஸார்..." சபரி செல்போனை அணைத்து சர்ட் பாக்கெட்டுக்குள் போட்டுக் கொண்டு, 'எக்ஸிட்' கேட்டை நோக்கி நடந்தான். கும்பல்

இப்போது வடிந்து போயிருந்தது.

கேட்டில் நின்ற டி.டி.ஈயிடம் டிக்கெட்டைக் கொடுத்துவிட்டு வெளியே வந்தான்.

பெயர் எழுதிய அட்டைகளைப் பிடித்தப்படி நான்கைந்து பேர் தெரிந்தார்கள். அட்டைகளில் கொட்டை எழுத்துக்களில் பெயர்கள்.

ராமண்ணா...

கோபால் ராவ்...

சுப்பா ராவ்...

யாதகிரி...

பெயர் அட்டைகளைப் பார்த்தபடி நடந்து கொண்டிருந்த சபரி, சட்டென்று நின்றான்.

சுடிதார் அணிந்த அந்த அழகானப் பெண், கையில் ஒரு அட்டையயப் பிடித்தபடி நின்றிருக்க அட்டையில் 'பளிச்'சென்று தமிழில் 'சபரி' என்று எழுத்துக்கள்!

15

சபரி வியப்புக்குள் விழுந்து அந்த சுடிதார் பெண்ணையும், அவள் கையில் வைத்து இருந்த அட்டையையும் பார்த்தபடி கும்பலிலிருந்து ஒதுங்கி நின்றான். சுடிதார் பெண் அட்டையை உயர்த்திப் பிடித்தபடி, தன்னைக் கடந்து போகும் ஒவ்வொரு ஆணின் முகத்தையும் ஆர்வமாய்ப் பார்த்தாள். அழகாக இருந்தாள். உடம்பில் ஆந்திராவின் வனப்பு. சுழன்ற அவளுடைய கண்களில் நிறைய மின்சாரம்.

பயணிகள் கூட்டம் இப்போது வடிந்திருக்க, சபரி மெல்ல நடைபோட்டு அந்த சுடிதார் பெண்ணைக் கடந்து போனான். ஒரு எடை மிஷனுக்குப் பின்னால் போய் உடம்பை முழுவதுமாய் மறைத்துக் கொண்டு தலையை மட்டும் நீட்டிப் பார்த்தான்.

சுடிதார் பெண் இப்போது சற்றே பதட்டம் அடைந்து, வருகிற ஆண்களின் முகங்களை உன்னிப்பாய் பார்த்து அவர்கள் அவளைக் கடந்து போனதும் கண்களில் சோர்வை சுமந்து கொண்டாள்.

சபரியின் கண்கள், அவள் மேல் நிலைத்திருந்தன.

'யார் இவள்...?'

'என்னுடைய பெயரும் சபரிதான். நான் இந்த ரயிலில் விஜயவாடாவுக்கு வருவதும் எப்படித் தெரியும்...?'

'எதிரே போய் நின்று நான்தான் சபரி என்று அறிமுகப்படுத்திக் கொள்ளலாமா...?'

'வேண்டாம்...!'

'அவளுடைய நடவடிக்கைகளை கொஞ்சம் க்ளோஸ் அப்ஸர்வ் செய்து பார்க்கலாம்...!'

சபரி அந்த சுடிதார் பெண்ணை உன்னிப்பாய் பார்த்துக் கொண்டிருக்கும்போதே அவள் தன் இடுப்புப் பகுதிக்கு கையைக் கொண்டு போய் சிறிய செல்போன் ஒன்றை எடுத்தாள். இடது கையில் ஆட்காட்டி விரலால் எண்களைத் தட்டி விட்டு தன் அழகான சிவந்த காதுக்குக் கொடுத்தாள். சபரி அவளுக்குப் பின்பக்கமாய் மெதுவாய் பூனை நடைபோட்டு, ஒரு தூணின் பின்னால் ஒண்டிக் கொண்டான்.

அவள் இப்போது கிசுகிசுப்பாய் பேசிக் கொண்டிருந்தாள். "வரலையே...!"

"...."

"பாசஞ்சர்ஸ் எல்லாரும் போய்ட்டாங்க..."

"...."

"என் கையில் இருக்கிற அட்டையைப் பார்க்காம சபரி வெளியே போயிருக்க முடியாது. அட்டையில நல்ல போல்டா எழுதி வெச்சிருக்கேன்... என்னை க்ராஸ் பண்ற எந்த ஒரு ஆணும் என்னைத் தவிர்க்கவே முடியாது..."

"...."

"இன்னும் ஒரு அஞ்சு நிமிஷம் பார்த்துட்டு நான் வந்துடட்டுமா..."

"..."

"அடுத்த மெட்ராஸ் ட்ரெயின், காலையில பத்து மணிக்குத்தான் வரும்... நான் கெளண்ட்டர்ல என்கொயர் பண்ணிப் பார்த்துட்டேன். பத்து மணிக்கு முந்தி எந்த ட்ரெயினும் கிடையாது..."

"சரி... ஒரு பத்து நிமிஷம் வெயிட் பண்ணிப் பார்த்துட்டே வர்றேன்."

சுடிதார் பெண் செல்போனை அணைத்து இடுப்பின் வலது பக்கம் கொண்டுபோய் மறைத்தாள். மறுபடியும் அட்டையை உயர்த்திப் பிடித்தாள். வந்து கொண்டிருந்த இரண்டொரு ஆண்களை உன்னிப்பாய்ப் பார்த்தாள். சபரி தூணுக்குப் பின்னால் அப்படியே மறைந்துக் கொண்டான்.

பத்து நிமிஷங்கள் கரைந்து ஸ்டேஷன் ஈ காக்கையில்லாமல் வெறிச்சோடிப் போனதும் அவள் தன் கையில் இருந்த அட்டையை பக்கத்தில் இருந்த வேஸ்ட்பின் ஒன்றில் வீசிவிட்டு, ஸ்டேஷனை விட்டு வெளியே வந்தாள். சபரி அவள் உணராதபடி இடைவெளி விட்டுப் பின்தொடர்ந்தான்.

ஸ்டேஷனுக்கு வெளியே அதிகாலை இருட்டு, இன்னமும் கெட்டியாகவே இருந்தது. ஆட்டோக்களும் டாக்ஸிகளும் நீண்ட வரிசையில் காத்திருந்தன. சுடிதார் பெண், கார் பார்க்கிங்கிற்கு வந்து தன்னுடைய சீஸா பச்சை மாருதி காருக்குள் நுழைந்தாள்.

சபரி அந்தக் காரைப் பார்த்துக் கொண்டே போய் ஒரு டாக்ஸியைப் பிடித்தான். ட்ரைவர் ஊதுவத்தி கொளுத்தி புட்டபர்த்தி சாய்பாபாவுக்கு காட்டிக் கொண்டே கேட்டான்.

"எக்கடா ஸார் போவாலா...?"

(எங்கே ஸார் போகணும்...?)

"செப்புதானு..." (சொல்றேன்)

சபரி டாக்ஸிக்குள் ஏறி உட்கார்ந்தான். ட்ரைவர் பூஜையை முடித்துக் கொண்டு இக்னிஷியனை கனைக்க வைத்தான். மீட்டரைப் போட்டுவிட்டு மறுபடியும் தெலுங்கில் கேட்டான்.

"எங்கே ஸார் போகணும்...?"

சபரி தன் அரைகுறை தெலுங்கு பாஷை ஞானத்தை ஜாக்ரதையாய் கையாண்டு, அவனுக்குப் புரியும்படியாகச் சொன்னான்.

"அதோ... அந்த மாருதி காரை ஃபாலோ பண்ணணும்..."

"பச்சை மாருதியா ஸார்...?"

"ஆமா..."

டாக்ஸி கிளம்பியது. கார் பார்க்கிங்கினின்றும் வெளிப்பட்டுவிட்ட மாருதியை டாக்ஸி பின்தொடர்ந்தது. சோடியம் வேபர் விளக்குகள், கோஷ்டி கோஷ்டியாய் பூத்திருந்தது. விஜயவாடாவின் கிழக்குத்திசை, லேசாய் பீட்ருட் நிறம் வாங்கியிருந்தது. நூறு மீட்டர் தொலைவில் மாருதி போய்க்கொண்டிருக்க, டாக்ஸி ட்ரைவர் கேட்டான்.

"யார் ஸார்... அந்தப் பொண்ணு...?"

"இது உனக்குத் தேவையில்லாத கேள்வி. பேசாமே டாக்ஸியை ஓட்டு..."

"ஸார்... ஒரு பொண்ணை ஃபாலோ பண்றோம். பின்னாடி ஏதும் பிரச்னை வந்துடாதே...? விஜயவாடா போலீஸ் ரொம்பவும் மோசம் ஸார். லாக்கப்புக்கு கொண்டு போய்ட்டாங்கன்னா பிரிச்சு மேய்ஞ்சுடுவாங்க..."

"நீயோ நானோ... எந்தத் தப்புக் காரியமும் பண்ணப் போறதில்லை. அவ காரை ஃபாலோ பண்றோம்... வீட்டைக் கண்டுபிடிக்கிறோம்... அவ்வளவுதான். மீட்டர் சார்ஜை வாங்கிட்டு நீ போய்ட்டே இருக்கலாம்..."

"நீங்க மெட்ராஸா ஸார்..."

"தெரியுதா...?"

"பேசற தெலுங்கே சொல்லுதே ஸார்..."

இரண்டு நீளமான தெருக்களைக் கடந்தபின் மாருதி வேகம் குறைந்து, ரோட்டோரமாய் பார்க் செய்யப்பட்டிருந்த கார்களுக்குப் பின்னால் போய் நின்றது. சபரி திகைப்பு பார்வை பார்க்க, ட்ரைவர் சொன்னான்.

"அந்தப் பொண்ணு, கோயிலுக்குப் போகுது ஸார்.

விஜயவாடாவில் ஸ்ரீ ரேணுகாம்பாள் கோயில் ரொம்பவும் விசேஷம். இன்னைக்கு வெள்ளிக்கிழமை. காலையில் நாலு மணியிலிருந்தே பூஜைகள் ஆரம்பமாயிருக்கும்..."

சபரி, முன்பக்க கண்ணாடி வழியே குனிந்து பார்த்தான். ஸ்ரீ ரேணுகாம்பாள் கோயிலின் கோபுரம் சீரியல் பல்பு சரங்களால் நிறம் நிறமாய் ஒளிர்ந்து கொண்டிருந்தது. கோயில் முன்பக்கம் வாசலில் பெண்கள் கூட்டம்.

சபரி பார்த்துக் கொண்டிருக்கும்போதே மாருதி காரினின்றும் இறங்கிய அந்த சுடிதார் பெண், கோயில் வாசலில் இருந்த பூக்கடையில் இரண்டு முழும் பூ வாங்கிக் கொண்டு கோயிலுக்குள் நுழைந்தாள். டாக்ஸி டிரைவர், சபரியை திரும்பி பார்த்தான்.

"நீங்களும் கோயிலுக்குள்ளே போறீங்களா ஸார்?"

"வேண்டாம்... கும்பல் அதிகமாயிருக்கு. அந்தப் பொண்ணு, கோயிலுக்குள்ளே போய்ட்டு எப்படியும் காருக்கு வந்துதானே ஆகணும்...? வரட்டும்..."

"ஸ... ஸார்..."

"என்ன...?"

"ரோட்டுக்கு எதிர்த்தாப்புல இருக்கிற பேக்கரிக்குப் போய் ஒரு டீ குடிச்சுட்ட வரட்டுமா ஸார்...?"

"லேட் பண்ணிடாதே...!"

"ரெண்டே நிமிஷம் ஸார்... அரை டம்ளர் டீ குடிக்க எவ்வளவு நேரமாகும் ஸார்...?" டாக்ஸி டிரைவர் சொல்லிக் கொண்டே ரோட்டின் எதிர்பக்கம் இருந்த பேக்கரியை நோக்கிப் போய்விட... சபரி சீட்டின் முன்பக்கம் சாய்ந்து, கோயிலின் வாசலையே பார்த்துக் கொண்டிருந்தான். கோயிலுக்குள்ளே போகும் கூட்டமும் வரும் கூட்டமும் சமமாக இருந்ததால் அந்த இடம் நெரிசலாகக் காட்சியளித்தது.

சபரி பார்வையை நழுவ விடாமல் உன்னிப்பாய் பார்த்துக் கொண்டிருந்தான்.

118

நிமிஷங்கள் கரைந்து கொண்டிருக்க 'திடும்' மென்று டாக்ஸியின் வலதுபக்கம் கண்ணாடிக் கதவில் அந்தத் தட்டல் சத்தம் கேட்டது. "டொக்... டொக்....!"

சபரி திடுக்கிட்டுப் போய்த் திரும்பினான்.

கண்ணாடிக் கதவுக்கு அப்பால் யாரோ நின்று கொண்டு இருப்பது தெரிந்தது.

"யார்...?"

மனசுக்குள் முளைத்த கேள்வியோடு டாக்ஸியின் கண்ணாடிக் கதவைத் திறந்தான். வெளியே...

அந்த சுடிதார் பெண்.

பெரம்பூர் பேரக்ஸ் ரோட்டில் இருந்த புஷ்பா லாட்ஜ்க்கு முன்னால் போலீஸ் கமிஷனர் வைத்யாவின் கார், மண்டையில் சுழலும் சிவப்பு விளக்கோடு வேகமாய் வந்து நின்றது. லாட்ஜ் வாசலில் காத்திருந்த இன்ஸ்பெக்டர் ஷ்யாம், வைத்யாவை சல்யூட்டோடு எதிர் கொண்டு உள்ளே கூட்டிப்போனார். வைத்யா மாடிப்படிகளில் ஏறும்போது கேட்டார்.

"ரூம் நெம்பர் 71ல் டாய்லெட்டுக்குள்ளே இறந்துக் கிடந்தது சாத்தப்பன்தானா...?"

"ஆமா... ஸார்..."

"எப்படி ஐடென்டிஃபை பண்ணீங்க...?"

"சர்ட் பாக்கெட்ல ட்ரைவிங் லைசென்ஸ் இருந்தது ஸார்... அதுல இருந்த ஃபோட்டோவை வெச்சு ஐடென்டிஃபை பண்ணிகிட்டோம்..."

"மரணம் எப்படி...?"

"அமைச்சர் கார்மேகவண்ணன், எஸ்.டி.டி. பூத் செண்பகவல்லி இவங்களோட மரணங்கள் எப்படி நிகழ்ந்ததோ

அதே மாதிரி, சாத்தப்பனோட மரணமும் நடந்திருக்கு ஸார்..."

"அதாவது முதுகுத் தண்டுவடத்துல 'அமிர்தம் என்றால் விஷம்'ன்னு பச்சை குத்தியிருக்காங்க...?"

"ஆமா... ஸார்..."

மாடிப்படிகளில் ஏறி 71 எண்ணிட்ட அறைக்குள் நுழைந்தார் வைத்யா. அறையின் நடுவே ஒரு பெட்ஷீட்டால் போர்த்தப்பட்டு கிடந்த சாத்தப்பனை அரை நிமிஷ நேரம் பார்த்துவிட்டு ஷ்யாமிடம் திரும்பினார்.

"ஹோட்டல் மானேஜர் யாரு...?"

"இந்த ஆள்தான் ஸார்..." கொஞ்சம் தள்ளி நின்றிருந்த குமரேசனைக் காட்டினான் ஷ்யாம். குமரேசன் மார்புக்கு குறுக்காக கைகளைக் கட்டிக் கொண்டு வைத்யாவுக்குப் பக்கத்தில் வர, அவர் குரலை உயர்த்திக் கொண்டார்.

"இந்த 71 ம் நெம்பர் ரூம் காலியாத்தானே இருந்தது...?"

"ஆமா... ஸார்..."

"பூட்டி வெச்சிருந்த இந்த ரூமுக்குள்ளே சாத்தப்பனோட கொலை எப்படி...?"

"எனக்கு ஒண்ணுமே புரியலை ஸார்... இருபத்து நாலு மணி நேரமும் இதே லாட்ஜ்லதான் நான் இருப்பேன். என்னைத் தவிர ரூம் அலாட் பண்ண இங்கே யாரும் கிடையாது. எந்த ரூம்ல யார் இருக்காங்கன்னு எனக்கு நல்லாவே தெரியும். இந்த சாத்தப்பன் யார்ன்னே எனக்குத் தெரியாது ஸார்... இன்னிக்குத்தான் முதல் தடவையா பார்க்கிறேன்."

வைத்யா தன் இடது கையின் சுட்டு விரலை உயர்த்தினார். "இதோ பார்... இது ரொம்பவும் பெரிய விவகாரம். பொய் சொல்லி மாட்டிகிட்டா அதுக்கப்புறம் தப்பிக்கவே முடியாது. ஒரு மினிஸ்டர் எப்படி கொலை செய்யப்பட்டிருக்காரோ, அதே மாதிரிதான் இந்த பிம்ப் சாத்தப்பனும் கொலை

செய்யப்பட்டிருக்கான். உனக்கு தெரிஞ்ச உண்மைகளை இப்பவே சொல்லிடறது... பெட்டர்."

"ஸார்...! சத்தியமா எனக்கு எதுவும் தெரியாது ஸார்..."

"வேற யார் இதை பண்ணியிருப்பாங்கன்னு நினைக்கிறே...?"

"ஸார்...! இந்த லாட்ஜ்ல தங்கியிருக்கிற யாரோ ஒருத்தர்தான் இந்தக் கொலையைப் பண்ணியிருக்கணும். நான் வெளியே சாப்பிடப் போயிருக்கிற நேரத்துல சாத்தப்பன் யாரையாவது பார்க்க வந்து இருக்கலாம். வந்த இடத்துல தகராறு ஆகி...அது கொலையில் போய் முடிஞ்சிருக்கலாம்... டெட்பாடியை காலியா இருக்கிற இந்த ரூமுக்குள்ளே போட்டு ரூமை பூட்டியிருக்காங்க. லாட்ஜ்ல இருக்கிற பூட்டுக்கள் எதுவுமே சரியில்லை ஸார். ஒரு கம்பியைப் போட்டு திருகினா கூட திறந்துக்கும்..."

குமரேசன் சொல்லிக் கொண்டிருக்கும்போதே வைத்யாவின் செல்போன் கனைத்தது. எடுத்து காதுக்கு ஒற்றினார். "எஸ்..."

"ஸார்... நான் சீஃப் செக்யூரிட்டி ஆபீஸர் தாஸ். செழியன் வீட்டிலிருந்து பேசறேன்..."

"சொல்லுங்க தாஸ்."

"ஒரு அதிர்ச்சியான விஷயம் ஸார்."

16

"அதிர்ச்சியான செய்தியா...?" காதில் செல்ஃபோனை ஒட்ட வைத்து இருந்த போலீஸ் கமிஷனர் வைத்யா திகைப்போடு கேட்க, மறுமுனையில் செக்யூரிட்டி ஆபீஸர் படபடத்தார்.

"எஸ் ஸார்... அமைச்சரோட மகன் செழியனுக்கு ராத்திரி முழுக்க டைட் செக்யூரிட்டி கொடுத்தோம். இருந்தாலும்..."

"இருந்தாலும்...?"

"...."

"வாட் ஹேப்பண்ட்...? செழியன் இப்போ உயிரோட இல்லையா...?"

"ஸார்... செழியன் அறைக்குள்ளேயே ஒரு செக்யூரிட்டியை நிறுத்தி வைச்சு இருந்தோம். தூக்கம் வராம இருக்கிறதுக்காக டி.வி. பார்த்துகிட்டு இருந்த செழியன், திடீர்ன்னு மயக்கமாகி கீழே விழுந்துட்டார். பாதுகாப்புக்கு நின்னுட்டு இருந்த செக்யூரிட்டி குரல் கொடுக்கவும் நான் போய் பார்த்தேன். செழியன் அன் கான்ஷியஸ்ஸா கிடந்தார்."

"எ... எ... எப்படி...?"

"தெரியலை ஸார்..."

"செழியனோட ஃபேமிலி டாக்டரை வரவழைச்சீங்களா?"

"உடனே வரவழைச்சுப் பார்த்தோம் ஸார்..."

"டாக்டர் என்ன சொன்னார்...?"

"செழியனோட மயக்கத்துக்குக் காரணம், லோ பி.பின்னு சொன்னார்..."

"செழியன் ஒரு பி.பி. பேஷண்ட்டா...?"

"இல்லைன்னு அவரோட டாக்டர் சொன்னார்."

"பின்னே... எப்படி மயக்கம்...?"

"ஹாஸ்பிடலைஸ் பண்ணி செழியனை ஒரு முழுப் பரிசோதனைக்கு உட்படுத்தின பிறகுதான் எதையுமே சொல்லமுடியும் என்கிறார் டாக்டர். இப்போ ஆம்புலன்ஸில் ஹாஸ்பிடலுக்குப் போய்கிட்டிருக்கோம் ஸார்."

"எந்த ஹாஸ்பிடல்...?"

"எழும்பூர் மார்ஷல் ஸ்ட்ரீட்டில் இருக்கிற மல்லிகை நர்ஸிங் ஹோம்..."

"நான் பத்து நிமிஷத்துல அங்கே இருப்பேன்..."

சொன்னபடியே இருந்தார்.

ஐ.ஸி. யூனிட்டுக்கு வெளியே போலீஸ் செக்யூரிட்டி ஸ்க்வாட் ஒன்று, தோளில் சுமந்த துப்பாக்கிகளோடு அரைவட்டம் போட்டு நின்றிருக்க. நடுவில் செக்யூரிட்டி ஆபீஸர் நின்று, ஏதோ இன்ஸ்டரக்ஷன்ஸ் கொடுத்துக் கொண்டிருந்தார். கமிஷனர் வைத்யாவைப் பார்த்ததும் வேகவேகமாய் பக்கத்தில் வந்து நின்று சல்யூட் கொடுத்துத் தளர்ந்தார்.

"ஸார்.. ஐ.ஸி.யூனிட்டுக்குள்ளே டாக்டர் குழு ஒண்ணு இயங்கிகிட்டு இருக்கு..."

"செழியன் அவுட் ஆஃப் டேஞ்சர்தானே...?"

"பி.பி. கண்ட்ரோலுக்கு வற்றவரைக்கும் செழியனோட உடல்நிலை பற்றி எதுவும் நிச்சயமா சொல்ல முடியாதுன்னு டாக்டர்ஸ் அபிப்பிராயம் தெரிவிச்சிருக்காங்க ஸார்..."

வைத்யா அளவான பெருமூச்சொன்றை வெளியேற்றியபடி செக்யூரிட்டி ஆபீஸரைப் பார்த்தார். "செக்யூரிட்டி ஸ்க்வாட், செழியனின் பங்களாவில் இருக்கும்போதே இண்ட்டர்காம்ல ஒருத்தன் லேடி வாய்ஸ்ல பேசி செழியனை மிரட்டியிருக்கான். அவன் யார்ன்னு உங்களால ஏன் கண்டுபிடிக்க முடியலை...?"

"எவ்வளவோ ட்ரை பண்ணியும் அவன் கிடைக்கலை ஸார்... அவன் பங்களாவில் இருந்திருக்க வாய்ப்பில்லை ஸார்..."

"எப்படிச் சொல்றீங்க...? அவன் செழியனோடு இண்ட்டர்காமில் பேசியிருக்கானே...?"

"அதுதான் குழப்பமாயிருக்கு ஸார்..." செக்யூரிட்டி ஆபீஸர் தன் மோவாயை இடதுகை விரல்களால் கவலையாய் தடவிக் கொண்டு இருக்கும்போதே, ஐ.ஸி.யூனிட் கதவைத் திறந்து கொண்டு செழியனின் ஃபேமிலி டாக்டர் ரங்கராஜனும் இன்னொரு டாக்டரும் வெளியே வந்தார்கள்.

கமிஷனர் வைத்யா வேகமான நடையில் அவர்களைத் தொட்டார். "டாக்டர்...! ஹெள இஸ் ஹி...?"

"ப்ளீஸ்... கம் வித் மீ...! என்னோட அறைக்குப் போயிடலாம். இங்கே எதையும் பேச வேண்டாம்..."

வைத்யா அந்த டாக்டர்களோடு இணைந்து நடந்தார். இரண்டு நிமிஷ நீளமான நடையில் டாக்டர் ரங்கராஜனின் அறை வந்தது. நாற்காலிகளில் சாய்ந்தார்கள். வைத்யா தன்னுடைய பதற்றத்தைக் கட்டுப்படுத்திக் கொள்ள முடியாமல் மறுபடியும் கேட்டார்.

"ஹெள இஸ் செழியன் டாக்டர்...?"

"நவ் ஹி இஸ் இன் டேஞ்சர்..."

"ஸோ பி.பி இன்னும் கண்ட்ரோலுக்கு வரலையா டாக்டர்...?"

"செழியனுக்கு பி.பியே கிடையாது."

"தென்... வாட் இஸ் த ப்ராப்ளம்?"

"பாய்ஸனிங்..."

"டாக்டர்... வாட் டூ யூ ஸே...?!"

"எஸ்... செழியனின் உடம்பு முழுக்க ஓடிட்டு இருக்கிற ரத்தத்தில் பாய்ஸன் கலந்திருக்கு..."

"எ... எ... எப்படி டாக்டர்...?"

"விஷம் கலந்த எதையோ சாப்பிட்டிருக்கார். அவரோட ரத்தத்தை எடுத்து சோதனை செஞ்சு பார்த்தப்பதான் தெரிஞ்சுது... விஷம் எந்த மாதிரியான வகைன்னு தெரியலை. அதை கெமிக்கல் லேப்புக்கு கொண்டு போனால்தான் தெரியும்..."

வைத்யா படபடத்தார்.

"டாக்டர்... இந்த விஷத்தை முறிக்க முடியாதா?"

"விஷத்தை முறிக்க பவர்ஃபுல் இஞ்ஜெக்‌ஷன்ஸ் போட்டு இருக்கோம். அது எந்த அளவுக்கு வேலை செய்யும்ன்னு தெரியலை... காலை ஆறு மணிக்கு மேலதான் எதையுமே சொல்ல முடியும்."

மேஜையின் மேல் இருந்த டெலிஃபோன் அலறியது ரங்கராஜன் எடுத்தார். மறுமுனையில் ஒலித்த பேச்சைக் கேட்டதும் பவ்யமாகி எழுந்து நின்றார்.

"சொல்லுங்க... ஸார்..."

"........."

"பார்க்க வர்றாரா...? ம்... வரட்டும் ஸார்."

"..........."

"எஸ்... எஸ்... கமிஷனரும் இங்கேதான் இருக்கார். ஓ.கே... ஓ.கே... வெயிட் பண்றோம்..." ரங்கராஜன் ரிஸீவரை வைத்துவிட்டு அந்தக் குளிரான வேளையிலும் வியர்த்துப்

போயிருந்த தன் முகத்தை கர்ச்சீஃப்பால் ஒற்றிக் கொண்டு வைத்யாவை ஏறிட்டார்.

"செழியனைப் பார்க்கிறதுக்காக சீஃப் மினிஸ்டர் வந்துகிட்டு இருக்கிறதாக சீஃப் செக்ரட்ரி ஃபோன் பண்ணினார்."

"மை குட்னஸ்...!" கமிஷனர் வைத்யா ஒரு நேர்க்கோடு மாதிரி எழுந்து நின்று, தலைக்குத் தொப்பியைப் பொருத்திக் கொண்டார்.

எல்லோரும் ஹாஸ்பிடலின் வாசலுக்குப் போய் காத்திருக்க, அடுத்த பத்தாவது நிமிடம் இரண்டு பைலட் ஜீப்கள் சத்தம் இல்லாமல் வந்து போர்டிகோவில் நிற்க, அவற்றுக்குப் பின்னாலேயே சீஃப் மினிஸ்டரின் வெள்ளை நிற அம்பாஸிர் வந்து நின்றது.

முதலமைச்சர் திருஞானம், கவலையில களைத்துக் போயிருந்த முகத்தோடு காரிலிருந்து இறங்கினார். வைத்யா முதல் ஆளாய் முன்னால் போய் சல்யூட் வைக்க, சி.எம். படபடத்தார்.

"யூனிஃபார்மை போட்டுகிட்டு என்னய்யா பண்ணிகிட்டு இருக்கீங்க...? அமைச்சர் கார்மேகவண்ணனை கண்ணாடிப் பெட்டியில் வெச்ச கும்பல் தொடர்ந்து அதையே முழு நேர வேலையா வெச்சுகிட்டு செண்பகவல்லி, சாத்தப்பன்னு காரியங்களைப் பண்ணிட்டு வர்றாங்க... போலீஸ் டிபார்ட்மெண்ட்டுன்னு ஒண்ணு இருக்கா, இல்லையான்னே எனக்கு சந்தேகமாயிருக்கு..."

"ஸாரி ஸார்... வீ ஹேவ் டேக்கன் சிவியர் ஸ்டெப்ஸ் டூ..."

சி.எம். கையமர்த்தினார். "இந்த உத்யோகபூர்வமான பதில்கள் எல்லாம் எனக்கு வேண்டாம். செழியனுக்கு செக்யூரிட்டி ஸ்க்வாட் போட்டுப் பாதுகாப்பு கொடுத்தீங்க... என்னாச்சு? செழியனை அன்கான்ஷியஸ் ஸ்டேஜ்ல ஹாஸ்பிடலுக்கு கொண்டு வந்தாச்சு! செழியனுக்கு டைட் செக்யூரிட்டி கொடுத்தும் அவனுக்கு இப்படி ஒரு நிலைமை."

வைத்யா எதுவும் பேசத் தோன்றாமல் நிற்க சி.எம்மின் பார்வை, டாக்டர் ரங்கராஜனிடம் திரும்பியது.

"செழியன் கான்ஷியஸ்க்கு வந்துட்டானா?"

"இல்ல ஸார்...?"

"ஏன் செழியனுக்கு என்ன பிரச்னை... வெறும் மயக்கம்தானே...?"

"இல்லை ஸார்... செழியனோட ரத்த ஓட்டத்தில் பாய்ஸன் கலந்திருக்கு..."

"எ... எ... எப்படி...?"

"சாப்பிட்ட ஃபுட் காரணமாய் இருக்கலாம்... ஸார். இப்ப இருக்கிற நிலைமையை வெச்சுப் பார்க்கும்போது செழியன் இன்னமும் அபாயக் கட்டத்தை தாண்டலை..."

சி.எம். திருஞானம், கோபத்தில் குரலை உயர்த்தினார். "நோ டாக்டர்... செழியன் சாகக்கூடாது... அவன் உயிர் பிழைக்கணும்... அட் எனி காஸ்ட் அவன் உயிர் பிழைக்கணும். செழியன் செத்தா எதிரிகள் ஜெயிச்சுடுவாங்க... ஜெயிக்கக்கூடாது! வாங்க... செழியனைப் பார்க்கலாம்."

விஜயவாடா.

டாக்ஸியின் கண்ணாடி ஜன்னல் கீழே இறக்கப்பட்ட அந்த சதுரத்தில் சுடிதார் அணிந்த பெண்ணின் முகம் தெரிய, சபரி திடுக்கிட்டுப் போய் அவளையே பார்த்தான்.

அவள் புன்னகைத்தாள்.

"குட்மார்னிங் மிஸ்டர் சபரி..."

"ம்... ம்... குட்மார்னிங்! நீ... நீங்க...?"

"ஸார்! அயாம் பார்கவி... உங்களை ரிஸீவ் பண்ணத்தான் ரயில்வே ஸ்டேஷனுக்கு வந்தேன்... கையில் உங்க பேர் எழுதிய அட்டையை வெச்சிருந்தேன்..."

"ஸாரி... நான் கவனிக்கலை..."

"ஏன்... பொய் சொல்றீங்க...? நீங்க என்னை நோட் பண்ணாமே இருந்திருந்தா என்னை ஏன் ஃபாலோ பண்ணிட்டு வர்றீங்க...? உங்களை இப்படி கையும் களவுமா பிடிக்கத்தான் கோயிலுக்குப் போற மாதிரி போக்கு காட்டிட்டு பின்பக்கம் வழியாய் வந்து மடக்கிட்டேன்... எனக்கும் கொஞ்சம் மூளை இருக்கு ஸார்."

சபரி காரைவிட்டு இறங்காமலேயே கேட்டான்.

"நான் விஜயவாடாவுக்கு வர்றது உனக்கு எப்படித் தெரியும்...?"

"இந்தக் கேள்விக்கு உங்களுக்குப் பதில் வேணும்னா நீங்க ஒரு வேலை செய்யணும் ஸார்..."

"என்ன...?"

"இந்த டாக்ஸியை 'கட்' பண்ணிட்டு, என்னோட கார்ல வரணும்.."

சபரி அவளையே பார்க்க, அவள் புன்னகைத்தாள்.

"நீங்க ஒரு போலீஸ் ஆபீஸர்...! என்னை மாதிரியான ஒரு பெண் கூப்பிட்டா பயப்படலாமா ஸார்?"

"பயப்படலை..."

"பின்னே இப்படி யோசிக்கறீங்க.? நான் ஒண்ணும் க்ரிமினல் கிடையாது ஸார்... தைரியமா என் கூட வாங்க."

சபரி டாக்ஸியை விட்டு இறங்கி சற்றுத் தொலைவில் டீக்கடை ஒன்றில் டீ குடித்துக் கொண்டிருந்த டாக்ஸி டிரைவரை கையசைத்துக் கூப்பிட்டான். அவன் டீயை அவசர அவசரமாய் குடித்துவிட்டு ஓடிவந்தான்.

"ஸார்..."

"டாக்ஸியை 'கட்' பண்ணிக்கறேன். எவ்வளவு தரணும் சொல்லு...?"

அவன் சொன்ன தொகையைக் கொடுத்துவிட்டு அந்த சுடிதார் பெண்ணோடு நடந்தான் சபரி.

அவளுடைய காரை நெருங்கி உள்ளே ஏறி அமர்ந்தார்கள். காரை அவள் ஓட்டினாள். கார் வேகம் பிடித்ததும் சபரி கேட்டான்.

"உன்னோட பேர் என்னன்னு சொன்னே?"

"பார்கவி..."

"மலையாளப் பெயர் மாதிரி இருக்கு?"

"நான் மலையாளிதான்...!"

"சரி... நான் விஜயவாடாவுக்கு வர்றது உனக்கு எப்படித் தெரியும்...?"

"இந்தக் கேள்விக்கு நான் பதில் சொல்லலாமா?" பின்பக்கத்திலிருந்து எழுந்த ஆண் குரலைக் கேட்டு திடுக்கிட்டுப் போய் திரும்பிப் பார்த்தான் சபரி.

காரின் பின்சீட்டில் கால்மேல் கால் போட்டபடி, சாய்ந்து உட்கார்ந்திருந்தான் அவன்!

17

காரின் பின்சீட்டில் கால்மேல் கால் போட்டபடி உட்கார்ந்திருந்த அந்த இளைஞனுக்கு இருபத்தைந்து வயது இருக்கலாம். மேலுதட்டில் கெட்டியாய் மீசை வைத்து, ஒரு ஹீரோ மாதிரி தோற்றம் காட்டினான். தலை கொள்ளாத கேசம், கார் போகும் வேகத்துக்கு காற்றில் பறந்தது.

சபரி திகைப்பாய் பார்த்துக் கொண்டிருக்கும்போதே, அந்த இளைஞன் புன்னகைத்தான்.

"பயப்படாதீங்க ஸார்... அயாம் ப்ரகதீஷ்... க்ளாட் டு மீட் யூ..."

அவன் நீட்டிய கையை தளர்வாய் பிடித்துக் குலுக்கிய சபரி, காரை ஓட்டிக் கொண்டிருந்த பார்கவியைத் திரும்பிப் பார்த்தான்.

"நீங்கெல்லாம் யாரு...? இப்போ என்னை எங்கே கூட்டிட்டுப் போறீங்க...?"

ப்ரகதீஷ் சிரித்தான். "மிஸ்டர் சபரி! நீங்க என்னையும் பார்கவியையும் பார்த்துப் பயப்பட வேண்டியது இல்லை. நீங்க விஜயவாடாவுக்கு வரப்போறது எங்களுக்கு எப்படித் தெரியும்ன்னு கேட்டீங்க. அந்தக் கேள்விக்கு உங்களுக்கு பதில் வேணுமா, வேண்டாமா?"

"வே... வேணும்...!"

"நீங்க விஜயவாடாவுக்கு வரப்போறதைப் பத்தி எங்களுக்குத் தகவல் கொடுத்தது யார் தெரியுமா...?"

"யாரு...?"

"செழியன்."

சபரியை வியப்பு மோதியது. "எ... எ... எந்தச் செழியன்...? செத்துபோன அமைச்சர் கார்மேகவண்ணனோட பையனா...?"

"அதே செழியன்தான்..."

"செழியனுக்கும் உங்களுக்கும் எப்படி பழக்கம்?"

"ஸார்... நாம இப்போ ஒரு இடத்துக்குப் போகப்போறோம். அங்கே போனதும் உங்களுக்கு எல்லா விவரமும் புரியும்."

சபரி, பார்கவியையும் ப்ரகதீஷ்வையும் மாறி மாறிப் பார்த்தான். 'இவர்கள் பேச்சை எந்த அளவுக்கு நம்புவது......?'

'செழியன் என்று சொன்னதுகூட பொய்யாக இருக்கலாம்...!'

கார் இப்போது வேகமாய் போய்க் கொண்டிருந்தது. விஜயவாடா நன்றாக விடிந்திருக்க, நகரின் கட்டிடங்கள் பார்வைக்குக் கிடைத்தன. அடுத்த பத்து நிமிஷப் பயணத்தில் கட்டிடங்கள் காணாமல் போய், பொட்டல் வெளிகளும் வயல்களும் மாறி மாறி வந்தன.

இது சிட்டி அவுட்டர். நேர்த்தியான ஹைவேஸ் ரோட்டில் கார் பாய்ந்தது. சபரி காரை ஓட்டுகிற பார்கவியையத் தயக்கமாய் பார்த்துவிட்டுக் கேட்டான்.

"இப்போ எங்கே யாரைப் பார்க்கப் போறோம்?"

"அங்கே போனதும் உங்களுக்குத் தெரியும்."

"இன்னும் எத்தனை நேரம் பயணம்?"

"இதோ வந்தாச்சு...!" சொன்ன பார்கவி, காரை சட்டென்று ஹைவேஸ் ரோட்டிலிருந்து விலக்க, அது வலது பக்கமாய்

பிரிந்து போன மண்பாதையைத் தொட்டது.

இரண்டு பக்கமும் வயல்வெளிகள். காலையில் அடித்த குளிர் காற்றில் சோளக்கதிரின் மணம். சூரியனின் முதல் வெளிச்சம். பயிர்களை வருடியிருந்தது.

சபரி மனசுக்குள் இப்போது இனம் புரியாத பயம்.

'உண்மையிலேயே இவர்கள் யார்?'

'எனக்கு உதவி செய்யப் போகிறவர்களா...! இல்லை, உபத்திரவம் தரப் போகிறவர்களா?'

மண்பாதையில் ஒரு பத்து நிமிஷ குலுங்கலான பயணத்திற்குப் பிறகு, தென்னந்தோப்புகள் அடர்த்தியாய் வந்தது. தோப்பின் உள்ளே கார் நுழைய... மரங்களுக்குப் பின்னால் தெரிந்த பிரம்மாண்டமான பங்களாவை சபரியின் கண்கள் வாங்கியது.

'இது யாருடைய பங்களா...?'

சபரி குழப்பமாய் யோசித்துக் கொண்டிருக்கும்போதே கார், தென்னை மரங்களின் அணி வகுப்பை முடித்துக் கொண்டு, திறந்து இருந்த காம்பௌண்ட் கேட் வழியாகப் பங்களாவுக்குள் நுழைந்து போர்டிகோவில் போய் நின்றது.

பார்கவி புன்னகையோடு பார்த்தாள். "ப்ளீஸ் கெட் இன், சபரி ஸார்..."

"இது யாரோட பங்களா...?"

"காரை விட்டு இறங்கி உள்ளே போனா இது யாரோட பங்களான்னு உங்களுக்கே தெரியும்." பார்கவியும் ப்ரகதீஷ்ம் காரினின்றும் இறங்கி, போர்டிகோ படிகளில் ஏற... சபரி தயக்கமாய் பின்தொடர்ந்தான். பழைய காலத்து ஜமீன் பங்களாவை பெயிண்ட்டும் டிஸ்டெம்பரும் விதவிதமான நிறங்களில் மாறி மாறிக் குளிப்பாட்டியிருந்தது.

சபரி, போர்டிகோ படிகளை முடித்துக் கொண்டு பங்களாவின்

ஹாலுக்குள் நுழைந்தான். மைதானம் போல் பரந்துக் கிடந்த ஹாலில் மையத்தில் 'ப' வடிவத்தில் வெல்வெட் சோஃபாக்கள் தெரிய, ஹால் சீலிங் மையத்திலிருந்து ஒரு பெரிய ராட்சஸ லஸ்தர் விளக்கு, திராட்சைக் கொத்தைப் போல் தொங்கிக் கொண்டிருந்தது.

"உட்காருங்க ஸார்..."

சபரி சுற்றும் முற்றும் பார்த்துக் கொண்டே சோஃபாவில் தயக்கமாய் உட்கார்ந்தான். பக்கத்து சோஃபாக்களில் பார்கவியும் ப்ரகதீஷீம் அமர்ந்தார்கள். சபரி பிரமிப்பு அகலாமல் ஹாலைப் பார்த்துக் கொண்டு இருக்கும்போதே ப்ரகதீஷ் கேட்டான்.

"என்ன ஸார் சாப்பிடறீங்க...! காப்பி...?"

சபரி சற்றே கோபமாய் அவனை ஏறிட்டான். "இதோ பார். இந்த உபச்சாரமெல்லாம் எனக்கு வேண்டாம். உண்மையிலேயே நீங்கெல்லாம் யாரு... இது யாரோட பங்களா...? எதுக்காக என்னை இங்கே கூட்டிட்டு வந்து இருக்கீங்க...?"

"சபரி ஸார்...! நீங்க ஒரு போலீஸ் ஆஃபீஸர். நீங்க மெட்ராஸிலிருந்து இங்கே வந்தது யாரைப் பார்க்கன்னு சொல்ல முடியுமா?"

"அதையெல்லாம் உன்கிட்ட சொல்ல வேண்டிய அவசியம் இல்லை..."

பார்கவி குறுக்கிட்டாள். "சபரி ஸார்! நீங்க இந்த விஜயவாடாவுக்கு யாரைப் பார்க்க வந்து இருக்கீங்க... எதுக்காக வந்து இருக்கீங்கன்னு எங்களுக்கு நல்லாவே தெரியும்! நீங்க இங்கே வந்தது அமிர்தாவைப் பார்க்கத்தானே...?"

சபரி பதில் பேசாமல் அந்த இரண்டு பேர்களையுமே மாறி மாறிப் பார்க்க, ப்ரகதீஷ் சிரித்தான்.

"ஸார்...! நீங்க எந்த அமிர்தாவைப் பார்க்க வந்து இருக்கீங்களோ, அந்த அமிர்தாவோட பங்களாதான் இது!"

"அந்த அமிர்தா வேற யாரும் கிடையாது ஸார்... எனக்கும் ப்ரகதீஷ்க்கும் அம்மா. ப்ரகதீஷ் எனக்கு அண்ணன்."

சபரி திகைப்பில் சுவாசிக்கத் திணறிக் கொண்டிருக்கும் போதே ப்ரகதீஷ் எதிர்ப்பக்கம் கையைக் காட்டினான். "அதோ! அம்மாவே வந்துட்டாங்க...!"

திரும்பிப் பார்த்தான் சபரி.

அந்த ஐம்பது வயது அமிர்தா, மாடிப்படிகளில் நிதானமாய் இறங்கிக் கொண்டிருந்தாள். ஒரு காலத்தில் அழகாய் சதைப்பிடிப்போடு இருந்த முகம், இப்போது தொய்வாய் தெரிந்தது. எளிமையான ஒரு பிரிண்டட் வாயல் சேலை. நெற்றியில் சிரத்தையாய் வைக்கப்பட்ட விபூதித் தீற்றல்.

சபரி தன்னையும் அறியாமல் எழுந்து நின்றான்.

சென்னை.

முற்கபல் பதினோரு மணி. கோட்டையில் இருக்கும் கான்ஃபரன்ஸ் ஹாலில் உயர் போலீஸ் அதிகாரிகளின் கூட்டத்தைக் கூட்டி, அதில் நெருப்பாய் பொரிந்துக் கொண்டிருந்தார் முதலமைச்சர் திருஞானம்.

"தமிழ்நாட்டில போலீஸ் டிபார்ட்மெண்ட் இயங்குதான்னு எனக்கு ஒரு பெரிய சந்தேகம். ஏதோ ஒரு கும்பல் 'அமிர்தம் என்றால் விஷம்'னு ஒரு வாக்கியத்தைப் பிரதானமாக வெச்சுகிட்டு, வாழைப்பழத் தோலை உரிக்கிற மாதிரி ரொம்பவும் சுலபமா கொலைகளைப் பண்ணிட்டிருக்கு... கடந்த எழுபத்திரண்டு மணி நேரத்துல அமைச்சர் கார்மேகவண்ணன் உள்பட மூணு பேர், கொலை செய்யப்பட்டு இருக்காங்க... அமைச்சரின் மகன் செழியன், இப்போது ஹாஸ்பிடலில் அபாயக்கட்டத்துல.

கடுமையான விஷத்தால பாதிக்கப்பட்ட இருக்கிற செழியன், உயிர் பிழைப்பாரான்னு டாக்டர்கள்கிட்ட கேட்டா அவங்களால

பதில் சொல்ல முடியவில்லை. வீடு முழுக்க செக்யூரிட்டிகள் இருந்தும் செழியனோட உயிருக்கு ஆபத்து ஏற்பட்டிருக்கு. இப்படி ஒரு கையாலாகாதத்தனம் போலீஸ் துறையில் இருக்கலாமா...?

இன்னைக்கு தமிழ்நாட்டுல எவ்வளவோ ஜீவாதாரப் பிரச்சினைகள். பக்கத்து ஸ்டேட்க்காரன்கிட்ட ஒரு சொட்டு தண்ணீர் வாங்கறதுக்குள்ள ஒரு குடம் கண்ணீரை நாம சிந்த வேண்டியிருக்கிறது. நிதி நிலைமை சரியில்லாததால கஜானால காத்து மட்டும்தான் இருக்குது. எந்த ஒரு சின்னப் பிரச்சினைக்கும் மக்கள், பொறுமை இழந்து போய் ரோட்டுக்குப் போராட வந்துறாங்க. இத்தனை பிரச்சினைகளையும் நான் சமாளிச்சாகணும். 'அமிர்தம் என்றால் விஷம்' மாதிரி மனிதாபிமானமற்ற கொடூரமான கொலைகள் போலீஸ்துறைக்கு சவாலாயிருக்குது."

போலீஸ் துறையின் தலைவர், டி.ஜி.பி. காசிவிஸ்வநாதன் முன்வரிசை நாற்காலியிலிருந்து மெல்ல எழுந்தார். தனக்கு முன்னால் இருந்த மைக்கில் பேசினார்.

"ஸார்... நான் ஒரு கருத்தைச் சொல்லலாமா?"

"சொல்லுங்க...! அதுக்காகத்தானே இப்படி ஒரு மீட்டிங் போட்டிருக்கோம்..."

டி.ஜி.பி. காசி விஸ்வநாதன் மைக்கில் தன் குரலை உயர்த்தினார் "ஸார்...! தமிழ்நாடு போலீஸ் இன்றைக்கும் சரி, என்றைக்கும் சரி, திறமை வாய்ந்த போலீஸ். எஃப்ஷியன்ஸியை வைத்துப் பார்க்கும்போது, வரைபடத்தில் நாம் எங்கேயோ இருக்கோம். 'அமிர்தம் என்றால் விஷம்' போன்ற மனிதாபிமானமற்ற கொடூரமான கொலைகளுக்கும் உடனே முற்றுப்புள்ளி வைக்க வேண்டிய கடமை, போலீஸ்துறைக்கு உள்ளது என்று சொன்னீர்கள். போலீஸ்காரனும் ஒரு மனிதன்தான். அவனுக்கு சூப்பர்மேன் மாதிரியான சக்தி எதுவும

கிடையாது மற்றவர்களைப் போலவே அவனும் மூளையை உபயோகித்துத்தான் காரியங்களைச் செய்ய முடியும்.

இப்போது உருவாகியுள்ள கிரிமினல்கள், கொஞ்சம் புத்திசாலிகளாக உள்ளார்கள். அது மட்டும் இல்லை, அவர்கள் பணக்காரர்களும் கூட. பணம் என்றால் இந்தியப் பணம் கிடையாது. எல்லாமே வெளிநாட்டுப் பணம். காக்கி யூனிஃபார்முக்கும் பணத்துக்கும் மோதல் ஏற்படும்போது, காக்கி யூனிஃபார்ம் தோற்றுப்போய் விடுகிறது. உதாரணத்துக்கு உங்கள் மந்திரிசபையில் இருந்து வரும் அமைச்சர் ஒருவர், கிரிமினல் கும்பல் ஒன்றை கையில் வைத்துக் கொண்டு, கட்டப் பஞ்சாயத்துக்களை நடத்தி லட்சணக்கில் பணம் சம்பாதித்துக் கொண்டு இருக்கிறார். கட்டப் பஞ்சாயத்தின்போது நடக்கும் கொலைகள். சாலை விபத்துகளாக மாற்றப்படுகிறது கொலையாளிகள் வெளியே சுற்றிக் கொண்டு இருக்கிறார்கள்."

முதல் அமைச்சர் திருஞானம் குறுக்கிட்டார்... கோபமாய்.

"யார் அந்த அமைச்சர்?"

"ஸாரி ஸார்... அவருடைய பெயரை நான் சொல்ல விரும்பவில்லை... சொன்னாலும் பயனில்லை..."

"மிஸ்டர் டி.ஜி.பி...! என் மந்திரி சபையில் மொத்தம் 46 மந்திரிகள் இருக்கிறார்கள். எல்லோருமே கட்சியின் ஆரம்பிக் காலத்தில் இருந்தே என்னோடு இருந்தார்கள். மக்களுக்குச் சிறப்பாகப் பணி செய்வார்கள் என்று நம்பித்தான் அவர்களுக்கு அமைச்சர் பதவிகளைக் கொடுத்தேன். நான் ஒரு முதலமைச்சராக இருந்தாலும் இதையெல்லாம் பொறுத்திருக்க முடியாது. கட்டப் பஞ்சாயத்துக்களை நடத்தி லட்சக்கணக்கில் பணம் சம்பாதிக்கும் அந்த அமைச்சர் யார் என்பதை என்னிடம் சொல்லுங்கள். இப்போதே இந்த நிமிஷமே நான் நடவடிக்கை எடுக்கிறேன்..."

"வேண்டாம் ஸார்...! பின்னால் ஏதாவது பிரச்சினைகள் ஏற்பட்டால் அதை என்னால் ஃபேஸ் பண்ண முடியாது...

அரசியல்வாதிகள் எதை வேண்டுமானாலும் தின்று ஜீரணித்துக் கொள்வார்கள். எங்களைப் போன்ற அதிகாரிகளால் அது முடியாது... எங்களுக்கு குடும்பம் இருக்கிறது. அவர்களாவது நிம்மதியாக வாழ வேண்டாமா...?"

"அந்த அமைச்சர் யார் என்பதை தக்க ஆதாரங்களுடன் சொல்லுங்கள், இந்த நிமிஷமே அவரை டிஸ்மிஸ் செய்கிறேன்.."

டி.ஜி.பி. தலையைக் குனிந்து கொண்டு மௌனம் சாதிக்க, முதலமைச்சர் திருஞானம் மற்ற போலீஸ் அதிகாரிகளைப் பார்த்து இரைந்தார்.

"உங்களில் யாருக்காவது அந்த அமைச்சர் யார் என்பது தெரியுமா...?"

"எனக்குத் தெரியும் ஸார்" முதலமைச்சர் திருஞானம், குரல் வந்த திசையை நோக்கித் திரும்பினார். போலீஸ் கமிஷனர் வைத்யா நின்றிருந்தார்.

"சொல்லுங்கள்... யார் அந்த அமைச்சர்?"

வைத்யா சில விநாடிகள் தயங்கிவிட்டு, பின் மெல்லிய குரலில் சொன்னார்

"உங்களுடைய மருமகன் கணேசபாண்டியன் ஸார்."

18

முதலமைச்சர் திருஞானத்தின் கார், அடையார் இந்திரா நகரில் இருந்த தன்னுடைய மகள் ஸ்ருதியின் வீட்டை நோக்கி ஒரு அம்பு எய்த மாதிரி பறந்து கொண்டிருக்க காரின் பின்சீட்டில் உட்கார்ந்திருந்த திருஞானம், செல்ஃபோனில் ஸ்ருதியோடு பேசிக் கொண்டிருந்தார்.

"அம்மா... ஸ்ருதி..."

"சொல்லுங்கப்பா..."

"உன் வீட்டுக்குத்தான் நான் இப்போ வந்துட்டிருக்கேன்."

"வாங்கப்பா..."

"வீட்ல மாப்பிள்ளை இருக்காராம்மா?"

"இந்நேரத்துக்கு அவர் ஃபோர்ட்லதானே இருப்பார்?"

"இல்லையேம்மா..."

"ஃபோர்ட்டுக்குத்தானே போறேன்னு சொல்லிட்டுப் போனார். வேற ஏதாவது ஃபங்ஷனுக்குப் போயிட்டாரோ என்னவோ?"

"உன்னோட மாமாவும் அத்தையும் இன்னும் ஊரிலிருந்து வரலையாம்மா?"

"வரலை! அவங்க தீபாவளி கழிச்சுத்தான் வருவாங்கப்பா."

138

"வீட்டுல வேற யாரும் கெஸ்ட் இல்லையே?"

"யாரும் இல்லேப்பா... இப்போ வீட்டுல நான் மட்டும்தான்... ஏம்ப்பா... என்ன விஷயம்...?"

"உன்கிட்டே கொஞ்சம் பேச வேண்டியிருக்கம்மா"

"என்ன விஷயமா...?"

"நேர்ல வந்து சொல்றேம்மா!" திருஞானம் செல்ஃபோனை அணைத்து, சர்ட் பாக்கெட்டில் பதுக்கிக் கொண்டார்.

கார் அடையாரைத் தொட்டு இந்திரா நகரில் இருந்த அவருடைய மகள் ஸ்ருதியின் பங்களாவுக்குள் நுழைந்த போது ஸ்ருதி, போர்ட்டிகோ படிகளில் காத்திருந்தாள்.

"வாங்கப்பா..."

வரவேற்ற ஸ்ருதிக்கு முப்பது வயது இருக்கும் செக்கண்ட் ஸ்டேண்டர்ட் படிக்கும் ஏழு வயது ராகுலுக்கு தாய் என்பதை அவளுடைய தோற்றம் காட்டிக் கொடுக்க மறுத்தது.

திருஞானம் போர்ட்டிகோ படிகள் ஏறிக் கொண்டே கேட்டார்... "எப்படம்மா இருக்கே...?"

ஸ்ருதி அழகாய் அண்ணாந்து சிரித்து விட்டுச் சொன்னாள். "இந்த தமிழ்நாட்டுக்கு முதலமைச்சராயிருக்கிற உங்களுக்குப் பொண்ணா பொறந்து இருக்கேன். செளக்கியத்துக்கு என்னப்பா குறைச்சல்? உள்ளே வாங்கப்பா..."

இருவரும் உள்ளே போனார்கள், வீடு அமைதியாய் இருந்தது. "நீங்க எப்படிப்பா இருக்கீங்க...?"

திருஞானம் சிரித்தார். "எப்பவும் பல பிரச்சினைகளோடு சந்தோஷமாயிருக்கேன்."

"பி.பி. கன்ட்ரோல்ல இருக்காப்பா?"

"ம்...ம்"

"மறக்காம தினமும் பில்ஸ் எடுத்துக்குங்கப்பா... அம்மா இருந்து இருந்தா, ஞாபகமா எடுத்துக் கொடுப்பாங்க."

"என் கூட இருந்து டென்ஷன் பட்டுப் பட்டே போய்ச் சேர்ந்துட்டா... அவ ஒரு அஞ்சு வருஷம்கூட இருந்துட்டுப் போயிருக்கலாம்" சொல்லிக் கொண்டே பிரம்பு நாற்காலியில் போய் உட்கார்ந்தார்.

"ஏதாவது சாப்பிடறீங்களாப்பா?"

"ஒண்ணும் வேண்டாம்மா...! உயர் போலீஸ் அதிகாரிகள் மீட்டிங்ல பேசிட்டு, நேரா உன் வீட்டுக்குத்தான் வறேன்..."

"அந்த 'அமிர்தம் என்றால் விஷம்' விவகாரம் என்னப்பா ஆச்சு...? கொலையாளிகளைக் கண்டு பிடிச்சாச்சா...?"

"இல்லேம்மா...! இன்னிக்கு மீட்டிங்ல அதைப் பத்தித்தான் டிஸ்கஸ் பண்ணினோம்..." திருஞானம் சொல்லிக் கொண்டிருக்கும்போதே டெலிஃபோன் டீபாயின் முனையிலிருந்து குரைத்தது.

"யார்ன்னு பாரம்மா...!"

ஸ்ருதி ரிஸீவரை எடுத்தாள். "ஹலோ...!"

மறுமுனையில் ஒரு ஆண் குரல் கேட்டது.

"அமைச்சர் கணேசபாண்டியன் இருக்காரா...?"

"இல்லையே... நீங்க யாரு...?"

"டொக்!" ரிஸீவர் வைக்கப்படும் சத்தம் கேட்டது ஸ்ருதி இரண்டு முறை, 'ஹலோ... ஹலோ... ஹலோ' என்று சொல்லிவிட்டு ரிஸீவரை வைத்தாள்.

"இப்படித்தாம்ப்பா... அடிக்கடி யாராவது ஒருத்தர் ஃபோன் பண்ணி, அமைச்சர் கணேசபாண்டியன் இருக்காரான்னு கேட்பாங்க.... இல்லையேன்னு சொன்னதும் 'டக்'ன்னு வெச்சிடுவாங்க. யாரு, ஏன், என்னேன்னு ஒரு விவரமும்

சொல்ல மாட்டாங்க..."

மகளை ஏறிட்டார் திருஞானம். "ஆமா ஸ்ருதி! நான் சொல்றேன்னு தப்பா நினைச்சுக்காதே... உன்னோட புருஷனை நான் மந்திரியாக்கின பிறகு அவரோட நடவடிக்கைகள் எதுவும் சரியில்லை."

ஸ்ருதியின் முகம் மாறியது. "சரியில்லைன்னா எப்படி...? எனக்குப் புரியல்லேப்பா...!"

"இன்னிக்கு நடந்த உயர் போலீஸ் அதிகாரிகள் மீட்டிங்ல டி.ஜி.பியும், போலீஸ் கமிஷனரும் உன் வீட்டுக்காரர் மேல, ஒரு பெரிய குற்றப்பட்டியலையே வாசிச்சாங்க... கட்டப் பஞ்சாயத்துக்களைப் பண்ணி, ஏகப்பட்ட பணம் சம்பாச்சிருக்கிறாராம். அப்படிப் பஞ்சாயத்து பண்ணும்போது, கொலைகள் நடந்துட்டா அதை சாலை விபத்துக்களா மாத்திடறாராம்... மொத்தத்துல ஒரு பேட்டை ரௌடியோ, தாதாவோ பண்ண வேண்டிய வேலைகள் உணவுத்துறை அமைச்சரான உன்னோட புருஷன் பண்ணிட்டிருக்கார்."

"அ... அப்பா...! அதுக்கு மேல நீங்க ஒரு வார்த்தை எம்புருஷனைப் பத்திப் பேசினாலும் நான் நம்பமாட்டேன். அவரைப் பத்தி எனக்குத் தெரியும்..."

"கோபப்படாதேம்மா...! எனக்கு மட்டும் மாப்பிள்ளையைப் பத்தி குறை சொல்லணும்ன்னு ஆசையா என்ன...? போலீஸ் டி.ஜி.பி.யும் கமிஷனரும் ஒரு விஷயத்தை உறுதிபடுத்திச் சொன்னாங்கன்னா அதுல பொய் இருக்காதும்மா!"

"அப்படீன்னா... என்னோட புருஷனைப் பத்தி நான் சொல்றது பொய்யா...?"

"அம்மா ஸ்ருதி... கோபப்படாதே... நான் உன் கூட சண்டை போட வரலை... மாப்பிள்ளையைப் பத்தி நான் கேள்விப்பட்ட விஷயங்கள் எல்லாம் உண்மையா இல்லையான்னு கன்ஃபர்ம் பண்ணிக்க வந்தேன்."

"அப்பா...! நீங்க சொல்ற மாதிரி, அவர் லட்சம் லட்சமா பணம் சம்பாதிக்கிறவரா இருந்திருந்தா எனக்கு கண்டிப்பா தெரிஞ்சிருக்கும்..."

"உனக்குத் தெரியற மாதிரியா அவர் சம்பாதிப்பார்?"

"அப்பா! உங்களுக்கு அவரைப் பிடிக்கலைன்னா இன்னிக்கே மந்திரி சபையிலிருந்து அவரை டிஸ்மிஸ் பண்ணிடுங்க. இல்லேன்னா அவரையே நான் ராஜினாமா பண்ணச் சொல்லிடறேன்..."

"கொஞ்சம் பொறுமையா இரும்மா... பயடன்னு பேசறதால ஒரு பிரயோஜனமும் இல்லை... அவங்க உன் புருஷனைப் பத்தி குறை சொன்னதும் நான் உடனடியாகப் புறப்பட்டு உன்னைப் பார்க்க வந்துடலை... உளவுத்துறை டைரக்டரை என்னோட அறைக்கு வரவழைச்சு, அவர்கிட்ட 46 மந்திரிகளைப் பத்தியும் ரிப்போர்ட் கேட்டேன். அவர் கொடுத்த ரகசிய ரிப்போர்ட்டில் மந்திரிகளோட மைனஸ் பாயிண்ட்களும் ப்ளஸ் பாயிண்ட்களும் இருந்தது. நம்ம மாப்பிள்ளையோட மைனஸ் பாய்ண்ட் என்ன தெரியுமா ஸ்ருதி...?"

"அதுதான் சொல்லிட்டீங்களேப்பா... புதுசா சொல்ல என்ன இருக்கு...?"

"இருக்கம்மா... புதுசா ஒரு விஷயம் இருக்கு!"

"எ... என்ன...?"

"பழைய மகாபலிபுரம் ரோட்ல உன்னோட புருஷன் ஒரு கெஸ்ட் ஹவுஸை விலைக்கு வாங்கியிருக்கிறார். கெஸ்ட் ஹவுஸோட பேரு, ஹெவன்ஸ் கேட். கிட்டத்தட்ட பத்து க்ரௌண்ட்ல கட்டப்பட்ட கெஸ்ட் ஹவுஸை ஒரு கோடி ரூபாய்க்கு யார் பேர்ல வாங்கியிருக்கார் தெரியுமா?"

"யா... யாரோட... பேர்ல...?"

"அப்ஸரானு நடிகை பேர்ல...!"

ஸ்ருதியின் விழிகள் அப்படியே நிலை குத்திப் போயிருக்க, உதடுகள் மட்டும் அசைந்தது.

"நீங்க சொல்றது.... நிஜமாப்பா...?"

"உளவுத்துறை கொடுத்த ரிப்போர்ட் இது. உண்மையா, பொய்யான்னு கண்டுபிடிக்க வேண்டியது நம்ம டியூட்டி."

ஸ்ருதி தன்னுடைய செல்ஃபோனை எடுத்து கணவன் கணேசபாண்டியனின் செல்ஃபோனுக்கு எண்களைத் தட்டினாள். பதிலுக்கு ரிக்கார்டட் வாய்ஸ் கேட்டது. 'நீங்கள் டயல் செய்த சந்தாதாரரை இப்போது தொடர்பு கொள்ள முடியாது!'

நான்கைந்து முறை முயற்சித்தபின் ஸ்ருதி கோபப் பெருமூச்சோடு நிமிர்ந்தாள்.

"அப்பா... கிளம்புங்க...!"

"எங்கேம்மா...?"

"அந்த கெஸ்ட் ஹவுஸீக்குப் போகலாம்..."

"போய்...?"

"அந்த மனுஷன் அங்கேதான் இருப்பார். போய் கையும் களவுமாய் மடக்கலாம் வாங்க..."

"உன் புருஷன் குதிப்பாரே...?"

"அவருக்கு மேலே எனக்கு குதிக்கத் தெரியும்...! கிளம்புங்கப்பா...!"

திருஞானத்தின் கையைப் பற்றி, காரை நோக்கி இழுத்துப் போனாள் ஸ்ருதி.

காரில் ஒன்றரை மணி நேரப் பயணம்.

பழைய மகாபலிபுரம் ரோட்டில் சவுக்கு மரத்தோப்புக்கு உள்ளே அந்த 'ஹெவன்ஸ் கேட்' கெஸ்ட் ஹவுஸ், விஸ்தாரமாய் உட்கார்ந்து பார்வைக்கு கிடைத்தது.

காரை நிறுத்திவிட்டு இறங்கினார்கள். தூரத்தே கடல்

மெலிதாய் உறுமிக் கொண்டிருந்தது. வெறுமனே சாத்தியிருந்த காம்பௌண்ட் கேட்டைத் திறந்து கொண்டு உள்ளே போனார்கள்.

எங்கேயோ நாய் குரைத்தது.

விஜயவாடா.

மாடிப்படிகளில் இறங்கி வந்து கொண்டிருந்த அமிர்தாவைப் பார்த்ததும் எழுந்து நின்ற சபரியை ஒரு புன்னகையோடு நெருங்கினாள் அமிர்தா.

"வாங்க மிஸ்டர் சபரி...! வெல்கம் டு விஜயவாடா...! ப்ளீஸ் உட்காருங்க...! நீங்க ஒரு போலீஸ் ஆபீசர். நான் ஒரு முன்னாள் நடிகை... எனக்கு நீங்க மரியாதை கொடுக்க வேண்டியது இல்லை."

சபரி உட்கார்ந்தான். அமிர்தாவும் எதிர் சோஃபாவில் சாய்ந்து கொண்டாள். "அமைச்சர் கார்மேகவண்ணன் கொலையுண்டது சம்பந்தமாய் என்கிட்டே என்கொயர் பண்றதுக்காக விஜயவாடா வந்திருக்கிற உங்களை, உரிய மரியாதையோடு ரயில்வே ஸ்டேஷனிலிருந்து கூட்டிட்டு வரத்தான் என்னோட மகனையும் மகளையும் அனுப்பி வெச்சேன்... ப்ரகதீஷ் உங்களை மறைவா நின்னு வாட்ச் பண்ணிட்டிருந்தான். ஓ.கே சபரி... இனி நீங்க அமைச்சர் கார்மேகவண்ணனின் கொலை சம்பந்தமா என்கொயர் பண்ணலாம். போலீஸ்க்கு ஒத்தழைப்புக் கொடுக்க வேண்டியது என்னோட கடமை."

சபரி அமிர்தாவைப் பார்த்தான். "நான் உங்களை என்கொயரி பண்ண விஜயவாடா வரப்போறது எப்படி தெரியும்? யார் உங்களுக்குத் தகவல் கொடுத்தது?"

"செழியன்..."

"செழியன்கிட்டே உங்களைப் பத்தி விசாரிச்சபோது நீங்க யார்ன்னே தெரியாதுன்னு சொன்னாரே?"

அமிர்தா சிரித்தாள். "செழியன் வாயிலிருந்து உண்மை வர்றது கஷ்டம்..."

"உங்களுக்கும் கார்மேகவண்ணனுக்கும்..."

"... என்ன தொடர்புன்னு கேட்கறீங்களா....? அவர் எனக்கு ரெண்டாவது கணவர். முதல் கணவர் நரசிம்மலுவுக்கும் எனக்கும் பிறந்தவங்கதான் பார்கவியும் ப்ரகதீஷீம். கார்மேகவண்ணனுக்கும் எனக்கும் பிறந்தவன்தான் மனோ. அவனைத்தான் நீங்க குணசீலத்துல பார்த்தீங்க..."

"மனோ இப்போ எங்கே...?"

"இதோ விஜயவாடாவுல இருக்கிற ஒரு மனநலக் காப்பகத்துல சேர்த்திருக்கிறேன். முன்னைக்கு இப்போ முன்னேற்றம் தெரியுது."

சபரி சில விநாடிகள் மௌனமாய் இருந்துவிட்டு கேட்டான். "அமைச்சர் கார்மேகவண்ணனின் கொலைக்கு என்ன காரணம், யார் காரணம்ன்னு உங்களால சொல்ல முடியுமா...?"

"எனக்குத் தெரியாது. ஆனா உங்ககிட்டயிருந்து ஒரு விஷயத்தை நான் மறைக்க விரும்பலை..."

"என்ன... அது...?"

"அமைச்சர் கார்மேகவண்ணனை கொலை செய்ய நானும் ரெண்டு தடவை முயற்சி பண்ணினேன். பட்... எப்படியோ தப்பிச்சுட்டார்..."

(19)

சபரி, அமிர்தாவை ஒரு திகைப்புப் பார்வையில் நனைத்தான். தொண்டையிலிருந்து வார்த்தைகள் சிதிலமாய் வெளியே வந்தன.

"எ... எ... என்ன சொன்னீங்க...?"

அமிர்தாவின் உதடுகளில் ஒரு புன்னகை, வேண்டா வெறுப்பாய் உதித்தது. "ஆமா...என்னோட கைங்கர்யத்தில் நடந்து இருக்க வேண்டிய அந்தப் புண்ணிய காரியத்தை வேற யாரோ பண்ணிட்டாங்க.... அதைப் பண்ணினது யார்ன்னு தெரிஞ்சா, ஒரு பெரிய ரோஜா மாலையே போடலாம்ங்கிறது என்னோட ஆசை."

சபரி கேட்டான்.

"அமைச்சரை எதுக்காக கொலை பண்ண நினைச்சீங்க...?"

"கடிக்க வந்த பாம்பை அடிச்சுக் கொல்ல நினைச்சது தப்பா என்ன...?"

"எனக்குப் புரியலை... கொஞ்சம் புரியற மாதிரி சொல்லுங்க..."

"ஸாரி மிஸ்டர் சபரி...! பழைய குப்பையைக் கிளறிப் பார்க்க நான் விரும்பலை... கார்மேகவண்ணன் கடந்த பத்து

வருஷகாலமா சரியில்லை.. அவர் பண்ணின தப்புக்கெல்லாம் எஃப்.ஐ.ஆர். போட்டு முறைப்படி கோர்ட்டுக்கு விசாரணை பண்ணியிருந்தால் அவருக்கு நிச்சயமாய் தூக்குத் தண்டனை கிடைச்சிருக்கும்..."

சபரி அமிர்தாவை ஏறிட்டான்.

"அமைச்சர் கார்மேகவண்ணன் நல்லவரோ, கெட்டவரோ இது இப்போ பிரச்சினையே கிடையாது. அவரை ஃப்ரீஸர் பாக்ஸ்ல ஒரு டெட்பாடியா படுக்க வைச்சது யாரு... இதுதான் போலீஸ்க்கு முன்னாடி இருக்கிற பிரச்சினை. அதைக் கண்டுபிடிக்கிறதுக்காகத்தான் விஜயவாடாவுக்கு வந்து இருக்கேன். கொலையாளியைக் கண்டுபிடிக்க வேண்டிய பொறுப்பு, இப்ப என்னோடது. அதுக்கு நீங்களும் உதவி பண்ணனும்... நீங்க அவரை ரெண்டு தடவை கொலை பண்ண முயற்சி செஞ்சதா சொன்னீங்க... அதுக்கு என்ன காரணம்...?"

"வேண்டாம் மிஸ்டர் சபரி... அது முடிஞ்சு போன விஷயம்... அதை மறுபடியும் நினைச்சுப் பார்க்க என்னோட மனசுக்குத் திராணி கிடையாது. என் மனசு, கரும்புச் சக்கையா மாறி ரொம்ப வருஷமாச்சு... அமைச்சரை கொலை பண்ணின நபர், நிச்சயமா விஜயவாடாவில் கிடையாது. நீங்க உங்க விசாரணையை சென்னையிலேயே வெச்சுக்கறது நல்லது."

"லுக்....! மிஸஸ் அமிர்தம்...! நீங்க போலீஸ் விசாரணைக்கு ஒத்துழைப்புக் கொடுக்காத பட்சத்தில் வாரண்ட்டோடு வந்து உங்களை கைது பண்ணி, சென்னைக்குக் கொண்டு போய் கஸ்டியில் வெச்சு கொஞ்சம் மரியாதைக் குறைவா விசாரணை பண்ண வேண்டியிருக்கும்... பரவாயில்லையா...?"

அமிர்தா லேசாய் முகம் மாற அதுவரைக்கும் ஒன்றும் பேசாமல் இருந்த பார்கவி, ஒரு சின்னத் தயக்கத்தோடு குறுக்கிட்டாள்.

"ஸார்...! அப்படியெல்லாம் எந்த நடவடிக்கையும்

எடுத்துடாதீங்க... அம்மா மனசுக்குள் இருக்கிற அந்தக் கசப்பான விஷயங்களை நான் சொல்றேன்...! நான் சொல்லலாமா...?"

"தாராளமாக...! எனக்கு வேண்டியது உண்மை. அதை நீ சொன்னாலும் சரி... உன்னோட அம்மா சொன்னாலும் சரி..."

பார்கவி அமிர்தாவை தயக்கப் பார்வை பார்த்துவிட்டு சபரியிடம் திரும்பினாள்.

"ஸார்...! அமைச்சர் கார்மேகவண்ணன் எனக்கு அப்பா மாதிரி. என்னோட அப்பா நரசிம்மலு இறந்த பின்னாடி அம்மாவைக் கல்யாணம் பண்ணிக்கிட்டு முறைப்படி குடும்பம் நடத்த அவர் தயாரில்லை. அம்மாவைப் பார்க்கிறதுக்காக ராத்திரியில் வந்துவிட்டுப் போற ஒரு நபராகத்தான் கடைசிவரைக்கும் இருந்தார். கடந்த ஆறு மாசத்துக்கு முன்னாடி எனக்கு ஒரு கல்யாணத்தைப் பண்ணி வைக்கிறதுக்காக அம்மா மும்முரமா மாப்பிள்ளை வேட்டையில் இறங்கனப்பதான் அமைச்சர் கார்மேகவண்ணனின் சுயரூபம் வெளிப்பட்டது."

"சுயரூபமா...?"

"எஸ்...! எனக்குக் கல்யாணத்தைப் பண்ணக் கூடாதுன்னு எதிர்ப்புக்குரல் கொடுத்தார்..."

"காரணம்...?"

"சிம்ப்பிள்... வெரி சிம்ப்பிள்...! அம்மா கிழட்டுப் பசுவாம். இனிமேல் உபயோகப்படமாட்டாளாம்.... இனிமே அவர் விஜயவாடாவுக்கு வரும்போது நான்தான் அவரைக் கவனிச்சுக்கணுமாம்... இப்படி அவர் சொன்னதைக் கேட்டு நானும் அம்மாவும் இடிஞ்சுப் போயிட்டோம்... ஒரு மகளா நினைக்க வேண்டிய பெண்ணை படுக்கைக்குக் கூப்பிடறது என்ன நியாயம்ன்னு அம்மா கேட்டப்ப அவர் சொன்ன உதாரணம், அருவருப்பானது மட்டுமில்லை... பெண்ணினத்தையே கேவலப்படுத்துகிற மாதிரி இருந்தது. அவரோட பேச்சை மீறி நான் யாரையாவது கல்யாணம் பண்ணிக்கிட்டா, எனக்குத்

தாலி கட்டினவன் உயிரோடு இருக்க மாட்டான்னு சிரிச்சுக்கிட்டே சொன்னார்."

பார்கவி பேச்சை நிறுத்த... அமிர்தா கண்களில் நீர் மின்னத் தொடர்ந்தாள்.

"கார்மேகவண்ணனைப் பத்தி எனக்கு நல்லாவே தெரியும். அவர் ஒரு பாம்பு... காலைச் சுத்தின நல்ல பாம்பு... அவரோட பேச்சை மீறி நடந்தா, கடிக்காம விடமாட்டார். அந்த பாம்பு எங்களைக் கடிக்கிறதுக்கு முன்னாடி அதை அடிச்சுக் கொல்ல நினைச்சோம். அதுக்காக நாலைஞ்சு தடவை முயற்சி பண்ணினோம். உயிர் அவருக்கு கொஞ்சம் கெட்டியா இருந்ததால தப்பிச்சுக்கிட்டே வந்தார். எங்களுக்குக் கிடைக்க வேண்டிய புண்ணியம் இப்போ வேற யாருக்கோ போயிருச்சேங்கிறதுதான் என்னோட கவலை..."

"அந்தப் புண்ணியவான் யார்ன்னு உங்களுக்குத் தெரியாதா...?"

"தெரியாது..."

"யாராயிருக்கும்ன்னு நினைக்கறீங்க...?"

"நோ... ஐடியா..."

"செழியனுக்கும் உங்களுக்கும் இடையே இருக்கிற தொடர்பு, எது மாதிரியானது...?"

"அமைச்சர் கார்மேகவண்ணனின் சொத்துக்கள் சம்பந்தமாய் எங்களுக்குள்ளே சில பிரச்சினைகள் இருந்தாலும் இதுவரையிலும் சுமுகமான உறவுதான். அப்பாவோட அடாவடித்தனங்கள் நாளுக்கு நாள் அதிகமாயிட்டே வர்றதாக செழியன் போன மாசம் எனக்கு ஃபோன் பண்ணிச் சொன்னான்."

"செழியன் தன்னோட அப்பாவைக் கொலை பண்ணியிருக்கலாமோ...?"

"செழியன் அப்பேர்ப்பட்ட தைரியசாலி கிடையாது. அப்பா மோசமானவர்ன்னு தெரிஞ்சும் அவர்மேல பாசத்தை

வெச்சிருந்தான். கார்மேகவண்ணனின் மரணத்துக்கு அவன் காரணமாய் இருக்க முடியாது."

"சரி... வேற யார்...?"

"தெரியாது... பட் ஒரு விஷயம் மட்டும் உண்மை. நீங்க தேடிகிட்டு இருக்கிற கொலையாளி, இந்த விஜயவாடாவில் கிடையாது. கொலையாளி இருக்கறது சென்னையிலதான். உங்களுடைய உழைப்பை அங்கே காட்டினா பிரயோஜனம் இருக்கும்.."

"மிஸ் அமிர்தா...! கடந்த மூணு நாள்ல அமைச்சர் கார்மேகவண்ணனையும் சேர்த்து மூணு கொலைகள் சென்னையில் நடந்திருக்கு... அந்த கொலைகளும் ஒரே மாதிரியாய் செய்யப்பட்டிருக்கு. முதுகில் தண்டுவடப்பகுதியில் 'அமிர்தம் என்றால் விஷம்' என்கிற வாக்கியம், பச்சை குத்தப்பட்டிருக்கு. அந்த 'அமிர்தம்' என்கிற வார்த்தைக்கும் உங்களுடைய பேருக்கும் ஏதோ சம்பந்தம் இருப்பது மாதிரி தோணலையா...?"

அமிர்தம் மெல்லச் சிரித்தாள்.

"மிஸ்டர் சபரி...! அந்த மூணு கொலைகளையும் செஞ்ச கொலையாளியோட நோக்கம், என்னை போலீஸோட சந்தேக வட்டத்துல மாட்ட வைக்கணுங்கறதான்...! இது முழுக்க முழுக்க போலீஸ் விசாரணையை திசை திருப்புற வேலை..."

"சரி... இந்த வேலையைச் செய்யறது யார்? ஏதாவது அனுமானம்...?"

"பிடிபடலை..."

"எஸ்.டி.டி. பூத் செண்பவல்லியும் அவளுடைய கணவன் சாத்தப்பனும் அமைச்சர் மாதிரியே கொலை செய்யப்பட்டிருக்காங்க. அந்த ரெண்டு பேரையும் உங்களுக்குத் தெரியுமா?"

"தெரியாது...! இன்னிக்கு நீங்க சொல்லித்தான்

முதல்தடவையா நான் கேள்விப்படறேன்..."

அமிர்தா சொல்லிக் கொண்டிருக்கும்போதே அவளுடைய வலது உள்ளங்கையில் பதுங்கியிருந்த செல்ஃபோன், தன் எலெக்ட்ரானிக் முனகலை வெளியிட்டது. அதை தன் காதுக்குக் கொண்டு போக முயற்சித்த அமிர்தாவை சபரி கையமர்த்தினான்.

"ஒரு நிமிஷம்..."

"என்ன...?"

"ஃபோன் பண்றது யாரு...?"

"தெரியலை...! புது நம்பரா தெரியுது..."

"சரி...! செல்ஃபோனை என்கிட்டே கொடுங்க."

"எதுக்கு...?"

"நான் பேசறேன்..."

அமிர்தா செல்ஃபோனோடு மௌனமாய் இருக்க, சபரி கையை நீட்டினான். "ம்... கொடுங்க..."

அமிர்தா தயங்கிக் கொண்டே செல்ஃபோனை நீட்ட சபரி வாங்கி, கூப்பிட்ட எண்ணை டிஸ்ப்ளேயில் பார்த்தான்.

மனசுக்குள் வியப்பு ஒரு பேரணியை நடத்தியது.

சென்னை.

பழைய மகாபலிபுரம் ரோட்டில் இருந்த அந்தப் பழமையான கெஸ்ட் ஹவுஸுக்குள் முதலமைச்சர் திருஞானமும் அவருடைய மகள் ஸ்ருதியும் காம்பெளண்ட் கேட்டைத் திறந்து கொண்டு உள்ளே போக, எங்கோ நாய் குரைத்த சத்தம் கேட்டு நின்றார்கள்.

"அப்பா...!"

"ம்..."

"நாய் குரைக்குது..."

"பின்பக்கம் கட்டிப் போட்டிருப்பாங்கன்னு நினைக்கிறேன். நீ தைரியமா வாம்மா..."

நடந்தார்கள். வானை நோக்கி வளர்ந்திருந்த சவுக்கு மரங்கள், கடற்காற்றுக்கு வேகமாய் தலையாட்டிக் கொண்டிருந்தன. எதிர்பட்ட புல்வெளியைக் கடந்து பங்களாவின் முகப்பை நோக்கிப் போக, டார்ச்லைட் வெளிச்சத்தோடு பக்கவாட்டிலிருந்து யாரோ வேகவேகமாய் வந்தார்கள்.

"யாரது...?"

திருஞானமும் ஸ்ருதியும் நின்றார்கள். வந்தது வாட்ச்மேன். காக்கி யூனிஃபார்ம். கழுத்துக்கு மப்ளர். பக்கத்தில் வந்து இரண்டு பேர்களின் முகங்களிலும் டார்ச் அடித்த வாட்ச்மேன், திருஞானத்தை அடையாளம் கண்டு கொண்டு உடம்பு நடுங்க பய்யமாகி கும்பிட்டான்.

"ஐயா...! நீங்... நீங்களா...?"

"ஷ்...! சத்தம் போடாதே...!" ஹஸ்கி வாய்ஸில் எச்சரித்த திருஞானம், வாட்ச்மேனை பக்கத்தில் கூப்பிட்டு தோளில் கை வைத்தார்.

"உன் பேர் என்ன...?"

"முத்துசாமிங்க..."

"இதோ பார்...! நான் கேட்கிற கேள்விகளுக்கெல்லாம் உண்மையான பதில்களைச் சொல்லனும்..."

"ச... ச... சரிங்க ஐயா..."

"இது யாரோட பங்களா...?"

"இது... இது... வந்து..."

"சொல்லு..."

"நடிகை அப்ஸராவோட பங்களா..."

"அப்ஸரா இப்போ பங்களாவுக்குள்ளே இருக்காளா?"

"இ... இ... இல்லீங்கய்யா... சூட்டிங்குக்காக மைசூர் போயிருக்காங்க..."

"இப்போ உள்ள யார் இருக்காங்க...?"

"யாரும் இல்லீங்கய்யா..."

"மந்திரி கணேசபாண்டியன் இங்கே அடிக்கடி வருவாரா...?"

"அவர் இங்கே வந்ததே இல்லீங்கய்யா..."

"பொய் சொல்லாதே..."

"இது பொய் இல்லீங்கய்யா... நிஜம்..."

"இதோ பார் முத்துசாமி...! எங்களுக்கு எல்லாமே தெரியும். தெரிஞ்சுதான் இந்த ராத்திரி நேரத்துல வந்திருக்கோம்... நீ பொய் பேசினா... அது ரொம்ப நேரத்துக்கு நிக்காது. உண்மையைச் சொல்லு! கணேசபாண்டியன் இங்கே வந்தாரா, இல்லையா...?"

"அ... ஐயா...!"

"சொ... சொல்லு..."

வாட்சமேன் முத்துசாமி, அவஸ்தையாய் எச்சில் விழுங்கிவிட்டுச் சொன்னான்.

"ஐயா...! அப்ஸராம்மாவும், கணேசபாண்டியன் ஐயாவும் உள்ளாரத்தான் இருக்காங்க..."

20

முதலமைச்சர் திருஞானம் அவருடைய மகள் ஸ்ருதியும் கண்களில் நிறைய திடுக்கிட்டு ஒருத்தரையொருத்தர் பார்த்துக் கொண்டார்கள். மார்புக்கு குறுக்காக கைகளைக் கட்டியிருந்த வாட்ச்மேன் முத்துசாமியின் உடல், ஒரு மெல்லிய நடுக்கத்துக்கு உட்பட்டிருந்தது.

திருஞானம் வாட்ச்மேனை ஏறிட்டார். "உள்ள மந்திரி கணேசபாண்டியனும் அப்ஸராவும் மட்டுந்தான் இருக்காங்களா... இல்லே வேற யாராவதும் உண்டா...?"

"உள்ளே வேற யாரும் இல்லீங்க... அவங்க ரெண்டு பேர் மட்டுந்தான் இருக்காங்க..."

திருஞானமும் ஸ்ருதியும் போர்ட்டிகோ படிகளில் ஏறி, பங்களாவின் வேலைப்பாடு மிகுந்த தேக்குமரக் கதவைத் தொட்டார்கள். தள்ளிப் பார்க்க கதவு உட்பக்கமாய் தாழிடப்பட்டு இருந்தது.

"காலிங்பெல் அடிங்க ஐயா..." வாட்ச்மேன் சொல்ல, ஸ்ருதி தலையாட்டினாள்.

"வேண்டாம்...! காலிங்பெல் அடிக்க வேண்டாம். இந்தப் பங்களாவுக்கு உள்ளே போக, பின்பக்கம் வழி ஏதாவது இருக்கா?"

"இருக்கும்மா...! வெளிப்பக்கமா பூட்டியிருக்கிற கதவுக்கு சாவி என்கிட்டேதான் இருக்கு..."

154

"வா.. போகலாம்..."

மூன்று பேரும் பங்களாவுக்குப் பக்கவாட்டில் நடந்து ஒரு நீளமான பேவ்மெண்ட் வழியாக பின்பக்கம் வந்தார்கள். மரங்கள் மண்டிய பகுதி. கடல் காற்று வேகமாய் வீசிக் கொண்டிருந்தது. முத்துசாமி இருட்டில் நடந்து அந்த ஸ்டீல் கதவுக்கு முன் போய் நின்றான். அந்த இருட்டிலும் ஒரு பித்தளைப் பூட்டு பளபளத்தது. வாட்ச்மேன் தன் கையில் வைத்த இருந்த சாவிக் கொத்தில் ஒரு சாவியையத் தேடி எடுத்து பூட்டுக்குக் கொடுத்து நெம்பினான்.

பூட்டு அடம் பிடிக்காமல் உடனே கழன்று கொண்டது. கதவை பின்னோக்கித் தள்ளிக் கொண்டே முத்துசாமி, திருஞானத்தை தயக்கமாய் ஏறிட்டான்.

"ஐயா...!"

"என்ன...?"

"நீங்க வந்ததினால இப்படிப் பின்பக்கமா வந்து கதவைத் திறந்து விடறேன். இது சம்பந்தமா பின்னாடி எனக்கு எந்தப் பிரச்சினையும் வராமே நீங்க பார்த்துக்கணும்... ஐயா...! நான் புள்ளைக்குட்டிக்காரன்..."

"நீ எதுக்கும் பயப்படாதே...! எல்லாத்தையும் நான் பார்த்துக்கிறேன்! நடிகை அப்ஸராவும் என்னோட மாப்பிள்ளையும் எந்த ரூம்ல இருப்பாங்க...? மாடியா... இல்லே கீழே ஹால்லயா...?"

"மாடி மேலதான்ங்க ஐயா..."

"சரி...! நீ பங்களாவுக்கு முன்பக்கமா போய் இரு... நாங்க உள்ளே போறோம்..."

முத்துசாமி தலையாட்டிக் கொண்டிருக்க திருஞானமும் ஸ்ருதியும் பங்களாவுக்குள் நுழைந்தார்கள். மெலிதான ஜீரோ வாட்ஸ் வெளிச்சம் பங்களா முழுவதும் பரவியிருக்க, இரண்டு

குறுகலான அறைகளைக் கடந்து ஹாலுக்குள் நுழைந்தார்கள். ஹாக்கி மைதானம் போல் கொஞ்சம் பெரிய ஹால். மையத்தில் சோபா வரிசை தெரிய, அதன் மையத்திலிருந்து இரண்டு பக்கமும் மாடிப்படிகள் பிரிந்து போயிற்று. வலதுபக்க மாடிப்படிகள் வழியே ஏறினார்கள். பாதிப்படிகள் ஏறியிருந்தபோது ஸ்ருதி, மெல்லிய குரலில் கூப்பிட்டாள்.

"அப்பா..."

"என்னம்மா...?"

"உங்க மாப்பிள்ளையை இப்போ கையும்களவுமா பிடிக்கப்போறோம்... அதுக்கப்புறம் அவரை எப்படி ஹேண்டில் பண்ணப் போறோம்...?"

"அவரை நான் இங்கே எதுவும் பேசப் போறதில்லை..."

"பின்னே...?"

"அவரை கூட்டிகிட்டு நம்ம வீட்டுக்குப் போகப் போறோம்...! வீட்டுக்குப் போன பின்னாடியும் நான் அவர்கிட்ட எதுவும் பேசப் போறதில்லை. இனிமே அவர்கிட்டே பேச வேண்டியது நீதான்."

"எனக்குப் பயமாயிருக்கப்பா..."

"எதுக்குப் பயம்...?"

"உங்க மாப்பிள்ளைக்கு முன்கோபமும் மூர்க்கமும் அதிகம். என்னோட இஷ்டப்படித்தான் நடந்துக்குவேன்னு சொல்லிட்டார்ன்னா விவகாரம் சிக்கலாயிடும்..."

"மொதல்ல மாப்பிள்ளையை கையும் களவுமா பிடிப்போம். அதுக்கப்புறம் மத்ததைப் பேசிக்குவோம்..."

இருவரும் மாடிப்படிகளில் ஏறி உச்சிக்கு வந்தார்கள். மாடி வராந்தா ஸின்தடிக் பூச்செடிகளோடு பார்வைக்கு கிடைக்க, நடந்தார்கள்.

இருபது அடி தூரம் நடந்ததுமே எதிர்ப்பட்ட முதல் அறைக்குள் ஏதோ பேச்சுக்குரல் கேட்டது. வெறுமனே சாத்தியிருந்த அந்தக்

கதவுக்கு முன்பாய் நின்றார்கள். கதவின் இடைவெளி வழியே குரல்கள் தப்பித்து வெளியே வந்து காதுகளைத் தொட்டன. ஒரு ஆண் குரல், ஒரு பெண் குரல்.

ஸ்ருதி திருஞானத்தின் காதருகே ஹஸ்கிவாய்ஸில் கிசுகிசுத்தாள்

"அப்பா...! அவங்க இந்த ரூம்லதான் இருக்காங்க. கதவை தட்டலாமா...?"

"கொஞ்சம் பொறும்மா...! உள்ளே பேசிகிட்டு இருக்கிற குரல், மாப்பிள்ளைக் குரல் மாதிரி இல்லை... கொஞ்சம் உன்னிப்பா கேட்டுப்பாரு..."

ஸ்ருதி கதவின் இடைவெளியில் காதை வைத்துக் கேட்டாள். பத்து விநாடிகளுக்குப் பிறகு திருஞானத்திடம் திரும்பினாள்.

"நீங்க சொற்றது சரிதான்ப்பா... இது அவரோட குரல் கிடையாது... வேற யாரோ"

"என்ன செய்யலாம்...?"

"கதவைத் தட்டிட வேண்டியதுதான்..."

திருஞானம் சில விநாடிகள் மௌனமாய் இருந்துவிட்டு பின்கதவை மெல்லத் தட்டினார்.

"டொக்... டொக்..." தட்டிவிட்டுக் காத்திருக்க உள்ளே பேச்சுக்குரல் தொடர்ந்து கேட்டுக் கொண்டிருந்தது.

"கொஞ்சம் பலமா தட்டுங்கப்பா..."

தட்டினார்.

"டொக்... டொக்..."

இந்தத் தட்டலுக்கும் பேச்சுக் குரல் நிற்கவில்லை. தொடர்ந்து குரல்கள் கேட்டுக் கொண்டிருக்க திருஞானம் பொறுமை இழந்து போய் வெறுமனே சாத்தியிருந்த கதவை மெல்லத் தள்ளினார். அது உள்ளே போயிற்று. நுழைந்தார்கள்.

பெரிய அறை. அறை மெலிதான ஊதா நிறத்தில் நிரம்பியிருந்தது. மின் விசிறி மெலிதாய் சுழன்று கொண்டிருக்க அறையின் மூலையில் இருந்த டி.வியில் ஒரு டப்பிங் தெலுங்குப்படம். ஹீரோவும் ஹீரோயினும் கிளிசரின் உற்பத்தி செய்து கொடுத்த கண்ணீரோடு, தங்களுடைய நிறைவேறாத காதலைப் பற்றிப் பேசிக் கொண்டிருந்தார்கள்.

திருஞானமும் ஸ்ருதியும் ஒருத்தரையொருத்தர் பார்த்துக் கொண்டார்கள். 'நாம் வெளியே இருந்தபோது கேட்ட குரல்கள் இதுதான்!'

ஸ்ருதி மெல்ல நடந்து போய் அறையின் மையத்தில் நின்றாள். இடது பக்க மூலையில் கட்டில் தெரிய அதன் மேல் நைட்டி அணிந்த அப்ஸரா, ஆழ்ந்த உறக்கத்தில் இருப்பது தெரிந்தது.

'அவர் எங்கே...?'

ஸ்ருதி, சுற்றும் முற்றும் பார்த்தாள்.

கணேச பாண்டியன் அந்த அறையில் இல்லை!

"என்னப்பா... அவரைக் காணோம்...?"

"அதான் எனக்கும் குழப்பமாயிருக்கு..."

"வேற ஏதாவது அறையில் இருப்பாரோ...?"

"நான் போய் பார்த்துட்டு வரட்டுமாம்மா....?"

"வேண்டாம்ப்பா...! இவளையே எழுப்பிக் கேட்போம்...!"

சொன்ன ஸ்ருதியின் பார்வை எதேச்சையாய் அறையின் மூலையில் இருந்த அட்டாச்ட் பாத்ரூமை நோக்கிப் போக கண்கள் திகைத்தன.

"அப்பா...! அங்க பாருங்க..."

பார்த்தார்.

பாத்ரூமின் கதவு பாதி திறந்திருக்க அந்த இடைவெளியில் ஒரு கால், நீட்டியபடி தெரிந்தது.

அதிர்ச்சியும் குழப்பமும் திருஞானத்தின் முகத்தில் பரவ, அவர் வேகவேகமாய் பாத்ரூமின் கதவை நெருங்கித் தள்ளினார். கதவு சிரமமாய் உள்ளே போயிற்று.

வாஷ் பேசினுக்கு கீழே, மல்லாந்து கீழே விழுந்திருந்தார் அமைச்சர் கணேச பாண்டியன். இடுப்பில் ஜட்டி மட்டும் இடம் பிடித்திருக்க, மற்றபடி வெற்றுடம்பு. கண்கள் பாதி சொருகியிருக்க, வாய் பிளந்து மேல் பல் வரிசையைக் காட்டியது.

பக்கத்தில் வந்து நின்ற ஸ்ருதி அழுகையில் வெடித்து, "என்னங்க!" என்று கதறியபடி கணேசபாண்டியனின் உடலுக்குப் பக்கத்தில் குனிய... திருஞானம் கட்டிலில் படுத்திருந்த அப்ஸராவை நோக்கிப் போனார் வேக வேகமாய்.

'இவள் உயிரோடு இருக்கிறாளா இல்லையா?'

உடம்பைத் தொட்டுப் பார்த்தார். வெதுவெதுப்பாய் இருந்தது. நாசியருகே கை வைத்துப் பார்த்தார். உஷ்ணக்காற்று, புறங்கையில் பட்டது. உயிர் இருக்கிறது!

திருஞானம் அவளை உசுப்பினார்.

"அப்... ஸரா..."

"....."

"அப்.....ஸரா....!"

அவள் இப்போது உறக்கம் கலைந்து. கண்களை சிரமமாய்ப் பிரித்தாள். "யா... மு... து...?" என்று கேட்டுக் கொண்டே எழ முயன்றவள், முடியாமல் அப்படியே விழுந்து மல்லாந்தாள். விட்ட மூச்சுக் காற்றில் உயர்தர விஸ்கி நெடி.

திருஞானம் அவளுடைய கன்னங்களைத் தட்டினார்.

"அப்ஸரா..."

"...."

"அப்ஸரா...!"

"...."

அப்ஸராவின் கண்ணிமைகள் மட்டும் இப்போது அசைந்தன.

திருஞானம் செய்வது அறியாமல் திகைத்துக் கொண்டிருக்க ஸ்ருதி அழுகை வெடிக்கும் குரலில் குளியலறையிலிருந்து கூப்பிட்டாள்.

"அப்பா..."

பக்கத்தில் போனார்.

ஸ்ருதி, கணேசபாண்டியனைக் காட்டி, "இவரோட முதுகைப் பாருங்கப்பா" என்றாள்.

திருஞானம் பார்த்தார்.

கணேசபாண்டியனின் சதைப்பிடிப்பான அகலமான முதுகில் பச்சைக் குத்தப்பட்ட அந்த வார்த்தைகள் தெரிந்தன.

"அமிர்தம் என்றால் விஷம்"

அடுத்த ஒரு மணி நேரத்திற்குள் அந்த கெஸ்ட் ஹவுஸ், காக்கி யூனிஃபார்ம்களால் நிரம்பியிருக்க... டி.ஜி.பி. காசி விஸ்வநாதன், முதலமைச்சர் திருஞானத்துக்குப் பக்கத்தில் நின்றிருந்தார். கொஞ்சம் தள்ளி இரண்டாவது வரிசை உயர் போலீஸ் அதிகாரிகள், அரைவட்டம் போட்டு பதற்றமாய் தெரிந்தார்கள். ஃபாரன்ஸிக் முழு வீச்சில் இயங்கிக் கொண்டிருக்க, ஒரு டாக்டர் குழு ஒத்துழைப்பு கொடுத்துக் கொண்டிருந்தது. ஸ்ருதி அழுது அழுது களைத்துப் போய் ஒரு காகிதம் போல் உலர்ந்து, நாற்காலிக்கு சாய்ந்திருந்தாள்.

ஃபாரன்ஸிக் சீஃப் ஆபீஸர் செண்பகராமன், வரவழைத்துக் கொண்ட ஒரு பவ்யத்தோடு முதலமைச்சரை நெருங்கினார்.

"ஸார்...! சீன் ஆஃப் க்ரைம் பார்த்ததில் ஸ்பாட் ரிப்போர்ட் ரெடி..."

திருஞானம் பெருமூச்சோடு நிமிர்ந்தார்.

"சொல்லுங்க...! ரிப்போர்ட் என்ன சொல்லுது...?"

"அமைச்சர் கணேசபாண்டியனின் மரணம், ராத்திரி எட்டு மணியிலிருந்து ஒன்பது மணிக்குள்ளே நடந்து இருக்கணும் ஸார். ஏதோ ஒரு ஊசி போட்டு இதயத்தோட இயக்கத்தை நிறுத்தி உயிர் பிரியும்படியா பண்ணியிருக்காங்க... அதுக்கப்புறம் அவரோட முதுகில் 'அமிர்தம் என்றால் விஷம்'ன்னு பச்சைக் குத்தியிருக்காங்க..."

திருஞானம் நெற்றியைப் பிடித்துக் கொண்டு மௌனமாய் இருக்க, டி.ஜி.பி. தொடர்ந்தார். "ஸார்...! நடிகை அப்ஸரா சாப்பிட்ட விஸ்கியில் 'நைட்ரோஜின்' என்கிற மயக்க மருந்து கலந்திருக்கு. இந்த மயக்கத்தை உடனடியாக தெளிய வைக்க முடியாது."

திருஞானம் அவரை கையமர்த்தினார்.

"கொலையாளி யார்ன்னு கெஸ் பண்ற அளவுக்கு ஏதாவது தடயம் கிடைச்சிருக்கா...? அப்படி ஏதாவது உபயோகமான தகவல் இருந்தா சொல்லுங்க..."

"ஒரு சின்னத் தடயம் கிடைச்சிருக்கு ஸார்."

"என்ன...?"

ஒரு பாலிதீன் கவரில் சேகரம் பண்ணி வைத்திருந்த அந்தப் பொருளை ஃபாரன்ஸிக் சீஃப் செண்பகராமன் காட்ட, திருஞானத்தின் பார்வை ஆணியடித்த மாதிரி ஸ்தம்பித்தது.

21

முதலமைச்சர் திருஞானம், ஃபாரன்ஸிக் ஆபீஸர் செண்பகராமன் காட்டிய அந்தச் சிறிய பாலிதீன் பைக்குள் மறுபடியும் பார்வையைப் போட்டார். பித்தளை உலோகத்தால் செய்யப்பட்ட இரண்டு அங்குல நீள ஊசி ஒன்று, கண்களுக்குத் தட்டுப்பட்டது.

"இது என்ன...?"

"பச்சைக் குத்தறதுக்காக உபயோகப்படுத்தற பித்தளை ஊசி ஸார். இது குளியலறையில் சுவரோரமாய் கிடந்தது. கொலையாளி இந்த ஊசியைப் பயன்படுத்தித் தான் அமைச்சர் கணேசபாண்டியனின் முதுகில் பச்சை குத்தியிருக்கணும்... கொலையாளி காரியத்தை முடிச்சுட்டுப் போகும்போது, ஊசி எப்படியோ தவறி கீழே விழுந்து இருக்கணும்."

"இந்த ஊசியை கொலையாளி பயன்படுத்தியிருந்தா, கொலையாளியோட கைரேகைகள் இதுல பதிவாகியிருக்கணுமே...?"

"கண்டிப்பா இதுல கைரேகைகள் இருக்கும் ஸார். அதுக்காகத்தான் இந்த ஊசியின் மேல் ஆக்ஸாலிக் பெளடர் தூவி, பாலிதீன் பேப்பர் பைக்குள் ப்ரஸர்வ் பண்ணி வெச்சிருக்கோம்..."

162

"இந்த ஊசி தடயத்தை வெச்சுகிட்டு, குற்றவாளியை நாம நெருங்க முடியுமா...?"

"நெருங்க முடியுமா...?"

"எப்படி...?"

"ஸார்...! இந்த மாதிரி டைப்ல பச்சைக் குத்தற கலையெல்லாம் அரதப்பழசான விஷயங்கள். இந்தத் துறையில் இருக்கிறவங்களை விரல்விட்டு எண்ணிடலாம். சென்னையில் இந்தக் கலை தெரிஞ்சவங்க எத்தனை பேர் இருக்காங்கன்னு ஒரு லிஸ்ட் எடுத்து டீப்பா இன்வெஸ்டிகேஷன் நடத்தினா, உபயோகமுள்ள விஷயங்கள் கிடைக்க நிறையவே வாய்ப்பு இருக்கு..."

ஃபாரன்ஸிக் ஆபீஸர் செண்பகராமன் சொல்லிக் கொண்டிருக்கும்போதே டி.ஜி.பி., முதலமைச்சருக்குப் பக்கத்தில் வந்து தயக்கமாய் நின்றார்.

"ஸார்...!"

"என்ன...?"

"அப்ஸராவுக்கு கான்ஷியஸ் திரும்பிடுச்சு..."

"என்ன சொல்றா...?"

"தனக்கு எதுவுமே தெரியாதுன்னு சொல்லிட்டு அழுறா! அவளை ஃபோர்ஸ் பண்ணி எதுவும் கேக்க முடியலை... ஸார்."

"வாங்க...! நான் பேசிப் பார்க்கிறேன்.."

இருவரும் மெல்ல நடந்து, காக்கி யூனிஃபார்ம்களால் சூழப்பட்டிருந்த அப்ஸராவை நெருங்கினார்கள். திருஞானத்தைப் பார்த்ததும் போலீஸ் அதிகாரிகள் விலகி நிற்க, அப்ஸரா கை கூப்பியபடி எழுந்து நின்றாள். அரை நிமிஷ நேரம் அவளையே உற்றுப் பார்த்த திருஞானம், பிறகு மெல்லிய குரலில் கேட்டார்

"இதோ பார்...! உனக்கு உண்மை தெரியுமா, தெரியாதா...?"

அவள் கண்ணீரோடு தலையாட்டினாள்.

"எனக்கு எதுவுமே தெரியாதுங்க! நானும் அவரும் விஸ்கி சாப்பிட்டுக்கிட்டே டி.வி. பார்த்துகிட்டு இருந்தோம்... திடீர்ன்னு எனக்கு தலையைச் சுத்தறமாதிரி இருந்தது. வாஷ்பேசினுக்குப் போய் வாமிட் பண்ணிட்டு படுக்கைக்கு வந்து சாய்ஞ்சேன். அதுக்கப்புறம் எதுவுமே எனக்கு நினைவில்லை..."

"உனக்கு என்னோட மாப்பிள்ளைக்கும் எத்தனை நாளா தொடர்பு...?"

"கடந்த ரெண்டு வருஷமா..."

"இது உனக்கு தப்புன்னு படலையா..?"

"நான் ஆரம்பத்திலேயே வேண்டாம்ன்னு சொன்னேன்... அவர் கேட்கலை! உண்மையிலேயே உங்க மாப்பிள்ளை மேலே எனக்கு நாட்டம் கிடையாது. அவரோட மிரட்டலுக்குப் பயந்து... வேண்டா வெறுப்பாதான்....."

"சரி... சரி....இந்தத் தொடர்பு, வெளியே யார் யார்க்கெல்லாம் தெரியும்...?"

"அது பத்தி எனக்கு எதுவும் தெரியாது. எங்களுக்குள்ள இருக்கிற தொடர்பு, பங்களா வாட்ச்மேன் முத்துசாமியைத் தவிர வேற யாருக்கும் தெரியாதுன்னு தான் இதுநாள் வரைக்கும் நினைச்சுட்டிருந்தேன்." சொல்லிவிட்டு அப்ஸரா பெரிதாய் அழ ஆரம்பித்த விநாடி, ஒரு செல்ஃபோன் எங்கோ ஒளிந்து இருந்தபடி குரல் கொடுத்தது.

எல்லோரும் பார்வைகளைச் சுழற்றி செல்ஃபோன் இருக்கும் இடத்தை தேடிக் கொண்டிருக்க அப்ஸரா அழுகையை ஒரு விநாடி நிறுத்தி, தன்னுடைய தலையணைக்குக் கீழே இருந்த செல்ஃபோனை கைக்காட்டினாள். எடுக்கவும் முயற்சித்தாள்.

பக்கத்தில் நின்றிருந்த போலீஸ் கமிஸனர் வைத்யா அவளை கையமர்த்திவிட்டு செல்ஃபோனை எடுத்து, 'டிஸ்பிளே' யில்

அழைத்த நபரின் செல் எண்களைப் பார்த்து சற்று பலமாகவே படித்தார். பிறகு கேட்டார்.

"இது யாரோட செல்ஃபோன் நெம்பர்...?"

அப்ஸராவின் முகம் உடனே மாறியது.

"அது... அது... வந்து...!"

"ம்... சொல்லு..."

அப்ஸரா உதட்டைக் கடித்து தலை குனிந்து மௌனித்தாள். முகம் இரும்பாய் இறுகியிருந்தது.

செல்ஃபோன் கத்திக் கொண்டேயிருந்தது. அப்ஸரா வாயைத் திறக்கவில்லை.

"இதோ... பார்...! டிஸ்ப்ளேல பார்த்த நெம்பர் இப்போ என்னோட மனசுக்குள்ளே பதிவாயிருச்சு. நெம்பரை டெலிஃபோன் எக்ஸ்சேஞ்சில் சொன்னா, உடனே ஆள் யார்ன்னு தெரிஞ்சுடும்...! சொல்லு...! இந்த நெம்பர்க்குரிய நபர் யாரு...?"

அப்ஸரா தொடர்ந்து தலைகுனிந்து மௌனித்து இருக்க, வைத்யா செல்ஃபோனின் பட்டனை அழுத்திவிட்டு காதுக்குக் கொடுத்தார். முதலில் 'ஹலோ' சொல்லாமல் மறுமுனையிலிருந்து வரும் குரலுக்காக் காத்து இருந்தார். சில விநாடிகளின் மௌனத்துக்குப் பிறகு ஒரு கனமான குரல், 'ஹலோ' என்றது. வைத்யா மூச்சுக்காட்டாமல் அப்படியே நின்றார். யோசித்தார்.

'இது யாருடைய குரல்...?'

சில விநாடிகள் கழித்து மறுபடியும் 'ஹலோ' அதே கனமான குரலில் கேட்டது.

"...."

"அப்ஸரா..."

".........."

"அப்ஸரா...!" குரல் இப்போது வெண்ணெய்யாய் குழைந்தது. "உனக்கு என்மேல கோபம் இருக்கும்ன்னு நல்லாவே தெரியும்... என்ன பண்றது...? நீ கூப்பிட்ட நேரத்துக்கு என்னால வர முடியாத நிலைமை. மன்னிச்சுக்கோ கண்ணு..."

"...."

"பேசு அப்ஸரா..."

வைத்யா செல்ஃபோனை காதோடு சேர்த்து பசை போட்டு ஒட்ட வைத்தமாதிரி அப்படியே நின்றார்.

"அப்... ஸ...ரா...! என்னோட ராஜாத்தி....! வாயைத் திறந்து ஒரு வார்த்தை பேசும்மா... என்னோட செல்லம்"

"...."

"அப்ஸரா...! உன்னோட கோபத்தை என்னால தாங்கிக்க முடியாதும்மா! நீ நல்ல மூடில் இருக்கும்போது என்னை ஒரு பேர் சொல்லிக் கூப்பிடுவியே... அந்தப் பேரைச் சொல்லிக் கூப்பிடும்மா..."

"...."

சில விநாடிகள் மௌனத்துக்குப் பிறகு குரல், சற்றே கோபமாய் பேசியது. "என்ன இருந்தாலும் உனக்கு இவ்வளவு அடம் ஆகாது. நான்தான் மன்னிப்பு கேட்டுக்கிட்டேனே? நான் இப்போ ஒரு நிமிஷம் அவகாசம் தர்றேன்.... அதுக்குள்ளே நீ என்கிட்டே பேசியாகணும் இல்லேன்னா ஃபோனைக் கட் பண்ணிடுவேன். அதுக்கப்புறம் நீயாக என்கிட்டே பேசினாத்தான் உண்டு..."

வைத்யா மௌனம் காத்தார்.

சரியாய் ஒரு நிமிஷம்! மறுமுனையில் இணைப்பு அறுபட்டது.

செல்ஃபோனை தன்னுடைய பாக்கெட்டில் போட்டுக் கொண்ட வைத்யா, அப்ஸராவை ஒரு கோபப் பார்வை பார்த்தார்.

"அது யாரோட செல்ஃபோன் நெம்பர்...?"

"எ... எ... எனக்குத் தெரியாது... நான் ஒரு சினி ஆக்ட்ரஸ்... எந்தப் புது தயாரிப்பாளராவது ஃபோன் பண்ணியிருக்கலாம்."

"அவர் பேசின பேச்சைப் பார்த்தா, தயாரிப்பாளர் மாதிரி தெரியலையே...?"

"ஸார்...! ஒரே கேள்வியைத் திரும்பத் திரும்பக் கேட்டு என்னை டென்ஷன் பண்ணாதீங்க.. நானே இப்ப ஏகப்பட்ட குழப்பத்துல இருக்கேன்..."

"அப்படென்னா... நீ சொல்ல மாட்டே...?"

"எனக்குத் தெரியாது ஸார்..."

வைத்யா சுற்றும் முற்றும் பார்த்து, கொஞ்சம் தள்ளி நின்றிருந்த ஒரு இளம் போலீஸ் அதிகாரியை கையசைத்துக் கூப்பிட்டார்.

"பரசுராம்..."

பரசுராம் வேகவேகமாய் வந்தார்.

"ஸார்..."

"கோல்டன் வாய்ஸ் செல்ஃபோன் சர்வீஸ் எங்கே இருக்குன்னு தெரியுமா...?"

"தெரியும் ஸார்... ஸ்கைடச் டவர் அஞ்சாவது மாடியில..."

"நான் சொல்ற இந்த செல்ஃபோன் நெம்பரை ஒரு பேப்பர்ல நோட் பண்ணிகிட்டு, அந்த செல் சர்வீஸீக்குப் போங்க. நெம்பர்க்குரிய நபர் யார், அவரோட அட்ரஸ் என்ன, எல்லாத்தையும் கேட்டுத் தெரிஞ்சுகிட்டு வாங்க..."

"எஸ் ஸார்..." பரசுராம் ஒரு சல்யூட் அடித்துத் தளர்ந்து, வேகமாய் வெளியேறினார்.

பைக்கில் இருபது நிமிஷ மின்னல் பயணம்.

கோல்டன் வாய்ஸ் செல்ஃபோன் சர்வீஸ், அந்த நள்ளிரவு வேளையிலும் சுறுசுறுப்பாக இயங்கிக் கொண்டிருந்தது. நூற்றுக்கணக்கான ட்யூப்லைட்கள், அந்த நீண்ட செவ்வக

ஹாலை பட்டப்பகலாய் மாற்றியிருந்தது. பரசுராம் தகவல் மைய மேலாளரைச் சந்தித்து விவரம் சொல்ல அவர் நெம்பர் வாங்கிப் பார்த்து விட்டு, தன் மேஜையில் இருந்த கம்ப்யூட்டரை கையாண்டார்.

"அட்ரஸை நோட் பண்ணிக்கறீங்களா...?"

"சொல்லுங்க..."

"பேச்சிமுத்து, நெம்பர் 247, பாவாடைசாமி கோயில் தெரு, சூளைமேடு, சென்னை"

"தேங்க்யூ வெரிமச்...!"

"மறுபடியும் ஏதாவது உதவி தேவைப்பட்டா வாங்க...! வீ ஆர் ஆல்வேஸ் அட் யுவர் சர்வீஸ்.."

பரசுராம் மீண்டும் அவருக்கு நன்றி தெரிவித்து, கை குலுக்கி விடை பெற்று வெளியே வந்தார். பைக்கை ஆக்ரமித்து, சூளைமேட்டை நோக்கி விரட்டினார்.

முப்பது நிமிடங்கள் கழித்து சூளைமேட்டு ஏரியாவுக்குள் பைக் நுழைந்தது. அந்நேரத்துக்கு திறந்து இருந்த ஒரு பேக்கரியில் பாவாடைசாமி கோயில் தெரு எது என்று கேட்டுக் தெரிந்து கொண்டு பைக்கை செலுத்தினார். இரண்டு குப்பங்களைக் கடந்த பின்பு அந்தத் தெரு, பார்வைக்குக் கிடைத்தது. குறுகலான தெரு.

பைக்கை ஒரு ஓரமாய் நிறுத்திவிட்டு பரசுராம் மெல்ல இறங்கி நடந்தார்.

ஜன நடமாட்டம் அறவே இல்லை. குப்பைத் தொட்டிக்குப் பக்கத்தில் தூங்கிக் கொண்டிருந்த ஒரு நாய் 'திடும்' என்று கண் விழித்து பரசுராமைப் பார்த்து, 'குரைக்கலாமா... வேண்டாமா?' என்று யோசித்து விட்டு, 'வேண்டாம்' என்கிற முடிவுக்கு வந்து கண்களை மூடிக் கொண்டது.

பரசுராம் தெருவின் குறுக்கே ஓடிய சாக்கடைகளைத்

தாண்டிக் கொண்டு நடந்தார். இரண்டு பக்கமும் குடிசைகள், ஓட்டு வீடுகள் என்று மாறி மாறி வந்தன. பெரிய கட்டிடம் எதுவுமே பார்வைக்குக் கிடைக்கவில்லை.

'வீட்டு எண் 247ஐ எப்படிக் கண்டுபிடிப்பது...?'

பரசுராம் யோசிப்பாய் நடந்து அந்தத் தெருவின் வளைவில் திரும்பியபோது ஒரு நடுத்தர வயது நபர் இருமிக் கொண்டே எதிர்பட்டார். கெச்சலான உடம்புவாகு. நரைத்த தலை.

"ஒரு நிமிஷம்...!"

அந்த நபர் நின்றார்.

"வீட்டு நெம்பர் 247 எந்த ஸைடில் வரும்...?"

"247 ஆ...?"

"ஆமா...!"

"அங்கே யாரைப் பார்க்கணும்...?"

"பேச்சிமுத்துன்னு ஒருத்தர்..."

அவர் திகைத்துவிட்டு சொன்னார். "அந்தப் பேச்சிமுத்து நான்தான்..."

22

பரசுராம் தன் மனசுக்குள் விஸ்வரூபம் எடுத்துவிட்ட வியப்போடு அந்தப் பேச்சிமுத்துவைப் பார்த்தார். மஃப்டி டிரஸ்ஸில் இருந்த பரசுராமை அந்தப் பேச்சிமுத்துவும் பயமில்லாமல் ஒரு சாதாரணப் பார்வை பார்த்துக் கொண்டே கேட்டான்.

"இந்த ராத்திரி நேரத்துல என்னையா தேடிட்டு வந்தீங்க?"

"ஆமா...!"

"நீங்க யாரு... என்ன விஷயம்...?"

"உன் வீட்டுக்குப் போய் பேசலாமா...?"

பேச்சிமுத்து சில விநாடிகள் தயங்கிவிட்டுப் பின் தலையாட்டினான். "வாங்க...!"

அவனைத் தொடர்ந்தார் பரசுராம் குறுகிய சந்தில் நிறைய குடிசைகள். வாசல்களில் போர்வைகளுக்குள் சுருண்டிருந்த மனிதர்களுக்கு நடுவில் நாய்களும் படுத்து கண்மூடியிருந்தன. பரசுராம் நடந்து கொண்டே கேட்டார்.

"இந்த ராத்திரி நேரத்துல நீ யாரைப் பார்க்க கிளம்பிட்டே?"

"உடம்புக்கு ரெண்டு நாளா முடியலை, இருமல். மெயின் ரோட்டு பார்மஸிக்குப் போய் இருமல் மருந்து ஏதாவது வாங்கிட்டு வரலாம்னு புறப்பட்டேன்." பேச்சிமுத்து பேசிக்கொண்டே போய்

170

ஒரு குடிசை வீட்டுக்கு முன்பாய் நின்று பூட்டை விடுவித்தான். கதவைக் காலால் தள்ள அது ஒரு சின்னக் கதறலோடு உள்ளே போயிற்று. ஒரு நாற்பது வாட்ஸ் பல்பு உயிர் பிடித்துக் கொண்டதும் பேச்சிமுத்து நாற்காலியொன்றை எடுத்துப் போட்டான்.

"உட்காருங்க...!"

பரசுராம் உட்கார்ந்து கொண்டே பேச்சை ஆரம்பித்தார். "இதோ பார்... நான் யாருங்கிறதை உனக்கு முன்னாடியே சொல்லிடறேன். என்னோட பேரு, பரசுராம்... போலீஸ் டிபார்ட்மெண்ட்ல க்யூ ப்ராஞ்ச் ஆபீஸர்... இந்த நேரத்துல நான் உன்னைத் தேடிட்டு வந்தது ஒரு விசாரணைக்காக...!"

பேச்சிமுத்துவின் முகம் இப்போது வியர்வையில். "எ.. என்ன... வி... வி... விசாரணை...?"

"உனக்கு செல்ஃபோன் இருக்கா...?"

"அது... அது... வந்து..."

"எனக்கு வேண்டியது உண்மையான பதில். எதையும் பூசிமெழுகி மறைக்க முயற்சி பண்ண வேண்டாம்..."

"ஸ்.. ஸார்..."

"சொல்லு....!"

"என்னோட பேர்ல செல்ஃபோன் இருக்கிறது உண்மை ஸார்... ஆனா அதை உபயோகப்படுத்தறது இல்லை..."

"பின்னே...?"

பேச்சிமுத்து எச்சில் விழுங்கிக் கொண்டு தயங்க, பரசுராம் குரலை உயர்த்தினார்.

"ம்... சொல்லு..."

"ஸார்... இது கொஞ்சம் பெரிய இடத்து விஷயம். நான் சொன்னதாக எந்த விஷயமும் வெளியே வரக்கூடாது."

"வராது... சொல்லு!"

"ஸார்! என்னோட பேர்ல செல்ஃபோனை வாங்கிகிட்டு அதை உபயோகப்படுத்தறது தேவானந்தா சுவாமிகள்...."

பரசுராமின் கண்கள் அதிர்ச்சியில் விரிந்து, சில விநாடிகளுக்கு அப்படியே உறைந்து போயிற்று.

"எ... என்ன சொன்னே...? தேவானந்தா சுவாமிகளா?"

"ஆமாம் ஸார்..."

இந்திய ஜனாதிபதியும், இந்தியப் பிரதமரும், மற்ற முக்கிய மந்திரிகளும் தமிழ்நாட்டுக்கு வரும்போதெல்லாம் பொன்கிரி மலையடிவாரத்தில் ஆஸ்ரமம் கட்டி அங்கேயே தங்கியிருக்கிற தேவானந்தா சுவாமிகளை ஒரு பத்து நிமிஷம் பார்த்து அவருடைய காலடியில் உட்கார்ந்து ஆசீர்வாதம் வாங்காமல் டெல்லிக்குப் புறப்பட்டு போனதே இல்லை...! தமிழக உயர் போலீஸ் அதிகாரிகள் எல்லோருமே தேவானந்தா சுவாமிகளின் பிறந்தநாளின் போது இடுப்புக்கு மேல், பட்டு வேஷ்டியைக் கட்டிக் கொண்டு கைகளில் சப்ளாக் கட்டைகளை வைத்துக் கொண்டு பஜனை பாடியவர்கள்தான்.

பரசுராம் அதிர்ச்சியை ஜீரணித்தக் கொண்டு பேச்சிமுத்துவைப் பார்த்தார்.

"உனக்கு தேவானந்தா சுவாமிகளை எப்படித் தெரியும்?"

"அவருக்கு நான் கார் டிரைவர் ஸார். கடந்த ஒன்பது வருஷ காலமா ஆஸ்ரமத்துக்கு நான்தான் டிரைவர்..."

"உன் பேர்ல செல்ஃபோன் வாங்கி அவர் எதுக்காக யூஸ் பண்ணனும்...?"

"அவர் பேர்ல செல்ஃபோன் இருந்தா நெம்பர் சுலபமா தெரிஞ்சுடும். எல்லாரும் ஃபோன் பண்ண ஆரம்பிச்சா, சுவாமிகளுக்குத் தொந்தரவுதானே...?"

"சுவாமிகள்கிட்டே எத்தனை வருஷமா நீ டிரைவரா இருக்கிறதா சொன்னே...?"

"ஒன்பது வருஷம் ஸார்..."

"உனக்குக் குடும்பம் இருக்கா...?"

"இல்லை ஸார்... நான் ஒண்டிக்கட்டை, இன்னும் கல்யாணம் பண்ணிக்கலை..."

"ஆஸ்ரமத்துக்கு நிறைய வி.ஐ.பிக்கள் வருவாங்களா...?"

"என்ன ஸார் அப்படி கேட்டுட்டீங்க...! தினசரி திருவிழா கூட்டம்தான்...."

"சினிமா நடிகர், நடிகைகளும் வருவாங்களா?"

"வருவாங்க ஸார்..."

"நடிகை அப்ஸரா...?"

"ம்... வருவாங்க...! ஒவ்வொரு வெள்ளிக்கிழமையன்னிக்கும் சாய்ந்தரம் ஏழு மணிக்கு அம்பாளுக்கு நடக்கிற மஹா ஆராதனை பூஜையில் அப்ஸரா கலந்துக்குவாங்க ஸார்... எந்த ஒரு புதுப்படத்துல நடிக்கிறதாக இருந்தாலும் சுவாமிகள் சரின்னு சொல்லாம பட ஒப்பந்தத்துல கையெழுத்துப் போடமாட்டாங்க...!" சொல்லிக் கொண்டே போன பேச்சிமுத்து, பேச்சை நிறுத்திவிட்டு கேட்டான்.

"எதுக்காக ஸார். இதையெல்லாம் கேட்கறீங்க? ஆஸ்ரமத்தைப் பத்தி யாராவது புகார் கொடுத்தாங்களா...?"

உண்மையான காரணத்தைச் சொல்ல விரும்பாத பரசுராம் 'ஆமாம்' என்பது போல் தலையாட்டி வைக்க, பேச்சிமுத்து பதற்றப்பட்டான்.

"ஸார்...! ஆஸ்ரமத்தைப்பத்தி யார் தப்பா சொன்னாலும் நம்பாதீங்க ஸார்...! தேவானந்தா ஸ்வாமிகள் உண்மையிலேயே ஒரு தெய்வ அவதாரம்... அவர் எத்தனையோ பேர்களோட குறைகளையும், நோய்களையும் தீர்த்து வெச்சதை நானே பார்த்திருக்கேன் ஸார். அவர்கிட்டே ஒன்பது வருஷமா வேலை பார்க்கிறேன் ஸார்... யார்கிட்டேயும் அவர் தப்பாப் பேசினதையோ, தப்பா நடந்துகிட்டதையோ நான் பார்த்தது இல்லை ஸார்."

173

"பக்தர்களோட நோய்களை அவர் தீர்த்து வைக்கிறதாச் சொன்னே... எப்படித் தீர்த்து வைக்கிறார்...? மருந்து கொடுத்தா... விபூதி கொடுத்தா...?"

"ரெண்டும் இல்லை ஸார்..."

"பின்னே...?"

"சொன்னா நம்பமாட்டீங்க ஸார்.... யாருக்கு எப்படிப் பட்ட வியாதியா இருந்தாலும் பரவாயில்லை ஸார்... ஒருவித மூலிகைச் சாறை உபயோகப்படுத்தி வலது தோள் பட்டையில் பச்சை குத்திட்டா, நோய் நாளாவட்டத்துல குணமாயிடும். இதுல எந்தவிதமான பொய்யும் பித்தலாட்டமும் கிடையாது ஸார்..."

"பச்சை குத்தறது யாரு...?"

"ஸ்வாமிகளே குத்திவிடுவார் ஸார்... ரெண்டு வருஷத்துக்கு முன்னால எனக்கு திடீர்ன்னு ஒற்றைத் தலைவலி நோய் வந்தது ஸார். டாக்டர்கள்கிட்டே போய் மருந்து சாப்பிட்டும் குணமாகலை. அப்புறம் சுவாமிகள் விஷயத்தை தெரிஞ்சுகிட்டு என்னோட வலதுபக்க தோள்பட்டையில் பச்சை குத்திவிட்டார். அதுக்கப்புறம் எனக்கு தலைவலியே வரலை..." சொன்ன பேச்சிமுத்து தன்னுடைய சட்டையைக் கழற்றி, வலது தோள் பட்டையைக் காட்டினான். பரசுராம் பார்த்தார்.

ஒரு அங்குல நீளத்துக்கு திரிசூலம் மாதிரியான அமைப்பில் பச்சை குத்தப்பட்டு பளிச்சென்று தெரிந்தது.

மறுநாள் காலை பத்து மணி.

போலீஸ் கமிஷனர் வைத்யாவின் அலுவலகம். பரசுராம் கமிஷனருக்கு முன்பாய் நின்று, நேற்றைக்கு ராத்திரி பேச்சிமுத்து சொல்லியதை கோர்வையாகச் சொல்லி முடிக்க அவர் தன் பரந்த நெற்றியில் இரண்டு கைகளையும் வைத்துக்கொண்டு கவலையானார்.

"தேவானந்தா ஸ்வாமிகளுக்கு இந்த இந்தியாவில் மட்டும் இல்லை... உலகம் முழுவதும் லட்சக்கணக்கில் பக்தர்கள் இருக்கிறாங்க. இங்கே இருக்கிற வி.ஐ.பிக்களுக்கு அவர் ஒரு கடவுள் அவதாரம். அந்த அவதாரத்துக்கும் நடிகை அப்ஸராவுக்கும் தொடர்பு இருக்குன்னு சொன்னா, யாரும் நம்பமாட்டாங்க...."

"பட்... அதுதானே ஸார் உண்மை...?"

"உண்மைதான்...! அதை ஏத்துக்கக்கூடிய மனப்பக்குவம், யாருக்கும் இல்லையே! இப்போது இருக்கும் நிலைமையில் தேவானந்தா ஸ்வாமிகளைப் பத்தி நாம என்ன சொன்னாலும் எடுபடாது. மத உணர்வு சம்பந்தமான பிரச்சினைகள் எழவும் வாய்ப்பு இருக்கு. போன வருஷம் வேறு மதத்தைச் சேர்ந்த ஒருத்தர், தேவானந்தா ஸ்வாமிகளை விமர்சனம் செய்யப் போக இந்தியா முழுவதும் எது மாதிரியான டென்ஷனில் இருந்ததுன்னு உங்களுக்கே தெரியும். ஒரே ராத்திரியில் எத்தனைக் கத்திக்குத்து சம்பவங்கள்! நிலைமையைக் கட்டுப்பாட்டுக்குள் கொண்டு வர எவ்வளவு திணறிப்போனோம்..??

"ஸ... ஸார்..."

"என்ன...?"

"ஸ்வாமிகளின் இந்தப் பச்சை குத்துகிற விஷயம் மனசுக்கு நெருடலாயிருக்கு..."

"எனக்கும்தான்! எந்தச் சந்தேகத்தை ஆதாரமா வெச்சுகிட்டு நாம நெருங்க முடியும்...?"

மேஜைமீது இருந்த இண்ட்டர்காம் குரல் கொடுத்தது. ரிஸீவரை எடுத்தார்.

"எஸ்..."

அவருடைய உதவியாளர் பேசினார். "ஸார்...! இன்வெஸ்டிகேஷனுக்காக விஜயவாடா போயிருந்த இன்ஸ்பெக்டர்

சபரி, உங்களைப் பார்த்துப் பேசறதுக்காக ஆபீஸுக்கு வந்திருக்கார். உங்க அறைக்கு அனுப்பட்டுமா ஸார்...?"

"அனுப்புங்க..."

வைத்யா ரிஸீரை வைத்துவிட்டு முப்பது விநாடிகள் காத்திருக்க, சபரி உள்ளே வந்து விறைப்பான சல்யூட் ஒன்றைப் போட்டான்.

"வாங்க சபரி...! விஜயவாடாவிலிருந்து எப்போ ரிடர்ன் ஆனீங்க...?"

"இன்னிக்குக் காலையில் ஸார்"

"அமிர்தாகிட்டே நடத்திய இன்வெஸ்டிகேஷன் என்ன சொல்லுது?"

"ஸார்... அந்த அமிர்தாவுக்கும் அமைச்சர் கார்மேகவண்ணனுக்கும் தொடர்பு இருந்தது உண்மை. அவர்களுக்குள்ளே விரோதம் இருந்தது உண்மை. ஒரு கட்டத்தில் அமிர்தம், அமைச்சரைக் கொலை செய்ய முயற்சி செய்ததும் உண்மை. இப்போ நடந்த கொலைக்குத் தான் காரணம் இல்லைன்னு சொல்றங்க... அதே போல் அமைச்சரின் மகன் செழியனுக்கும் அமிர்தாவுக்கும் சொத்து சம்பந்தமா டெர்ம்ஸ் சரியில்லை..."

"இதையெல்லாம் அந்த அமிர்தாவே சொன்னாளா?"

"ஆமாம் ஸார்..."

"ஸோ... அமிர்தா குற்றவாளியா இருக்க முடியாதுன்னு ஃபீல் பண்றீங்களா...?"

"ஆல்மோஸ்ட் அந்த முடிவுக்கு நான் வந்திருந்த சமயத்துலதான் அமிர்தாவுக்கு ஒரு ஃபோன்கால் வந்தது ஸார். அமிர்தாகிட்ட இருந்த செல்ஃபோன் குரல் கொடுத்ததுமே நான் அந்த செல்ஃபோனை வாங்கி, அதனோட டிஸ்ப்ளேயில் யார் கூப்பிட்டாங்கன்னு தெரிஞ்சுகிறதுக்காக நெம்பர பார்த்தேன்.

நெம்பர் பார்த்து செக் பண்ணிப் பார்த்ததுல அதிர்ந்து போயிட்டேன் ஸார்."

"ஈஸிட்...? அது யாரோட நெம்பர்...?"

"தேவானந்தா ஸ்வாமிகளோட ஆஸ்ரம டெலிஃபோன் நெம்பர் ஸார்..."

வைத்யாவும் பரசுராமும் பரஸ்பரம் உறைந்த பார்வைகளைப் பரிமாறிக் கொண்டார்கள்.

23

முதலமைச்சர் திருஞானம், தன் வழக்கமான காலை ஐந்தரை மணி வாக்கிங்கை பங்களாவின் லான் பகுதிக்குள்ளேயே தொடங்கியிருக்க செக்யூரிட்டி ஸ்க்வாட், கைகளில் எல்.எம்.ஜியோடு ஆங்காங்கே தெரிந்தார்கள். போலீஸ் டாக் ட்ரெய்னர்கள் இரண்டு நாய்களை கையில் பிடித்தபடி, பங்களாவைச் சுற்றிலும் பாதுகாப்புக் பணியில் ஈடுபட்டிருந்தார்கள்.

புல்வெளியில் கேன்வாஸ் ஷீக்களோடு நடைபோட்டுக் கொண்டிருந்த முதலமைச்சரை நோக்கி வந்தார். பி.ஏ. கையில் செல்ஃபோன்.

"ஸார்…"

"என்ன நமச்சிவாயம்…?"

"டி.ஜி.பி. காசிவிஸ்வநாதனும் போலீஸ் கமிஷனர் வைத்யாவும் உங்களை இப்போ பார்க்க வரலாமான்னு கேட்கிறாங்க…?"

"என்ன விஷயம்ன்னு கேட்டீங்களா…?"

"கேட்டேன் ஸார்… 'அமிர்தம் என்றால் விஷம்' விவகாரம், இப்ப தேவானந்தா ஸ்வாமிகளின் ஆஸ்ரமத்துக்குள்ளே நுழைஞ்சிருக்கு. அதைப்பத்தி பேசி, மேற்கொண்டு எடுக்க

178

வேண்டிய நடவடிக்கைகளைப் பற்றி முடிவு செய்யணுமாம்.... அஃபீஷியலா கோட்டைக்கு வந்து பேசினா... பத்திரிகை நிருபர்களுக்குப் பதில் சொல்ல வேண்டிய நிர்ப்பந்தம் ஏற்படலாம்கிறதால இப்போ அப்பாய்ண்ட்மெண்ட் கேட்கிறாங்க..."

"இப்போ டயம் எவ்வளவு...?"

"5.40 ஸார்."

"வரச் சொல்லுங்க..."

பி.ஏ. தலையாட்டிவிட்டு செல்ஃபோனோடு பின்வாங்கிப் போக, திருஞானம் லானில் போடப்பட்டிருந்த பிவிசி நாற்காலியொன்றில் போய் சாய்ந்தார். எதிரே இருந்த டீபாயில் அன்றைய தினசரிகள் ஆங்கிலத்திலும் தமிழிலும் மடிப்புக் கலையாமல் இடம் பிடித்து இருந்தது. ஒரு தமிழ் தினசரியை உருவினார்.

தலைப்புச் செய்தி, கண்களில் பாய்ந்தது.

'அடுத்த பலி யார்? தமிழக அமைச்சர்களிடையே பீதி. கொலையாளியைக் கண்டுபிடிக்க போலீஸ் தீவிரம்.'

செய்திக்குள் நுழைந்தார் திருஞானம்.

'கடந்த இரண்டு வார காலமாக தமிழகத்தின் தலைநகரமாம் சென்னையில் விழா ஒன்று, விமரிசையாக நடைபெற்றுக் கொண்டு வருகிறது. அந்தத் திருவிழாவுக்குப் பெயர், கொலைத் திருவிழா. இந்தத் திருவிழாவில் இதுவரைக்கும் நான்கு பேர், முதுகில் 'அமிர்தம் என்றால் விஷம்!' என்று பச்சைக் குத்தப்பட்டு மிகவும் கொடூரமான முறையில் கொலை செய்யப்பட்டு இருக்கிறார்கள். இதில் இரண்டு பேர் அமைச்சர்கள். ஒருவர், சுகாதாரத்துறை அமைச்சராக இருந்த கார்மேகவண்ணன். இன்னொருவர் உணவு அமைச்சராக இருந்த கணேசபாண்டியன். இவர் முதலமைச்சர் திருஞானத்தின் மருமகன் என்பது குறிப்பிடத்தக்கது. இந்த இரண்டு பேர்களைத் தவிர, விபச்சாரத்தை ஒரு இண்டஸ்ட்ரி போல் நடத்திவந்த செண்பகவல்லி என்கிற பெண்ணும் அவளுடைய கணவன் சாத்தப்பன் என்பவனும் அமைச்சர்களைப் போலவே கொலை செய்யப்பட்டு இருக்கிறார்கள். இந்த இரண்டு

பேரும் இப்படிக் கொலை செய்யப்பட என்ன காரணம் என்று பிடிபடாத நிலையில் அமைச்சர் கார்மேகவண்ணனின் மகன் செழியனையும் கொலை செய்ய முயற்சி நடந்தது. ஆனால் அவர் அதிர்ஷ்டவசமாக உயிர் தப்பினாலும் இன்னமும் ஆபத்தான நிலையிலேயே மருத்துவமனையில் இருக்கிறார். அவருடைய ரத்த ஓட்டத்தில் கலந்து இருக்கும் பாய்ஸனைப் பிரித்து எடுக்கும் முயற்சியில் டாக்டர் குழு ஒன்று மும்முரமாய் இயங்கிக் கொண்டு இருக்கிறது. செழியனுக்கு இன்னமும் நினைவு திரும்பவில்லை என்பது குறிப்பிடத்தக்கது. இப்படிப்பட்ட கொலைத் திருவிழா ஒன்றை இவ்வளவு விமரிசையாகக் கொண்டாடும் அந்தக் கொலையாளி யார்...? 'அமிர்தம் என்றால் விஷம்' என்கிற வார்த்தைகளுக்கு என்ன அர்த்தம்...? இது போன்ற கேள்விகள் விஸ்வரூபம் எடுத்துக் கொண்டிருக்கும் வேளையில் இப்போது இருக்கும் அமைச்சர்களுக்கு இடையில் ஒரு பச்சை குத்தப்பட்டுவிடுமோ என்கிற பயத்தில் பாதுகாப்பு வளையங்களைப் பலப்படுத்தியிருக்கிறார்கள். ஆளும் கட்சி இப்படி கலகலத்துப் போயிருக்க, எதிர்க்கட்சிகளோ உள்ளூர சந்தோஷத்தோடு கண்டன குரல்கள் எழுப்பி வருகின்றன. கொலையாளியைக் கண்டுபிடிக்க கையாலாகாத முதலமைச்சர், ஒரு நிமிடம்கூட பதவியில் இருக்கக்கூடாது உடனடியாகப் பதவி விலக வேண்டும் என்று போர்க்கொடி உயர்த்தியிருக்கிறார்கள்.'

படித்துக் கொண்டிருந்த தினசரியை மறுபடியும் அப்படியே மடித்து வைத்துவிட்டு திருஞானம், கண்களை மூடிக் கொண்டார் ஸ்ருதியின் விதவைக் கோலம், மனதை ரணமாக்கியது.

'எதிர்க்கட்சிகள் சொல்வதுபோல் பதவியை ராஜினாமா செய்துவிடலாமா...?'

கண்கள் மூடி யோசனையில் இருந்தவரை பி.ஏவின் குரல் ஈர்த்தது. "ஸார்...! டி.ஜி.பியும் கமிஷனரும் வந்துகிட்டு இருக்காங்க. அவங்களை இங்கேயே வரச் சொல்லவா... இல்லை, வரவேற்பறையில் உட்கார வைக்கவா...?" திருஞானம் கண்களை மலர்த்தினார்.

"இங்கேயே வரச் சொல்லுங்க... நாங்க பேசிகிட்டு இருக்கும்போது எனக்கு ஏதாவது போன் வந்தா, என்னை டிஸ்டர்ப் பண்ண வேண்டாம். செல்ஃபோனை ஆஃப் பண்ணி வைச்சுருங்க..."

"ஏற்கனவே ஆஃப் பண்ணிட்டேன் ஸார்..."

பி.ஏ. பய்யமாய் சொல்லி, பின்வாங்கிப் போய்விட... அடுத்த இரண்டு நிமிஷங்களில் டி.ஜி.பி. காசிவிஸ்வநாதனும், கமிஷனர் வைத்யாவும் காக்கி யூனிஃபார்மை தவிர்த்துவிட்டு வெள்ளை வேஷ்டி சட்டையில் வந்தார்கள். ஒரு சி.எம்முக்குரிய உத்யோக பூர்வமான சல்யூட்டைக் கொடுத்துவிட்டு தளர்ந்து நின்றார்கள்.

"குட் மார்னிங் ஸார்..."

திருஞானம் தனக்கு எதிரே இருந்த இரண்டு காலி நாற்காலிகளைக் காட்டினார்... "உட்காருங்க."

இருவரும் உட்கார்ந்தார்கள். மௌன வெள்ளத்தில் விநாடிகள் காணாமல் போயிற்று.

"என்ன விஷயம்...?" திருஞானமே கேட்டார்.

டி.ஜி.பியை ஒரு தயக்கப் பார்வை பார்த்துவிட்டு கமிஷனர் வைத்யா பேச்சை ஆரம்பித்தார்.

"ஸார்...! இந்த விவகாரம், இப்போது தேவானந்தா ஸ்வாமிகளின் ஆஸ்ரமம் வரைக்கும் போயிருக்கிறது. இந்த உண்மை இன்னும் நியூஸ் பேப்பர், டி.வி. மீடியாக்களுக்குத் தெரியாது. போலீஸின் உயர்மட்டத்தில் இருக்கிற அதிகாரிகளுக்கு மட்டும்தான் இந்தக் கசப்பான உண்மை தெரியும். தேவானந்தா ஸ்வாமிகள் ஒரு தெய்வீக அவதாரம் என்கிற நம்பிக்கை, பாமரர்களுக்கு மட்டும் இல்லை; படித்தவர்களுக்கும் இருக்கிறது. அரசியல் வட்டாரத்தில் அவருக்கு இருக்கக் கூடிய மிகப் பெரிய செல்வாக்கு, வேறு எந்த மதத்தலைவருக்கும் கிடையாது. ஜனாதிபதியும் பிரதமரும் தமிழ்நாட்டுக்கு வந்தால் தேவானந்தா ஆசிகளைப் பெற்றுக் கொள்ளாமல் டெல்லி விமானம் ஏறியது

இல்லை. இவ்வளவு செல்வாக்கோடு இருக்கிற தேவானந்தா ஸ்வாமிகளை விசாரணைக்காக நாம் எப்படி அணுக முடியும் ஸார்...?"

திருஞானம் தன் தாடையை யோசனையாய் சில விநாடிகள் வரைக்கும் தேய்த்துக் கொண்டு இருந்துவிட்டு கமிஷனரையும் டி.ஜி.பியையும் மாறி மாறிப் பார்த்து விட்டுக் கேட்டார்.

"தேவானந்தா ஸ்வாமிகளுக்கும் 'அமிர்தம் என்றால் விஷம்' கொலைகளுக்கும் தொடர்பு இருக்கும் என்று உண்மையிலேயே நீங்கள் நம்புகிறீர்களா...?"

"ஸார்...! நடிகை அப்ஸராவுக்கும் ஸ்வாமிகளுக்கும் தொடர்பு இருக்கிற விஷயம், ஸ்வாமிகளின் கார் டிரைவரான பேச்சிமுத்து கொடுத்த ரகசிய வாக்குமூலம் வழியா உண்மைன்னு தெரிய வந்திருக்கு. அதே நடிகை அப்ஸரா உங்களுடைய மருமகன் கணேசபாண்டியனோடும் தொடர்பு வெச்சிருந்திருக்கா. இந்த விவகாரம் ஸ்வாமிகளுக்குத் தெரிஞ்சு, அந்த ஆத்திரத்துல இப்படி ஒரு காரியத்தைப் பண்ணியிருக்கலாமே...? எல்லாத்துக்கு மேலா ஸ்வாமிகள், பக்தர்களின் நோய்களைத் தீர்க்கிறதுக்காக மூலிகைச் சாறுகளை உபயோகப்படுத்தி அவங்களுடைய தோள்பட்டைகளில் பச்சை குத்தியிருக்கிறார். ஒவ்வொரு பௌர்ணமி நாள்லையும் இப்பவும் நூற்றுக்கணக்கான நோயாளி பக்தர்கள், பச்சை குத்திக்கறாங்க."

"மூலிகைச்சாறுகளை உபயோகப்படுத்தி பச்சை குத்தறது அவரோட சிகிச்சை முறை. அந்த சிகிச்சை முறையையே கொலை செய்ய உபயோகப்படுத்தியிருப்பார்ன்னு நினைக்கறீங்களா...?"

"மே பி ஸார்...!"

"சரி... கொலைகளுக்கு என்ன மோட்டிவ்...?"

"தெரியலை ஸார்... இந்த விவகாரத்துல இப்பத்தான் மூக்கை நுழைச்சிருக்கோம்... இதுல ரெண்டு நடிகைகள் சம்பந்தப்பட்டு இருக்காங்க... விஜயவாடாவில் இருக்கிற

அமிர்தா என்கிற நடிகையும், சென்னையில் இருக்கிற அப்ஸரா என்கிற நடிகையும் தேவானந்தா ஸ்வாமிகளோடு தொடர்பு வெச்சிருந்திருக்காங்க... அந்தத் தொடர்பைப் பற்றி அந்த நடிகைகள்கிட்டே கேட்டால் அவங்க வேற மாதிரி பதில் சொல்றாங்க..."

"அமிர்தாவோட பதில் என்ன...?"

"அமிர்தாவுக்கும் அமைச்சர் கார்மேகவண்ணனுக்கும் பிறந்த மனநலம் குன்றிய பையன் மனோவை குணப்படுத்த, முதன்முதலாக தேவனந்தா ஸ்வாமிகள்கிட்டேதோன் அமிர்தம் கூட்டிட்டுப் போயிருக்காங்க. அவரும் மனோவோட தோளில் பச்சை குத்தியிருக்கார். அதுக்குப் பிறகும் மனோவுக்கு குணமாகலை... ஆனா தேவானந்தா சுவாமிகள், மாசத்துக்கு ஒரு தடவையாவது விஜயவாடாவில் இருக்கும் அமிர்தாவுக்கு ஃபோன் பண்ணி ஃபையன் இப்போ எப்படியிருக்கான்னு கேட்டுத் தெரிஞ்சுக்குவாராம். விஜயவாடா போயிருந்த இன்ஸ்பெக்டர் சபரிகிட்டே அமிர்தா சொன்ன தகவல் இது...!

இது எந்த அளவுக்கு உண்மைங்கிறது தேவானந்தா ஸ்வாமிகளைக் கேட்டால்தான் தெரியும். அதே மாதிரி நடிகை அப்ஸராவும், தனக்கும் ஸ்வாமிகளுக்கும் எந்த விதமான இல்லீகல் காண்டாக்ட்டும் கிடையாதுன்னும், புதுப்படங்களில் நடிக்க ஒப்பந்தமாகும்போது அந்தப் படங்கள் வெற்றியடைவதற்காக ஸ்வாமிகளின் ஆசிகளை வாங்க, ஆஸ்ரமத்துக்குப் போவதாகவும் சொல்லியிருக்காங்க. அப்ஸராவோட ஸ்டேட்மெண்ட் உண்மையா, பொய்யான்னா.. அதுவும் ஸ்வாமிகளைக் கேட்டால்தான் தெரியும்..."

முதலமைச்சர் திருஞானம், முகம் இறுகிப்போய் எழுந்தார். "தேவானந்தா ஸ்வாமிகள்கிட்ட போய் நேரிடையாக இந்தக் கேள்விகளையெல்லாம் யாரும் கேட்டுட முடியாது. அப்படி மீறி கேட்டுட்டா அதனுடைய பின்விளைவுகள் எப்படியிருக்கும்னு சொல்ல முடியாது. அப்படிக் கேட்டதையே சாக்காக வைச்சு

தமிழ்நாட்டில் ஒரு பெரிய மதக் கலவரத்தையே உருவாக்க, எதிர்க்கட்சிகள் முயற்சி செய்யலாம். ஸ்வாமிகளுக்கு டெல்லி வரைக்கும் கனமான செல்வாக்கு. காபினெட் மந்திரிகளில் பாதிப்பேர், ஸ்வாமிகளைப் பார்க்க அப்பாயிண்ட்மெண்ட் கேட்டு கடந்த ஒரு வருஷகாலமாய் காத்திட்டு இருக்கறதாத் தகவல். இப்படிப்பட்ட நிலைமையில் உள்ள சுவாமிகளை ஒரு போலீஸ் என்கொய்ரிக்காக நெருங்க முடியுமா என்ன?"

"ஸார்...! சட்டத்துக்கு முன்னாடி எல்லோரும் சமம்!"

"அது இப்போ ஆட்சியில இருக்கறவங்களுக்குப் பொருந்தாது."

"ஸார்...! ஸ்வாமிகளை விசாரிக்கலைலன்னா எந்த ஒரு உண்மையும் வெளியே வராது. இப்பவே ஸ்வாமிகள் கொஞ்சம் உஷாராகியிருப்பார்."

"கையில் எந்தவிதமான ஆதாரமும் இல்லாம ஆஸ்ரமத்துக்குள்ள நுழைஞ்சு ஸ்வாமிகளை விசாரிக்க முடியாது... அப்படி விசாரிச்சா மத்திய அரசுக்குக் கோபம் வரும். அந்தக் கோபத்தைக் தாங்கிக்க முடியாம நான் ரிஸைன் பண்ணிடவேண்டியதுதான்." திருஞானம் சொல்லிக் கொண்டிருக்கும்போதே அவருக்குக் பின்பக்கம் அந்தக் குரல் கேட்டது.

"அப்பா..."

திரும்பிப் பார்த்தார்.

சேலைத்தலைப்பை இழுத்துப் போர்த்திக்கொண்டு ஸ்ருதி நின்றிருந்தாள். மகளை வியப்பாய்ப் பார்த்தார் திருஞானம்.

"என்னம்மா...?"

"இந்தப் பிரச்சினையில நான் உங்களுக்கு ஹெல்ப் பண்ணலாமா?"

தன் மகள் ஸ்ருதியை உச்சபட்ச வியப்போடு பார்த்தார் முதலமைச்சர் திருஞானம்.

"என்னம்மா சொல்றே... நீ உதவப்போறியா?"

"ஆமாப்பா..."

"எப்படி...?"

"அப்பா...! நீங்களும் போலீஸ் கமிஷனரும், டி.ஜி.பியும் இவ்வளவு நேரமாய் பேசிகிட்டு இருந்ததை நானும் கேட்டேன். போன வருஷம்வரைக்கும் தேவானந்தா ஸ்வாமிகளுக்கு நானும் ஒரு பக்தையாயிருந்து விசேஷ நாட்களில் அவரோட ஆஸ்ரமத்துக்கு போய் ஸ்வாமிகள்கிட்டே ஆசிர்வாதமும் வாங்கியிருக்கேன்."

திருஞானம் ஆச்சிரியத்தில் கண்களை விரித்தார். "அப்படியா? இது எனக்குத் தெரியாதே..."

"என்னோட கணவருக்கே இந்த விஷயம் ரொம்ப நாளா தெரியாது. ஒரு நாள் தெரிஞ்கிட்டு சத்தம் போட்டார். சாமியார்கள் கால்களில் போய் விழறதும், அவங்ககிட்டே ஆசீர்வாதம் வாங்கறதும் தனக்குப் பிடிக்காதுன்னு அவர் சொன்னதால ஸ்வாமிகளைப் போய் பார்க்கிறதை விட்டுட்டேன்."

"சரி... தேவானந்தா ஸ்வாமிகளைப் பத்தி உன்னோட கணிப்பு என்னம்மா...? அவர் எப்படிப்பட்டவர்...? உண்மையிலேயே ஆன்மீகவாதியா... இல்லை, வேஷதாரியா?"

"அவரை ஒரு வேஷதாரியாய் நினைக்க எனக்கு தோணலைப்பா. அவர்கிட்டே ஏதோ ஒரு வசீகரம் இருக்கப் போய்த்தான்... லட்சக்கணக்கான மக்கள், அவர் காலடியில் போய் விழுறாங்க... அவரால எத்தனையோ பேருக்கு நோய்கள் குணமாயிருக்கு..."

"ஸோ...! உன்னோட பார்வையில் தேவானந்தா ஸ்வாமிகள் நல்லவர்... உண்மையிலேயே அவதாரப் புருஷர் அப்படித்தானே...?"

"அப்படியொரு தீர்க்கமான எண்ணம் போன நிமிஷம் வரைக்கும் எனக்கு இருந்தது. ஆனால் நீங்களும் போலீஸ் கமிஷனரும் டி.ஜி.பியும் அவரைப் பத்தி சொன்ன சில விஷயங்கள், இப்போ என் மனசுக்குள்ளே ஒரு நெருடலை ஏற்படுத்தியிருக்கு. இந்த நிமிஷம் தேவானந்தா ஸ்வாமிகள் நல்லவரா, கெட்டவரான்னு எனக்குத் தெரியாது. அதைக் கண்டுபிடிக்கணும்ன்னா எனக்குத் தெரிஞ்ச ஒரே வழி... மறுபடியும் அந்த ஆஸ்ரமத்துக்குள்ளே நான் நுழையணும். நுழையறது மட்டும் இல்லை... அந்த ஆஸ்ரமத்துக்குள்ளே கட்டப்பட்டிருக்கிற நூற்றுக்கணக்கான தியானக் குடில்கள் ஒண்ணுல ஒரு மாசமாவது தங்கியிருந்து வேவு பார்க்கணும்..."

டி.ஜி.பி. காசி விஸ்வநாதன் கேட்டார். "அங்கே இருக்கிற தியானக் குடிலில் ஒரு மாச காலம் தங்க அனுமதி கிடைக்குமா?"

"கிடைக்கும்...! ஒரு தியானக் குடில்ல ஒரு மாச காலம் தங்கியிருக்க மூணுவேளை உணவுக்கும் சேர்த்து, பத்தாயிரம் ரூபாய் வாங்கறங்க. வீட்டுப் பிரச்சினைகள், பிசினஸ் பிரச்சினைகளின் காரணமாக மனசளவில் பாதிக்கப்பட்டவங்க நிறைய பேர், அங்க தங்கியிருக்காங்க... அந்தக் குடில்களை நிர்வாகம் பண்ற பொறுப்பு நிவேதிதாங்கிற ஒரு பொண்ணுகிட்டே

இருக்கு. இந்த நிவேதிதா, ஸ்வாமிகளுக்கு ரொம்பவும் வேண்டியவ...ஒரு... பி.ஏ மாதிரி வைச்சுக்கலாம். நான் ஆஸ்ரமத்துக்குப் போய்கிட்டு வந்துகிட்டிருந்த காலத்துல நிவேதிதா எனக்கு நல்ல பழக்கம். ஒரு முதல் அமைச்சரோட மகளான எனக்கு நல்ல மரியாதை கொடுத்து, க்யூல என்னைக் காத்திருக்க வைக்காம உடனடியா ஸ்வாமிகளிடம் கூட்டிப் போவா.... நிவேதிதாவோட பர்சனல் செல்ஃபோன் நம்பர் என்கிட்டே இருக்கு... இந்த நிமிஷம் கூட அவகிட்ட பேசலாம்..."

திருஞானம் சில விநாடிகள் மௌனமாய் இருந்து விட்டு மகளை ஏறிட்டார். "உன்னோட திட்டம்தான் என்னம்மா...?"

"அப்பா... நீங்க அனுமதி கொடுத்தா அங்க ஒரு மாச காலம் தங்கயிருந்து சுவாமிகளையும், ஆஸ்ரமத்தின் நடவடிக்கைகளையும் வேவு பார்க்கிறேன். 'அமிர்தம் என்றால் விஷம்' தொடர் கொலைகளுக்கும் ஸ்வாமிகளுக்கும் தொடர்பு இருக்கா, இல்லையான்னு கண்டுபிடிக்க இதை விட்டா வேறு வழி கிடையாது..."

போலீஸ் கமிஷனர் வைத்யா குறுக்கிட்டார்.

"வேவு பார்க்கிறது கொஞ்சம் ரிஸ்க்கான விஷயம். அந்த ஆஸ்ரமம் ஒரு பெரிய சமுத்திரம். அது மாதிரியான இடங்களுக்கு போலீஸில் உள்ள 'ஸ்பை' ஸ்க்வாடிலிருந்து யாராவது ஒருத்தரைத் தேர்வு பண்ணி அனுப்பினா பலன் கிடைக்கும்ங்கிறது என்னோட எண்ணம்... ஸ்பை ஸ்வாட் லேடீஸ் செக்ஷனில் திறமையான பெண்கள். நிறைய பேர் இருக்காங்க. அவங்கள்ல யாரையாவது ஒருத்தரை..."

"ஸாரி! கமிஷனர் ஸார்..." கையை உயர்த்தினாள் ஸ்ருதி. "நீங்க நினைக்கிறது தப்பு. எனக்கு முதலிலேயே ஆஸ்ரமத்துக்குப் போய் வந்த பழக்கம் உண்டு நிவேதிதாவும் எனக்கு நல்ல பழக்கம். தியானக் குடிலில் ஒருத்தர் தங்க விரும்பினா, 'அவங்க பின்னணி என்ன? என்ன காரணத்துக்காக குடிலில் தங்க விரும்பறாங்க...?' இதுமாதிரி கேள்விகளுக்கெல்லாம்

சரியான பதிலைச் சொல்லியாகணும்... சும்மா ரெஸ்ட் எடுக்க வர்றவங்களுக்கு அங்கே இடம் கிடைக்காது. ஸ்பை ஸ்க்வாடிலிருந்து ஒரு பொண்ணை செலக்ட் பண்ணி அனுப்பினா அந்தப் பொண்ணு, கடமைக்கு முதல் இடம் கொடுத்து உத்தியோக உணர்வோடுதான் 24 மணி நேரமும் செயல்படுவா... அது ஆஸ்ரமத்தில் உள்ளவங்களுக்கு சீக்கிரமே சந்தேகத்தை வரவழைச்சுடும்..."

திருஞானம் மையமாய் தலையாட்டினார். "ஸ்ருதி சொல்றது வாஸ்தவம்தான். போலீஸ் டிபார்ட்மெண்ட்டிலிருந்து ஒரு பெண் வேவு பார்க்க ஆஸ்ரமத்துக்குப் போறதைக் காட்டிலும், அடிக்கடி அந்த ஆஸ்ரமத்துக்குப் போயிட்டு வந்த ஸ்ருதி போய் தியானக் குடில்ல தங்கினா, யாருக்கும் எந்தச் சந்தேகமும் வர வாய்ப்பு இல்லை...! நீ அதுக்கு வேண்டிய ஏற்பாடுகளைப் பண்ணும்மா..."

"ஸார்..." டி.ஜி.பி. காசி விஸ்வநாதன் தயக்கமாய் முதலமைச்சரிடம் திரும்பினார்.

"என்ன... சொல்லுங்க...?"

"ஸார்... தேவானந்தா சுவாமிகளோட ஆஸ்ரமம், ஒரு அழகான சோலையா... இல்லை, ஆபத்தான காடான்னு... தெரியாம உங்க டாட்டரை இதுல இன்வால்வ் பண்றது எனக்கென்னமோ சரியாப்படலை... இந்த விஷயத்துல நீங்களும் உங்க டாட்டரும் நிறைய யோசிக்கணும். எடுத்தேன், கவிழ்த்தேன்னு சில காரியங்களைப் பண்ணிட்டு அப்புறம் சாவகாசமா சங்கடப்படக்கூடாது. உங்க டாட்டர் ஸ்ருதி அந்த தேவானந்தா ஸ்வாமிகளோட ஆஸ்ரமத்துக்குள்ளே போறது, சிங்கத்தோட குகைக்குள்ளே போய் அதனுடைய பிடரிமேல் கையை வைக்கிறதுக்குச் சமம்."

ஸ்ருதி அவரைப் பார்த்து விரக்தியாய் புன்னகைத்தாள். "இப்படியெல்லாம் பயந்தா, உண்மைகள் எப்படி வெளியே வரும் டி.ஜி.பி. ஸார்...? இரண்டு மந்திரிகள் மிகக் கொடூரமான

முறையில் கொலை செய்யப்பட்டு இருக்காங்க... செழியன் ஹாஸ்பிடலில் உயிருக்குப் போராடிகிட்டு இருக்கார். இது மாதிரியான கொலைகள் மனசை பதைபதைக்க செய்யுது. இதுக்கு ஒரு முற்றுப்புள்ளி வைக்க வேண்டாமா...? இது ரிஸ்கான வேலைதான். ரிஸ்க் எதுலதான் இல்லை....? இந்தக் காலத்துல ரோட்டுல ஒரு ஓரமா நடந்து போறது கூட ரிஸ்க்தான்!"

"நீங்க சொல்றது சரிதாம்மா. இருந்தாலும்..."

"இதோ பாருங்க ஸார்... நீங்க போலீஸ் டிபார்ட்மெண்ல ஒரு பவர்ஃபுல் போஸ்ல இருக்கீங்க... பட் உங்களால முடியாத சில காரியங்களை என்னால செய்ய முடியும். நான் ஆஸ்ரமத்துக்குள்ளே நுழைஞ்சு, ஒரு பத்து நாள் உள்ளே இருந்தாபோதும்... எல்லா உண்மைகளையும் வெளியே கொண்டு வந்துவிடுவேன். அந்த நம்பிக்கை எனக்கு இருக்கு..."

டி.ஜி.பி. இப்போது புன்னகைத்தார்.

"இனிமே நான் சொல்ல ஒண்ணுமேயில்லைம்மா... உன்னோட துணிச்சலுக்கு என்னோட வாழ்த்துகள்!"

"இந்த வாழ்த்துகள் எனக்குப் போதும் ஸார்."

திருஞானம் மகளை ஏறிட்டார்.

"ஆஸ்ரமத்துக்கு நீ எப்போ கிளம்புறேம்மா...?"

"இன்னிக்கு மத்தியானம்..."

பொன்கிரி மலையடிவாரம்.

ஸ்ருதி தன்னுடைய காரை கார் பார்க்கிங்கில் நிறுத்தியபோது, மத்தியானம் சரியாய் பனிரெண்டு மணி. கார்கள் நூற்றுக்கணக்கில் எல்லாத் திசையிலும் தெரிந்தன. பத்தடிக்கு ஒரு வேப்பமரம் கிளைகளைப் பரப்பிக் கொண்டு பிரம்மாண்டமாய் வளர்ந்து, வெயிலை வடிகட்டி குளிர்ச்சியை ஆசிரமத்துக்குச் செல்லும் வழி

முழுவதும் நிரப்பி வைத்து இருந்தது. செம்மண் பாதையின் இரண்டு பக்கத்திலும் பெயர்ப் பலகைகள். அவற்றில் இரண்டு வரி வாசகங்கள்...

இது இறைவன் உறையும் ஸ்தலம். அவனுடைய பெருமையை மட்டுமே பேசுக. வீண் சொற்கள் வேண்டாம்.

உண்மையும், உழைப்பும், ஒழுக்கமும், நேர்மையும் உன்னிடம் இருந்தால் கடவுளை நீ தேட வேண்டியது இல்லை. அவனே உன்னிடம் வருவான்.

கடவுளை அன்பால் காண். பக்தியால் அவனைத் தேடு. வழிபாட்டால் அவனை ஆராதனை செய். இறுதியில் தியானத்தின் மூலம் அவனை சந்தி.

நமக்குள் உள்ள கடவுளை நாம் அறிந்து கொள்ளாத வரை குழப்பமும் துன்பமும், அதிருப்தியும் தொல்லையும் நமக்குள்ளே தொடர்ந்து கொண்டிருக்கும்.

ஸ்ருதி ஒவ்வொரு பெயர்ப் பலகையையும் பார்வையால் மேய்ந்து கொண்டே போனாள். கடந்த ஒரு வருட காலத்தில் ஆஸ்ரமம், நிறைய மாறியிருந்தது. எதிரே தென்பட்ட முகங்களில் பாதி வெளிநாட்டினர்.

ஸ்ருதி உறைக்காத அந்த மத்தியான வெயிலில் நடந்து, ஆஸ்ரமத்து வாயிலைத் தொட்டாள். பெண் செக்யூரிட்டி அதிகாரிகள், கையில் வைத்திருந்த மெட்டல் டிடெக்ரால் அவளுடைய உடம்பைத் தடவிவிட்டு, உள்ளே போக அனுமதித்தார்கள். ஸ்ருதி நடந்தாள்.

இரண்டு நிமிட நடைக்குப்பின் அந்த அலுவலகக் கட்டிடத்துக்கு வந்தாள். 'தியானக் குடில்கள் இங்கே பதிவு செய்யப்படும்' என்ற வாசகங்களுக்குக் கீழே மேஜையும் நாற்காலியும் போட்டு உட்கார்ந்திருந்த அந்தப் பெண்ணை நெருங்கினாள்.

"நிவேதிதாவைப் பார்க்கணும்..."

"அவங்க ப்ரேயர் ஹால்ல இருப்பாங்க..."

ஸ்ருதி வலதுபக்கமாய்த் தெரிந்த கிளைப் பாதையில் நடந்து, கல்யாண மண்டபம் போல் இருந்த அந்த ப்ரேயர் ஹாலை நெருங்கினாள். உள்ளே கூட்டம் அலைமோதியது. எழுபது சதவிகிதம் பெண்கள். பழக்கமான பஜனை பாட்டு, காற்றில் கலந்திருந்தது.

ஸ்ருதி, ப்ரேயர் ஹாலுக்குள் நுழைந்தாள். உட்கார இடம் இல்லை. இந்தக் கூட்டத்தில் நிவேதிதாவை எங்கே என்று போய் தேடுவது? ஸ்ருதி சுற்றும் முற்றும் பார்த்துக் கொண்டு நின்றாள்.ஒலி பெருக்கியில் யாரோ பேசினார்கள்.

"நமது ஸ்வாமிஜி அவர்கள் இன்னும் சில நிமிடங்களில் இந்த மேடையில் எழுந்தருள உள்ளார்கள். எல்லோரும் அமைதி காக்க வேண்டுகிறோம்.... தியானம் முடித்து ஸ்வாமிஜி அவர்கள் பிரசங்கம் நிகழ்த்தும்போது யாரும் எழுந்து வெளியே போவதோ, ஹாலில் நடப்பதோ கூடாது."

மைக்கில் குரல் கேட்டுக் கொண்டிருக்க... ஸ்ருதியின் தோளில் பின்பக்கம் இருந்து மிருதுவாய் ஒரு கை விழுந்தது.

லேசாய் திடுக்கிட்டுப் போய் திரும்பினாள் ஸ்ருதி.

நிவேதிதா நின்றிருந்தாள். வெளிர் மஞ்சள் சேலை அணிந்து, தலைக்கு முக்காடு போட்டிருந்தாள். நெற்றியில் பெரிதாய் குங்குமப் பொட்டு, கழுத்தில் துளசி மணி மாலை.

"ஸ்ருதி...!"

"நான் உங்களைத்தான் பார்க்க வந்தேன்..."

"ரொம்ப நாளைக்கப்புறம் ஆஸ்ரமம் பக்கம் வந்திருக்கே... ரொம்ப சந்தோஷம். வா... உள்ளே போய் உட்காரலாம். ஸ்வாமிஜி இன்னும் பத்து நிமிஷத்துக்குள்ளே மேடைக்கு வந்துடுவார்..."

"நான் ஒரு அஞ்சு நிமிஷம் உங்ககிட்டே தனியாப் பேசலாமா...?"

"இப்பவே பேசணுமா...?"

"ஆமா..."

"சரி வா...! அப்படித் தள்ளி நின்னு பேசலாம்."

இருவரும் விலகி நடந்து, கொஞ்சம் தள்ளியிருந்த வேப்பமரத்துக்கு அடியில் வந்து நின்றார்கள். அரை நிமிட மௌனத்துக்குப் பிறகு நிவேதிதா கேட்டாள்

"என்ன விஷயம் ஸ்ருதி....?"

"என்னோட கணவர் மரணமடைந்த விஷயம் உங்களுக்குத் தெரியும்ன்னு நினைக்கிறேன்..."

"ம்... கேள்விப்பட்டேன். மனசுக்குக் கஷ்டமாக இருந்தாலும் இப்படியெல்லாம் நடக்கணும்ங்கிறது இறைவனோட சித்தமாயிக்கலாம்ன்னு நினைச்சு, மனசை லேசாக்கிக்கிட்டேன். அந்த ப்ரேயர் ஹால் சுவரில் என்ன எழுதியிருக்குன்னு பார்த்தியா ஸ்ருதி...?"

ஸ்ருதி திரும்பிப் ப்ரேயர் ஹாலின் சுவரைப் பார்த்தாள். நீலநிற பெயிண்ட்டால் எழுதப்பட்ட வாசக வரிகள், கண்களுக்குள் பாய்ந்தது.

"மனிதனது விதி, இறைவனால் தீர்மானிக்கப்படுகிறது. எனவே மனிதன் இறைவனின் சட்ட திட்டங்களுக்கு உட்பட்டு அவனுடைய கட்டுப்பாட்டுக்குள்ளேயே இயங்கி வர வேண்டிய நிலையில் மனித வாழ்க்கை அமைகிறது. நாம் இப்போது காணும் இந்தப் பேரண்டப் பிரபஞ்சமும், இப்பிரபஞ்சத்தில் காணப்படும் அத்தனை பொருட்களும் என்றைக்காவது ஒரு நாள் அழிந்து போகக்கூடியவையே..."

ஸ்ருதி அந்த வாசகங்களைப் படித்துவிட்டு நிவேதிதாவிடம் ஏதோ சொல்ல முயன்ற விநாடி

பின்பக்கம் அந்தக் குரல் கேட்டது...

"அம்மா..."

இருவரும் திரும்பி பார்த்தார்கள்.

ஆஸ்ரமத்தைச் சேர்ந்த அந்த இளம்பெண், மஞ்சள் நிற சேலை அணிந்து நிவேதிதா கேட்டாள்

"என்ன அருந்ததி...?"

"ஸ்வாமிஜி உங்களைக் கூப்பிட்டார்ம்மா..."

நிவேதிதா அந்தப் பணிப்பெண்ணிடம் கேட்டாள்.

"ஸ்வாமிஜி என்னை உடனே வரச் சொன்னாரா?"

"ஆமாங்கம்மா..."

"சரி... நீ போ...!"

பணிப்பெண் நகர்ந்து போனதும், நிவேதிதா தன் அருகே நின்றிருந்த ஸ்ருதியை ஏறிட்டாள்.

"வா... போலாம்..."

"நான் எதுக்கு...! ஸ்வாமிஜி உங்களைத்தானே வரச் சொல்லியிருக்கார்? நானும் உங்ககூட வந்தா நல்லாயிருக்காதே..."

நிவேதிதா புன்னகைத்தாள். "நான் ஸ்வாமிஜிகிட்டே எல்லாரையும் கூட்டிட்டுப் போகமாட்டேன். நீ இந்த தமிழ்நாட்டோட சீஃப் மினிஸ்டரோட மக. உன்னைத் தாராளமாக அவர்கிட்ட கூட்டிட்டுப் போகலாம். அவர் எதுவும் சொல்ல மாட்டார். வா... போகலாம்."

நிவேதிதா சொல்லிக்கொண்டே நடக்க ஆரம்பித்துவிட, ஸ்ருதி பின்தொடர்ந்தாள்.

தேவானந்தா ஸ்வாமிகளின் குடிலுக்குப் போகும் வழி,

ஏதோ ஒரு நந்தவனம் மாதிரி இருந்தது. எல்லா நிறங்களிலும் பூக்கள் சிரித்துக் கொண்டிருக்க காற்று, ஸ்பிரே செய்யப்பட்ட செண்ட் போல மணந்தது. ஸ்ருதி சொன்னாள்.

"முன்னைக்கு இப்போ ஆஸ்ரமம் ரொம்பவும் மாறிடுச்சு..."

நிவேதிதா சிரித்தாள்.

"எல்லாம் பக்தர்களோட ஏற்பாடு. ஸ்வாமிஜி வேண்டாம்ன்னு சொன்னாலும் யாரும் கேட்கிறது கிடையாது...!"

ஸ்ருதி தயக்கமாய் நிவேதிதாவை ஏறிட்டாள். "ஸ்வாமிஜிகிட்டே எனக்குப் பிடிக்காத ஒரு விஷயம் இருக்கு... அதை உங்ககிட்டே சொல்லலாமா...?"

நிவேதிதா புன்னகைத்தாள். "தாராளமாய்."

"ஸ்வாமிஜிக்கு அரசியல்வாதிகளின் தொடர்பு நிறையவே இருக்கு. நேர்மைக்கும் உண்மைக்கும் எதிர்துருவத்தில் இருக்கிறவங்க இந்த அரசியல்வாதிகள். அவர்களுடைய தொடர்பு ஸ்வாமிஜிக்குத் தேவைதானா...?"

நிவேதிதா சிரித்தாள். "உனக்கும் எனக்கும்தான் அவங்க அரசியல்வாதிகள். ஸ்வாமிஜின் கண்களுக்கு எல்லோரும் மனிதர்களே...! இந்த நாட்டோட பிரதமரே வந்தாலும் சரி, சட்டையைக் கழட்டி வைச்சுட்டு ஸ்வாமிகளுக்கு முன்னால் வெறும் தரையில் மண்டி போட்டு உட்கார்ந்தேயாகணும். இறைவனுக்கு முன்னாடி அனைவரும் சமம்ங்கிறது ஸ்வாமிஜியின் கோட்பாடு. நாமதான் ஸ்வாமிகளை கடவுளின் அவதாரமாக நினைக்கிறோமே தவிர, அவர் தன்னை ஒருபோதும் கடவுள்ன்னு சொல்லிக்கிட்டது இல்லை... இங்கே பலதரப்பட்ட மனிதர்கள் வர்றாங்க... உயர்ந்த ஜாதி, தாழ்ந்த ஜாதின்னு பார்க்காம எல்லார்க்கும் தன்னுடைய ஆசிகளைத் தர்றார்..."

நிவேதிதா பேசிக்கொண்டே நடக்க, ஸ்வாமிகளின் குடில் வந்தது. வட்டமாய் கட்டப்பட்ட சற்று பெரிய குடில், வெளியே வி.ஐ.பிக்கள் கூட்டம் ஒன்று, சட்டைகளைக் கழற்றி கக்கங்களில்

வைத்துக் கொண்டு காத்திருந்தது.

குடிலுக்குள்ளே ஏதோ ஒரு டி.வி. சேனலின் வீடியோ காமிராக்களின் வெளிச்சம் தெரிந்தது. நிவேதிதாவைப் பார்த்ததும் நிர்வாகி தயாநிதி, வேக வேகமாய் அவள் பக்கத்தில் வந்தார்.

"ஸ்வாமிஜி உங்களைக் கேட்டுகிட்டே இருந்தார்."

"என்ன விஷயம்...?"

"கேலக்ஸி டி.வி., சுவமிகளை பேட்டி எடுத்துகிட்டு இருக்காங்க... அவரோட பேட்டி முடிஞ்சதும் உங்ககிட்டேயும் ஒரு பேட்டி எடுக்கணும்ன்னு டி.விகாரங்க சொல்லியிருக்காங்க. அதான் ஸ்வாமிஜி உங்களைக் கேட்டுகிட்டேயிருந்தாங்க. உள்ளே போங்க..."

"ஸ்வாமிகள்கிட்டே பேட்டி முடிஞ்சுதா...?"

"இன்னும் இல்லை... நடந்துகிட்டு இருக்கு."

நிவேதிதா ஸ்ருதியை ஏறிட்டாள். "வா.. உள்ளே போகலாம்..."

"நான் இங்கேயே நிக்கறேனே... நான் எதுக்கு அநாவசியமாய்...?"

"ஸ்வாமிஜியை நீ நேர்ல பார்க்கணும். அவர்கிட்டே ஆசீர்வாதம் வாங்கணும். அவரோட பார்வை உன்மேல பட்டாலே உன்னோட மனசுல இருக்கிற கவலைகள் காணாமல் போயிடும்... வா... உள்ளே...!"

நிவேதிதா தோளில் கைவைத்து ஸ்ருதியை உள்ளே அழைத்துச் சென்றாள். குடிலுக்குள் டி.வி. காமிராக்களின் ஃப்ளாஷ் லைட்டுகள் சிந்திய வெளிச்சம், சூரிய ஒளியாய் பரவி கண்களை கூச வைத்தது.

தேவானந்தா ஸ்வாமிகள், குடிலின் மையத்தில் இருந்த சிமென்ட் திட்டில் சம்மணமிட்டு உட்கார்ந்திருந்தார். ஐம்பதிலிருந்து அறுபதுக்குள் ஏதோ ஒரு வயது. மெலிதான குங்கும நிறம். நெற்றியில் ஸ்ரீசூர்ணம். உடம்பின் எந்தப்

பாகமும் தெரியாதபடிக்கு வெள்ளை வஸ்திரம் அவருடைய உடம்பை இரண்டு தடவை ஜாக்கிரதையாய் சுற்றியிருந்தது. குடிலுக்குள் பரவியிருந்த காற்று மண்டலத்தில் சாம்பிராணி வாசனை கலந்து இருந்தது.

ஸ்வாமிகளுக்கு முன்னால் உருண்டை மைக் நீட்டப்பட்டு இருக்க, டி.வி. நிருபர் ஒருவர் பவ்யமாய் கேள்வி கேட்டுக் கொண்டிருந்தார்.

"இன்றைக்கு மக்கள் தங்களுடைய கவலைகள், பிரச்சினைகள் தீரும் என்கிற நம்பிக்கையில் ஜோதிடர்களை நாடிப் போவது சரியா...?"

தேவானந்தா ஸ்வாமிகள் தன் அரையடி நீள வெண்ணிறத் தாடியை இடதுகை விரல்களால் மெலிதாய் கோதிக் கொண்டே கணீரென்ற குரலில் பேச ஆரம்பித்தார்.

"சதுர்வேதம், சதுர்யுகம், பஞ்ச பூதங்களான ஆகாயம், மண், நீர், நிலம், நெருப்பு, காற்று... 84 லட்சம் ஜென்மாக்கள்... ஈரேழு பதினான்கு லோகங்கள்... இதைத்தவிர நாம் அறிந்த 27 நட்சத்திரங்கள் அல்லாமல் 203 நட்சத்திரங்கள் இந்தப் பிரபஞ்சத்தில் உள்ளன. இந்த 203 நட்சத்திரங்களில் 73 நட்சத்திரங்கள்தான் ஞானிகளாலும், சித்தர்களாலும் அவர்களுடைய ஞான திருஷ்டியால் கண்டறியப்பட்டுள்ளன.

இந்த 73 நட்சத்திரங்களும் பனிரெண்டு ராசிகளில் எந்த கோணத்தில் எந்தெந்த நவநாயகர்களின் பாதங்களோடு கூடி அமர்ந்துள்ளார்கள் என்பதைக் கண்டறிவது மிகவும் கடினம். எல்லாமே பிரம்ம ரஹஸ்யங்கள். இவைகளில் கடுகளவு ஒருவன் அறிந்தாலே போதும். அவன் மிகப்பெரிய ஜோதிடன். ஜோதிடம் முழுமையும் அறிவதற்கு ஒருவன் ஏழு ஜென்மங்கள் எடுக்க வேண்டும் என்கிறது சாஸ்திரம்.

ஜோதிடத்தில் எத்தனையோ வகை. சகுனம், நிமித்தம், பிரஸ்ஸன்னம், அங்கக சேஷ்டிதம், மிருக சேஷ்டிதம், வாயஸ வீரிதம், அஷ்டமங்கலம், தாம்பூல பிரஸ்ஸன்னம், தேவ

பிரஸ்ஸன்னம், மாஷபதனம் இவைகளையெல்லாம் கற்றுத் தெளிந்த ஒருவனே ஒரு நல்ல ஜோதிடனாக இருக்க முடியும். அந்த ஜோதிடரால் மட்டுமே ஒரு மனிதனுக்கு நேரப் போகிற துன்பங்களைப் பற்றியும் அதற்குரிய பரிகாரங்களையும் சொல்ல முடியும்."

தேவானந்தா பேசி முடித்து புன்னகையோடு எல்லோரையும் பார்க்க, டி.வி. நிருபர் அடுத்த கேள்வியைக் கேட்டார்.

"நடப்பது நடந்தே தீரும் என்று சிலரும், நமக்கு வர இருக்கும் துன்பங்களை மாற்ற முடியும் என்று சிலரும் கூறுகிறார்கள். இதில் யார் சொல்வது சரி...?"

"நமக்கு வர இருக்கும் கர்ம வினையான துன்பங்களை நம்மால் போக்கிக்கொள்ள முடியும் என்பது உண்மைதான். ஆனால் அதற்கு தவம் தேவை. இந்திரியங்களை அடக்கி அதன் மூலமாக மனதை அடக்கி தவம் செய்வது என்பது பலருக்கு இயலாத விஷயமாக இருப்பதால் நாம் கர்மாவை மாற்ற முடியாது என்றே பெரும்பாலும் கூறுகிறோம். உதாரணம் சொல்ல வேண்டும் என்றால் இமயமலையின் மேல் ஏறி, சாதனை புரிந்தவர்களும் உண்டு. ஆனால் எல்லோருமே இமயமலை மேல் ஏறமுடியும் என்று கூறுவதும் மடமைதானே? அது போல்தான் இதுவும்."

டி.வி. நிருபர் அடுத்த கேள்வியைக் கேட்க முயல, ஸ்வாமிகள் கையமர்த்தினார்.

"இது பூஜை நேரம்... எனக்காகப் பிரார்த்தனை மண்டபத்தில் எல்லோரும் காத்துக் கொண்டிருப்பார்கள். மீதிப் பேட்டியை இந்த ஆஸ்ரமத்தை சிறப்பாக நிர்வகித்து வரும் நிவேதிதாவிடம் வைத்துக் கொள்ளுங்கள். நிவேதிதா நன்கு படித்தப் பெண். விஷய ஞானம் உள்ள பெண்."

ஸ்வாமிகள் எழுந்தார். கிட்டத்தட்ட ஆறடி உயரம். வெள்ளை வஸ்திரம் விலகியபோது வலது தோள்பட்டை ஒரு இருபத்தைந்து வயது வாலிபனின் தோள்பட்டை போல் கின்னென்று

இறுகியிருந்தது. படிகள் இறங்கி நிவேதிதாவிடம் வந்தார்.

"நிவேதிதா...!"

அவள் தலை குனிந்தாள். இரண்டு கைகளையும் குவித்து வணங்கினாள்.

"ஸ்வாமீ...!"

"வருகிற விஜயதசமியன்று இந்தப் பேட்டியை ஒளிபரப்பு செய்யப் போகிறார்கள். நம்முடைய ஆஸ்ரமத்தைப் பற்றி அவர்கள் கேட்கிற கேள்விகளுக்கெல்லாம் தெளிவான பதில்களைச் சொல்..."

நிவேதிதா பய்யமாய் தலையசைக்க இரண்டடிகள் முன்னால் நடந்த ஸ்வாமிகள் சட்டென்று நின்று, நிவேதிதாவுக்குப் பின்னால் நின்றிருந்த ஸ்ருதியைப் பார்த்தார். நெற்றி சுருக்கங்களுக்கு உட்பட்டது. உதட்டில் புன்னகை உதித்தது.

"இப்படி வாம்மா..."

சில விநாடிகள் தயங்கிய ஸ்ருதி, நிவேதிதாவுக்கு பின்புறமிருந்து வெளிப்பட்டாள். கும்பிட்டாள். அவருடைய கால்களில் விழுந்து எழுந்தாள்.

ஸ்வாமிகள் அவளுடைய தலையில் கை வைத்து ஆசீர்வதித்து விட்டுக் கேட்டார்.

"நீ முதலமைச்சரின் மகள்தானே...?"

'ஆமாம்' என்பதுபோல் ஸ்ருதி தலையசைத்தாள்.

"உன் பேர் ஸ்ருதிதானே...?"

ஸ்ருதி கண்ணீரோடு தலையசைக்க சுவாமிகள் தொடர்ந்தார். "உனக்கு நேர்ந்துள்ள இழப்புக்காக இப்போது உனக்கு வருத்தம் உண்டாகலாம். ஆனால் உன் வாழ்க்கையில் நடப்பது எல்லாம் நன்மைக்கே என்று நீ நினைக்க வேண்டும். இப்போது நீ இலையுதிர்கால மரம். இது தாற்காலிகம்தான்... விரைவில் உன்னைத்தேடி வசந்தம் வரும்."

ஸ்வாமிகள் நடந்து போய்விட, ஸ்ருதி அவரையே பார்த்துக் கொண்டு நின்றாள்.

நல்ல தூக்கத்தில் இருந்த போலீஸ் கமிஷனர் வைத்யாவை அவருடைய தலைமாட்டில் இருந்த டெலிபோன் அலறிக் கூப்பிட்டு எழுப்பியது.

அறுந்துப்போன தூக்கத்தோடு எழுந்து உட்கார்ந்தவர், சுவர் கடிகாரத்தில் நேரம் பார்த்தார். மணி 1.45.

'இந்நேரத்துக்கு யார்...?' இருதயம் படபடக்க ரிஸீவரை எடுத்து காதுக்குக் கொடுத்தார்.

"ஹலோ..."

"கமிஷனர் வைத்யா...?"

"ஹோால்டிங்..."

"நான் டாக்டர் ரங்கராஜன். செழியனின் ஃபேமிலி டாக்டர்..."

"ஓ! டாக்டர் நீங்களா... என்ன இந்த நேரத்துல போன்...? செழியன் இப்போ எப்படியிருக்கார்...?"

"அதைப்பத்தி உங்ககிட்டே சொல்லத்தான் ஃபோன் பண்ணினேன். செழியனுக்கு கான்ஷியஸ் திரும்பிடுச்சு... ரத்த ஓட்டத்தில் கலந்து இருந்த டாக்ஸின் என்கிற நச்சுப் பொருளை ரிமூவ் பண்ணின அஞ்சு நிமிஷத்துக்குள்ளே கான்ஷியஸ் திரும்பிடுச்சு. போலீஸ் கமிஷனரை கூப்பிடுங்க... அவர்கிட்டே ஒரு முக்கியமான விஷயத்தைச் சொல்ல வேண்டியிருக்குன்னு சொன்னார்."

"ஈஸிட்...?"

"எஸ்...! நீங்க உடனே புறப்பட்டு ஹாஸ்பிடலுக்கு வரமுடியுமா...?"

"இதோ புறப்பட்டேன்..."

வைத்யா எழுந்து, அணிந்திருந்த நைட்கவுனை உரித்துக்

கொண்டிருந்தபோது அவருடைய மனைவி தூக்கம் கலைந்து எழுந்து உட்கார்ந்தாள். புறங்கையில் கொட்டாவியை அடக்கிவிட்டுக் கேட்டாள்.

"எங்கே கிளம்பிட்டீங்க...?"

"அமைச்சர் கார்மேகவண்ணனோட மகன் செழியனுக்கு கான்ஷியஸ் திரும்பியிருக்காம். என்கிட்டே ஏதோ ஒரு முக்கியமான விஷயம் சொல்லணும்ன்னு டாக்டர் ரங்கராஜன்கிட்டே சொல்லியிருக்கான். அவர்தான் போன் பண்ணினார். போயிட்டு வந்துடறேன்..."

கமிஷனர் வைத்யா வேறு உடைக்கு மாறி, டீபாயின் மேல் இருந்த கார் சாவியை எடுத்துக் கொண்டார்.

அறையை கடக்க முயன்றபோது...

அவருடைய சர்ட் பாக்கெட்டில் இருந்த செல்ஃபோன் முணுமுணுத்தது. இருதய படபடப்பு அதிகமாயிற்று.

செல்போனை எடுத்து டிஸ்ப்ளேயில் கூப்பிடுவது யார் என்று பார்த்தார்.

ஸ்ருதி!

26

"பேசறது யாரு... ஸ்ருதியா...?"

"ஆமா ஸார்..." ஹஸ்கி வாய்ஸ்.

"சீஃப் மினிஸ்டரோட பொண்ணுதானே...? எங்கிருந்தம்மா பேசறே...?"

"ஸார்! நான் இப்போ தேவானந்தா ஸ்வாமிகளோட ஆஸ்ரமத்திலிருந்து பேசிகிட்டு இருக்கேன்."

"அங்கே தங்கிக்க அனுமதி கிடைச்சுதா...?"

"ம்... கிடைச்சுது! ஆஸ்ரமத்தையொட்டி இருக்கிற தபோவனம் என்கிற இடத்தில் சுமார் முன்னூறு தியானக் குடில்கள் இருக்கு... அதுல நம்பர் 203 என்ணிட்ட தியானக் குடில் எனக்கு ஒதுக்கப்பட்டிருக்கு..."

"யாருக்கும் எந்தச் சந்தேகமும் வரலையே?"

"எப்படி வரும் கமிஷனர் ஸார்? கணவனை இழந்த எனக்கு ஆறுதலும் நிம்மதியும் கிடைக்கிறதுக்காகத்தானே ஆஸ்ரம தியானக் குடிலில் வந்து தங்கியிருக்கேன்...!"

"சரிம்மா... இந்த நேரத்துல எதுக்காக போன் பண்ணிருக்கே...?"

"ஸார்... இந்த தியானக் குடில் எனக்கு புது இடம். தூக்கம் வராமே ஜன்னலுக்குப் பக்கத்துல உட்கார்ந்து வெளியே வேடிக்கை பார்த்துகிட்டு இருந்தேன். அந்தச் சமயத்துல ஆஸ்ரமத்துக்குள்ளே ஒரு வேன் வந்தது. ஹெட்லைட்டுகளை ஆஃப் பண்ணிட்டு வந்த அந்த வேன், ஒரு மரத்துக்கு அடியில் போய் மறைவாய் நின்னுசு. கொஞ்ச நேரம் கழிச்சு அந்த வேனுக்குப் பக்கத்தில் யாரோ ஒருத்தர் வந்தாங்க. முகம் தெரியலை. நான் உடனே இருட்டில் பார்க்கக்கூடிய பைனாகுலரை எடுத்து அந்த நபர் யார்ன்னு பார்த்தேன்."

"யார்ன்னு தெரிஞ்சுதா?"

"தெரிஞ்சுது..."

"யாரு...?"

"தேவானந்தா ஸ்வாமிகள்"

"வேன்ல வந்தது யாரு...?"

"வேன்ல வந்தவங்க வேனை விட்டு கீழே இறங்கவேயில்லை. தேவானந்தா ஸ்வாமிகள்தான் வேனுக்குள் போனார். ஒரு பத்து நிமிஷம் வேனுக்குள் இருந்தார். அப்புறம் கீழே இறங்கி, தன்னோட இருப்பிடத்துக்குப் போயிட்டார். வேனும் உடனே புறப்பட்டுப் போயிருச்சு."

"சுவாமிகள் கூட வேற யாராவது வந்தாங்களா?"

"யாரும் வரலை... அவர் மட்டும் வந்தார். உடம்புக்கு சால்வையைப் போர்த்தியிருந்தார்."

"வேனோட ரெஜிஸ்டரேஷன் நெம்பரை நோட் பண்ணியாம்மா?"

"நைட் விஷன் பைனாக்குலர்ல பார்த்து நெம்பரை நோட் பண்ணி வெச்சிருக்கேன் ஸார்..."

"நெம்பரைச் சொல்லும்மா..."

"டி.எம். டி. 5679"

"ரொம்பவும் பழைய ரெஜிஸ்ட்ரேஷன் நெம்பர்"

"வேனும் பழைய மாடல்தான் ஸார்... பெயிண்ட் மட்டும் புதுசா பண்ணியிருந்தாங்க... பச்சை நிறம்"

"நாளைக்குக் காலையில் பத்து மணிகெல்லாம் அந்த வேன் யாரோடதுன்னு தெரிஞ்சுடும்... அந்த வேன் யாரோடதுன்னு உனக்கு போன் பண்ணிச் சொல்றேன்..."

"வேண்டாம் ஸார்... நீங்க எனக்கு போன் பண்ண வேண்டாம். நானே போன் பண்றேன். அப்பா கூட எனக்கு போன் பண்ண மாட்டார். என்கிட்டே செல்ஃபோன் இருக்கிறது இங்கே இருக்கிற யாருக்கும் தெரியாது... நாளைக்குக் காலையில பத்து மணியிலிருந்து பதினோரு மணிக்குள்ளே உங்களுக்கு நானே போன் பண்றேன்..."

"ஸ்ருதி..."

"சொல்லுங்க ஸார்..."

"உனக்கு அங்கே ஏதாவது ஆபத்து வர்ற மாதிரி அறிகுறி தெரிஞ்சா, உடனே எனக்கு போன் பண்ணிரும்மா... அலட்சியமா இருந்துட வேண்டாம். ஏன்னா, நீ பிடிச்சிட்டு இருக்கிறது புலி வாலா இல்லை கயிறான்னு உனக்கே தெரியாது."

"இல்லை ஸார்... நான் இங்கே எச்சரிக்கையாகத்தான் இருக்கேன். அப்படி ஏதாவது எனக்குப் பிரச்சினைன்னா உங்களுக்கு நான் போன் பண்றேன்" மறுமுனையில் ஸ்ருதி செல்போனை அணைத்துவிட, வைத்யாவும் செல்ஃபோனை அணைத்து பாக்கெட்டுக்குள் போட்டுக் கொண்டார். படுக்கையில் எழுந்து உட்கார்ந்திருந்த வைத்யாவின் மனைவி கேட்டாள்.

"இப்ப போன்ல யார்ங்க...?"

"சீஃப் மினிஸ்டரோட பொண்ணு ஸ்ருதி, தேவானந்தா ஸ்வாமிகளின் ஆஸ்ரமத்தில் தங்கி வேவு பார்த்துகிட்டு இருக்கா,

ரொம்பவும் துணிச்சலான பொண்ணு, போய் தங்கின முதல்நாளே ஒரு முக்கியமான தகவலைக் கொடுத்து இருக்கா..."

"இதெல்லாம் எனக்கு சரியாப்படலைங்க... அந்தப் பொண்ணு ஏதோ ஒரு பெரிய ஆபத்துல மாட்டிக்கப் போகுது... ஒரு சீஃப் மினிஸ்டரோட பொண்ணு, இந்த அளவுக்கு ரிஸ்க் எடுக்கலாமா...?"

"ரிஸ்க் எடுக்க வேண்டாம்ன்னு நானும் டி.ஜி.பி.யும் எவ்வளவோ சொல்லிப் பார்த்தோம். ஸ்ருதி கேட்கலை. தன் கணவரோட மரணத்துக்குக் காரணமானவங்களை வெளிச்சத்துக்கு கொண்டு வந்தே தீருவேன்னு ஒரே பிடிவாதம். சீஃப் மினிஸ்டரும் சொல்லிப் பார்த்தார். ஸ்ருதி விடாப்பிடியாய் அடம் பிடிக்கவே, கடைசியில் அவரும் ஒத்துக்கிட்டார்." வைத்யா பேசிக் கொண்டிருக்கும்போதே மறுபடியும் டெலிபோன் கத்த ஆரம்பித்தது.

போய் ரிஸீவரை எடுத்தார்.

"ஹலோ.."

ரிஸீவரில் டாக்டர் ரங்கராஜனின் குரல்...

"என்ன மிஸ்டர் வைத்யா... இன்னுமுமா வீட்டை விட்டு நீங்கள் புறப்படலை? முழுமையான நினைவுக்கு வந்துட்ட செழியன் உங்ககிட்டே சில உண்மைகளைச் சொல்றதுக்காக வெயிட் பண்ணிகிட்டு இருக்கார்."

"இதோ கிளம்பிட்டேன்...! புறப்படுகிற சமயத்துல ஒரு முக்கியமான போன் வந்துடுச்சு. அதை அட்டெண்ட் பண்ண வேண்டியதாயிருச்சு."

"ப்ளீஸ், சீக்கிரமா வாங்க... அவருக்கு மறுபடியும் கான்ஷியஸ் போயிட்டா திரும்பவும் எப்ப வரும்ன்னு சொல்ல முடியாது."

"டாக்டர்..."

"என்ன...?"

"நான் கார்ல எத்தனை வேகமா புறப்பட்டு வந்தாலும் உங்க ஹாஸ்பிடலுக்கு வந்து சேர, எப்படியும் ஒரு இருபது நிமிஷம் ஆயிடும்... நான் வந்து சேர்றதுக்குள்ளே செழியனோட வாக்குமூலத்தை டேப் ரிக்கார்ட்ல பதிவு பண்ணிருங்களேன்."

"செழியன் அதுக்கு ஒத்துக்கலை..."

"ஏன்...?"

"நான் எதைப் பேசறதா இருந்தாலும் கமிஷனர் வைத்யாகிட்டேதான் பேசுவேன்னு சொல்லிட்டார். அவர்கிட்டே நீங்க பேசும்போது இந்த ரூம்ல யாரும் இருக்க் கூடாதுன்னு சொல்லிட்டார்."

"இதோ...! நான் புறப்பட்டேன்..." வைத்யா ரிஸீவரை வைத்துவிட்டு கார் சாவியோடு போர்ட்டிகோவை நோக்கிப் போனார். காருக்குள் ஏறி உட்கார்ந்து ட்ரைவிங் இருக்கையை ஆக்ரமித்தவர் இக்னீஷியனை உசுப்ப... செக்யூரிட்டி, காம்பௌண்ட் கேட்டை அகலமாய் திறந்து வைத்தார். கார் வேகத்தோடு வெளியேறியது.

அந்த நள்ளிரவு நேரத்தில் கமிஷனர் வைத்யாவின் கார் எழும்பூர் மார்ஷல் ரோட்டில் இருந்த மல்லிகை நர்ஸிங் ஹோமுக்குள் நுழைந்து போர்டிகோ பரப்பில் போய் நின்றது. நர்ஸிங் ஹோமில் உள்ளேயும் வெளிச்சம், செதுக்கிய மாதிரி நிசப்தம். ட்யூப்லைட் வெளிச்சம், இரண்டொரு அறைகளின் கண்ணாடி ஜன்னல்களில் ஒட்டியிருக்க மற்ற அறைகள் இருட்டுக்குள் இருந்தன.

வைத்யா, கார் நின்றது கீழே இறங்கினார். போர்டிகோ படிகளில் ஏறி, ஹாஸ்பிடலின் வரவேற்புப் பகுதிக்குள் நுழைந்தார். அரைவட்ட கௌண்டர்க்குள் எமர்ஜென்ஸி கேஸ்களை எதிர்ப்பார்த்து டெலிபோனுக்குப் பக்கத்தில் கொஞ்சம

தூக்கமாய் உட்கார்ந்திருந்த அந்த நர்ஸ், வைத்யாவைப் பார்த்ததும் விருட்டென்று எழுந்து நின்றாள்.

"ஸ... ஸார்..."

"டாக்டர் ரங்கராஜன் எந்த ரூம்ல இருக்காரு சிஸ்டர்?"

"டாக்டர் ஹாஸ்பிடலில் இல்லை ஸார்... ஹாஸ்பிடலுக்குப் பின்புறம் இருக்கிற பங்களாவில்தான் இருக்கார்."

"எனக்கு போன் பண்ணி வரச்சொன்னாரே?"

"எங்கே வரச்சொன்னார் ஸார்... அவரோட பங்களாவுக்கா... இல்லை, ஹாஸ்பிடலுக்கா...?"

"ஹாஸ்பிடலுக்குத்தான்..."

"ஒரு நிமிஷம் ஸார்..." சொன்ன நர்ஸ், அங்கிருந்த இண்ட்டர்காம் ரிஸீவரை எடுத்துச் கொண்டு ஒரு பட்டனைத் தட்டினாள். அது மறுமுனையில் ரீங்காரித்தது. ரிஸீவர் எடுக்கப்பட்டது.

"டாக்டர்... நான் பரிமளா...?"

"என்ன ஏதாவது எமர்ஜென்ஸி கேஸா...?"

"இல்லை டாக்டர்...! போலீஸ் கமிஷனர் வைத்யா உங்களைப் பார்க்க வந்திருக்கார். நீங்க போன் பண்ணி அவரை வரச் சொன்னதாக அவர் சொல்றார். நீங்க போன் பண்ணீங்களா டாக்டர்...?"

"இல்லையே...! கமிஷனர் அங்கே இருக்காரா?"

"இருக்கார் டாக்டர்"

"ரிஸீவரை அவர்கிட்டே கொடு"

ரிஸீவரை வைத்யாவிடம் நீட்ட, அவர் வாங்கிப் பேசினார். "டாக்டர் நீங்க எனக்கு போன் பண்ணலையா...?"

"பண்ணலையே...!"

"இருபது நிமிஷத்துக்கு முன்னாடி உங்க வாய்ஸ்ல யாரோ என்கிட்ட பேசினாங்க... செழியனுக்கு கான்ஷியஸ் திரும்பிட்டாகவும் அவர் என்கிட்ட ஏதோ பேசற விரும்பறதாகவும் சொன்னாங்க. அதுதான் நான் உடனே புறப்பட்டு வந்தேன்."

டாக்டர் ரங்கராஜன் திகைத்தார்.

"ஆச்சரியமாயிருக்கே...! நீங்க அங்கேயே இருங்க மிஸ்டர் வைத்யா...! நான் இப்போ புறப்பட்டு இன்னும் ரெண்டு நிமிஷத்துக்குள்ளே வர்றேன்."

வைத்யா ரிஸீவரை வைத்துவிட்டு அங்கிருந்த பி.வி.ஸி. நாற்காலியில் காத்திருக்க... டாக்டர், ஹாஸ்பிடலின் பின்பக்கப் பங்களாவிலிருந்து பைஜாமாவும் ஜிப்பாவுமாய் பரக்க பரக்க வந்தார். கையில் டார்ச்.

"மிஸ்டர் வைத்யா...! உங்களுக்கு போன் எப்போ வந்தது...?"

"அரைமணி நேரத்துக்கு முந்தி...!"

"என்னோட வாய்ஸில் யாரோ பேசியிருக்காங்க... உங்களுக்குச் சந்தேகமே வரலையா...?"

"உங்க வாய்ஸ் மாதிரிதான் இருந்தது."

"செழியன் இன்னமும் அன்கான்ஷியஸ் ஸ்டேஜில் தான் இருக்கிறார். ரத்தத்தில் இருக்கிற விஷத்தன்மை, ஒரு இருபது பர்செண்ட்தான் யூரின் மூலமா வெளியேறியிருக்கு. குறைந்தபட்சம் ஒரு அறுபது பர்செண்ட்டாவது வெளியேறினால்தான் செழியனுக்கு கான்ஷியஸ் திரும்ப வாய்ப்பு இருக்கு. அதுக்கு இன்னும் ஒரு வாரம் அல்லது பத்து நாளாகும். நிலைமை இப்படி இருக்கும்போது செழியனுக்கு கான்ஷியஸ் வந்துட்டா இந்த ராத்திரி நேரத்துல உங்களுக்கு போன் பண்ணிச் சொல்றதால யாருக்கும் என்ன லாபம்...?"

"ஒருவேளை உண்மையிலேயே செழியனுக்கு கான்ஷியஸ் திரும்பியிருக்குமோ...?"

"அப்படியிருந்தா செழியனுக்கு காவல் இருக்கிற செக்யூர்ட்டீஸ் மூலமாக எனக்குத் தகவல் வந்து இருக்குமே"

"வாங்க பார்த்துடலாம்."

இருவரும் ஐ.ஸி. யூனிட்டை நோக்கி நடந்தார்கள். சில நிமிஷ வேகமான நடை. ஐ.ஸி. யூனிட் வந்தது.

செழியன் அட்மிட்டாகியிருந்த அறைக்கு முன்னால் ரைஃபிள்களை தோள்களில் சாத்தியபடி ஸ்டூல்களின் மேல் உட்கார்ந்திருந்த அந்த இரண்டு செண்ட்ரிகளும் போலீஸ் கமிஷனர் வைத்யாவைப் பார்த்ததும் எழுந்து, சுளீர் என்று சல்யூட் அடித்தார்கள்.

வைத்யா அவர்களிடம் கேட்டார்

"செழியனைப் பார்க்க இந்த ஒரு மணி நேரத்துக்குள்ளே யாராவது வந்தாங்களா...?"

"வரலை ஸார்...! சாயந்தரம் ஆறுமணிக்குமேல பார்வையாளர்கள் யாரையும் அலவ் பண்றது இல்லை ஸார்."

டாக்டரும் வைத்யாவும் ஐ.ஸி. யூனிட் கதவைத் திறந்து கொண்டு உள்ளே போனார்கள். ஜீரோ வாட்ஸ் பல்பு வெளிச்சத்தில் கழுத்துவரைக்கும் போர்த்தப்பட்டு படுக்கையில் செழியன் தெரிந்தான்.

பக்கத்தில் போய் செழியனின் முகத்தைப் பார்த்தவர்கள் அதிர்ந்து போனார்கள்.

அது செழியன் அல்ல!

வேறு ஒரு இளைஞன்! வயது முப்பது இருக்கலாம். முகம் கொஞ்சம் உப்பலாய் தெரிந்தது.

வைத்யா கலக்கமாகி கத்தினார்.

"டாக்டர்...! செழியன் எங்கே...? இது யாரு?"

"தெரியலையே...!" டாக்டர் ரங்கராஜன் கலவரக் குரலில் சொல்லிக் கொண்டே அந்த இளைஞனைத் தொட்டார்.

உடல் சில்லிட்டுப் போயிருந்தது.

போர்வையை விலக்கினார்.

முழு நிர்வாண உடம்பு.

இடது பக்க மார்பில் பச்சை குத்தப்பட்ட எழுத்துக்கள் பளிச்சென்று தெரிந்தன..

'அமிர்தம் என்றால் விஷம்!'

27

'**யா**ர் இந்த இளைஞன்...?'

'செழியன் எங்கே...?'

'அமிர்தம் என்றால் விஷம்' என்று இடது மார்பில் பச்சை குத்தப்பட்ட அந்த இளைஞனை மீண்டும் ஒரு தடவை உற்றுப் பார்த்துவிட்டு டாக்டர் ரங்கராஜனிடம் நிமிர்ந்தார்.

"டாக்டர்! இந்த இளைஞன் யாருன்னு உங்களுக்குத் தெரியலையா...?"

"தெரியலையே...?"

வைத்யா அறைக்கு வெளியே பார்த்து இரைந்தார். "கான்ஸ்டபிள்ஸ்..."

வெளியே சென்ட்ரிக்கு இருந்த கான்ஸ்டபிள்ஸ் இரண்டு பேரும் தோள்களில் சாத்திய ரைஃபிள்களோடு வேகவேகமாய் உள்ளே வந்தார்கள். வைத்யாவுக்கு எதிரில் வந்து அட்டென்ஷனில் நின்றார்கள்.

"ஸார்..."

"செழியன் எங்கே...?"

211

இரண்டு கான்ஸ்டபிள்களும் சட்டென்று கட்டிலுக்கு பார்வையைக் கொண்டு போய், பிறந்த மேனியாய்த் தெரிந்த அந்த உடலைப் பார்த்து அதிர்ந்தார்கள். இருவருக்கும் வாய் குழறியது. உடம்பு மெலிதாய் நடுங்கியது.

"ஸ... ஸார்..."

"யார்... இது...?"

"தெரி... தெரி... தெரியலை ஸார்...."

"இவன் யார்ன்னு தெரியலை... சரி...! இந்த அறையில் இருந்த செழியன் எங்கே...?"

கான்ஸ்டபிள்கள் இரண்டு பேருக்கும் வியர்த்து வழிந்தது. "செ... செழியன்... இந்த அறைக்குள்ளேதான்... மயக்கமா இருந்தார் ஸார்! பதினோரு மணிக்குக் கூட, நர்ஸ் சகாயமேரி வந்து பார்த்துட்டுப் போனாங்க."

"அதுக்கப்புறம்... வேறு யாரும் வரலையா...?"

"வரலை... ஸார்..."

"நர்ஸ் சகாயமேரியைப் போய் கூட்டிகிட்டு வா..."

ஒரு கான்ஸ்டபிள் வியர்த்த முகத்தை துடைத்துக் கொண்டு வேகமாய் வெளியேறிப் போக... கமிஷனர் வைத்யா, ரங்கராஜனிடம் திரும்பினார்.

"டாக்டர்...! செழியனை நீங்க கடைசியா எப்ப பார்த்தீங்க...?"

"சாயந்தரம் ஐந்து மணிக்கு வழக்கமா ரவுண்ட்ஸ் போகும்போது பார்த்ததுதான். செழியனின் உடல் நிலையில் எந்த மாற்றமும் இல்லை."

வைத்யா இறுகிய முகத்தோடு தாடையை தடவிக் கொண்டு வியந்தார். "ஏதோ மாயாஜாலம் நடந்த மாதிரி இருக்கு டாக்டர். ரெண்டு செண்ட்ரீஸ் காவலுக்கு இருக்கும்போதே இந்த அறைக்குள்ளே வேறு ஒரு நபர் கொலை செய்யப்பட்டிருக்கார்.

212

செழியன் காணாம போயிருக்கார். இது எப்படி சாத்தியம்...?"

"செண்ட்ரீஸீக்குத் தெரியாமே இதெல்லாம் நடக்க வாய்ப்பே இல்லை மிஸ்டர் வைத்யா... அவங்ககிட்டதான் ஏதோ தப்பு இருக்கு" டாக்டர் ரங்கராஜன் பக்கத்தில் நின்றிருந்த செண்ட்ரியைப் பார்த்தபடி சொல்லவும், அந்த செண்ட்ரி பதற்றமானார்.

"டாக்டர்...! நானும் இன்னொரு செண்ட்ரி ஜெயராமனும் சாயந்தரம் ஆறு மணிக்கு ட்யூட்டிக்கு வந்தோம்... இந்த நிமிஷம் வரைக்கும் நாங்க இந்த ரூமை விட்டு வெளியே போகலை. ராத்திரி உணவைக்கூட இந்த அறைக்குள்ளேயே வைச்சுத்தான் சாப்பிட்டோம். எனக்கும் ஜெயராமனுக்கும் இந்த செக்யூரிட்டி ஸ்க்வாடில் பதினைந்து வருஷ சர்வீஸ். முக்கியமான அரசியல் வி.ஐ.பிக்களின் பாதுகாப்புக்கு எங்க ரெண்டு பேரைத்தான் செலக்ட் பண்ணி அனுப்புவாங்க. பாதுகாப்புப் பணியில் இதுவரைக்கும் நாங்க ஒரு 'ப்ளாக் மார்க்' கூட வாங்கினது இல்லை. நானும் ஜெயராமனும் எந்தத் தப்பும் பண்ணலை டாக்டர்.... எங்களையும் மீறி எப்படியோ இந்த விபரீதம் நடந்திருக்கு..." செண்ட்ரி சொல்லிக் கொண்டிருக்கும்போதே இன்னொரு செண்ட்ரி ஜெயராமனும், நர்ஸ் சகாயமேரியும் அரக்க பரக்க வந்தார்கள். நர்ஸின் முகம், வியர்வையில் சொதசொதத்துப் போயிருந்தது. டாக்டரின் முன்னால் வந்து நடுங்கியபடி நின்றாள்.

"டா... டாக்டர்...!"

டாக்டர் இறந்துக் கிடந்த இளைஞனின் உடலைக் காட்டினார்.

"யார் இது...?"

"தெ... தெரியலை.... டாக்டர்..."

"என்னது தெரியலையா...? இந்த ஐ.ஸி. யூனிட்டுக்கு நீதானே ட்யூட்டி நர்ஸ்...?"

"எ... எ... எஸ்... டாக்டர்...."

"செழியனோட உடல்நிலையை ஒரு மணி நேரத்துக்கு ஒரு தடவை வந்து கண்காணிக்க வேண்டியது உன்னோட ட்யூட்டிதானே...?"

"ஆ... ஆமா... டாக்டர்..."

"கடைசியா செழியனை எத்தனை மணிக்கு வந்து பார்த்தே?"

"பதினோரு மணிக்கு..."

"செழியன் இந்தக் கட்டிலில் இருந்தாரா?"

"இருந்தார்... அப்போதும் அவருக்கு சுயநினைவு இல்லை. கோமா ஸ்டேஜில்தான் இருந்தார். சார்ட்டில் 'ஸேம் கண்டிஷென்'னு எழுதிட்டு, நான் லேபர் வார்டுக்குப் போயிட்டேன்... ஒரு பொண்ணுக்கு அங்கே சிக்கலான பிரசவம். ட்யூட்டி டாக்டர் காஞ்சனாவுக்கு அஸிஸ்ட் பண்ணிட்டிருந்தேன்..."

"அப்படீன்னா... பனிரெண்டு மணிக்கும் ஒரு மணிக்கும் நீ வந்து செழியனைப் பார்க்கலை...?"

"பார்க்கலை டாக்டர்... அந்தப் பொண்ணோட பிரசவம், ரொம்பவும் காம்ப்ளிகேட்டா இருந்ததால என்னால ஐ.ஸி.யூனிட்டுக்கு வர முடியலை... நான் இங்கே வராத ரெண்டு மணி நேரத்துக்குள்ளே யாரோ இந்த விபரீத்தைப் பண்ணியிருக்காங்க..." நர்ஸ் சகாய மேரியின் கண்களில் இப்போது நீர் நிறைந்து பளபளத்தது.

"ஸோ... உனக்கு ஒண்ணும் தெரியாது...?"

"தெரியாது டாக்டர்... லேபர் வார்டில் டாக்டர் காஞ்சனா கேட்டுகிட்டாதால அங்கேயே ரெண்டு மணி நேரம் இருந்துட்டேன். அது ஒண்ணுதான் நான் பண்ணின தப்பு..."

வைத்யா, ரங்கராஜனிடம் திரும்பினார். "டாக்டர்! இறந்துக் கிடக்கிற இந்த இளைஞன் யார்ன்னு தெரிஞ்சாத்தான் செழியன் காணாமல் போனதுக்கான காரணம் தெரியும். அதே சமயத்துல இந்த ஹாஸ்பிடல்ல இருக்கிற யாரோ சிலர், கொலையாளிக்கு

உதவியிருக்காங்க. சம்பவம் நடந்த சில மணி நேரங்களே ஆகியிருக்கிறதுனால போலீஸ் நாயை வரவழைச்சா நமக்கு ஏதாவது உபயோகமான தகவல் கிடைக்கலாம்ன்னு நினைக்கிறேன்…"

ரங்கராஜன் பெருமூச்சு விட்டு தோள்களைக் குலுக்கினார்

"ஓ.கே… மிஸ்டர் வைத்யா… இந்த விஷயத்தில் அயம் ஹெல்ப்லஸ்… என்னுடைய நிர்வாகத்தின்கீழ் இயங்குகிற இந்த ஹாஸ்பிடலில் இது மாதிரியான ஒரு மோசமான சம்பவம் நடந்ததே இல்லை… இன்னிக்கு நடந்திருக்கு. உங்களுடைய போலீஸ் நடவடிக்கைகளை நீங்கள் தொடங்கலாம்…" சொன்னவர், அப்படியே தளர்ந்து போய் பக்கத்தில் இருந்த நாற்காலிக்கு தன்னுடைய செல்ஃபோனை உயிரூட்டினார்.

அடுத்த அரை மணி நேரத்துக்குள் ஃபாரன்ஸிக் டிபார்ட்மெண்ட்டிலிருந்த ஐந்து பேரும், டாக் ட்ரெய்னரும் வந்து சேர்ந்தார்கள். நாய் ரோஜர், கன்றுக்குட்டி சைஸில், நாக்கை அரையடி நீளத்துக்குத் தொங்கவிட்டபடி எல்லோரையும் சந்தேகப் பார்வை பார்த்தது. ஃபாரன்ஸிக் அதிகாரிகளில் இரண்டு பேர், அந்த அறையில் உள்ள பொருள்களின் மீது ஆக்ஸாலிக் பௌடர் தூவி கைரேகைகளைச் சேகரித்துக் கொண்டிருக்க மீதிப் பேர் மில்லி மீட்ராய் லென்ஸ் வைத்துப் பார்த்துக் கொண்டிருந்தார்கள். வைத்யா, டாக் ட்ரெய்னரிடம் நிமிர்ந்தார்.

"மிஸ்டர் வின்சென்ட்!"

"ஸார்…"

"நாயைவிட்டு அந்த இளைஞனின் உடலை ஸ்மெல் பண்ணி ஒரு சேஸ் பார்த்தா பரவாயில்லை… கொலையாளிகள் இந்த ஹாஸ்பிடலியே இருக்கலாம்ன்னு நினைக்கிறேன்…"

"பார்த்துடலாம் ஸார்…" சொன்ன வின்சென்ட், நாய் ரோஜரை கூட்டிக் கொண்டு போய் கட்டிலில் இருந்த சடலத்துக்குப்

பக்கத்தில் நிற்க வைத்தார்.

"ரோஜர்..."

அது காதுகளை நிமிர்த்திக் கொண்டு வின்சென்டைப் பார்த்தது.

"ஸ்பீக்...!"

ஒற்றை குரைப்பு குரைத்தது.

"ஸ்மெல் இட்...!"

ரோஜர் கட்டிலில் மேல் ஏறி நின்று, சடலத்தை முகர்ந்தது. வின்சென்ட் "சேஸ்" என்று குரல் கொடுத்ததும் கட்டிலினின்றும் நகர்ந்து அறையை இரண்டு முறை சுற்றி வந்து, குப்பைக் கூடையை உருட்டி விட்டு உள்ளேயிருந்த காகிதக் குப்பைகளைக் கிளறியது. பின் விருட்டென்று வெளியே ஓடியது. வின்சென்ட் பின்தொடர்ந்தார்.

வைத்யா குப்பைக் கூடையிலிருந்து வெளிப்பட்ட அந்தக் காகிதங்களுக்குப் பக்கத்தில் போய் குத்துக்காலிட்டு உட்கார்ந்து, ஒவ்வொன்றாய் எடுத்து பிரித்துப் பார்த்தார்.

ப்ரிஸ்க்ரிப்ஷன் தாள்கள், டிஷ்யூ பேப்பர்கள் நசுக்கப்பட்ட இரண்டு டிஸ்போஸல் டம்ளர்கள், ட்ரிப்ஸ் போடுவதற்காக உபயோகப்படுத்தப்பட்ட பாலிதீன் க்ளூகோஸ் பாக்கெட்டுக்கள் இவைகளுக்கு மத்தியில் இரண்டு காகித உருண்டைகள் கிடைக்க, வைத்யா அந்த உருண்டைகளைப் பிரித்துப் பார்த்தார். ஒரு உருண்டை வெள்ளைக் காகிதம். இன்னொரு உருண்டையைப் பிரித்தபோது பால் பாயிண்ட் பேனாவால் கிறுக்கலாய் எழுதப்பட்ட வாசகங்கள், பார்வையில் பட்டது.

படித்துப் பார்த்தார்.

'அமிர்தம் என்றால் விஷம்' வாக்கியத்தைப் பச்சை குத்திக் கொண்ட இந்த இளைஞன் யார் என்று அறிந்து கொள்ள போலீஸ்துறை விருப்பப்பட்டால், ஐந்து வருடங்களுக்கு

முந்தைய 'காலை மல்லிகை' நாளிதழை (செப்டம்பர் 3ம் தேதியிட்டது) வாங்கி, இரண்டாவது பக்கத்தில் வெளியாகியிருக்கும். செய்தியைப் படிக்கவும் அந்தச் செய்தியைப் படித்தும் கொலையான அந்த நபர் யார் என்பதை உங்களால் கண்டுபிடிக்க முடியவில்லையென்றால் சென்ற வருடம் அக்டோபர் மாதம் 14ம் தேதியிட்ட 'மாலை மருதம்' நாளிதழின் முதல் பக்கத்தில் வலதுபக்க ஓரத்தில் வெளியாகியுள்ள செய்தியைப் படியுங்கள்...

வைத்யா அந்தக் காகிதத்தை ரங்கராஜனிடம் நீட்டினார். "டாக்டர்! இதைக் கொஞ்சம் பாருங்க!"

ரங்கராஜன் பார்த்துவிட்டு முகம் இறுகினார்.

"காலை மல்லிகை பத்திரிகை அலுவலகம், ரெண்டு தெரு தள்ளித்தான் இருக்குது. போய் பார்த்துட்டு வந்துடலாமா?"

"ம்... வாங்க..."

ஃபாரன்ஸிக் அதிகாரிகளிடம் சொல்லிக் கொண்டு வெளியே வந்தார்கள். டாக்ட்ரெய்னர் வின்சென்ட் எதிர்பட்டார்.

"என்ன வின்சென்ட்...! ரோஜர் யாரையாவது கவ்விப் பிடிச்சுதா?"

"இல்ல ஸார்...! ஐ.ஸி. யூனிட்டிலிருந்து வெளியே வந்த ரோஜர், நேரா நூல் பிடிச்ச மாதிரி கார் பார்க்கிங்குக்குப் போய் படுத்துக்கிச்சு. கொலையாளி, கார்ல ஏறி தப்பிச்சுப் போயிருக்கலாம்."

"ரோஜர் வந்ததால கைவசம் இப்போ ஒரு முக்கியமான தடயம் கிடைச்சிருக்கு... நீங்க ஸ்பாட்லயே இருங்க வின்சென்ட் நாங்க ஒரு மணி நேரத்துக்குள்ளே வந்துடறோம்..."

"எஸ்... ஸார்..." வின்சென்ட் தலையசைக்க, வைத்யாவும் ரங்கராஜனும் வேகவேகமாய் நகர்ந்தார்கள்

'**கா**லை மல்லிகை' நாளிதழ் அலுவலகம், அந்த நள்ளிரவு வேளையிலும் கொஞ்சம் சுறுசுறுப்பாய் தெரிந்தது.

வரவேற்பரையில் டெலி பிரண்ட்டர்கள் துடித்துக் கொண்டிருக்க... வெளியூர்களுக்குப் போக வேண்டிய பிரதிகள், கட்டு கட்டாய் கட்டப்பட்டு ஒரு பெரிய வேனுக்குள் ஜக்கியமாகிக் கொண்டிருந்தன. வைத்யாவும் ரங்கராஜனும் காரைவிட்டு இறங்க, செக்யூரிட்டி பவ்யமாய் சல்யூட் வைத்தான். வைத்யா கேட்டார்

"எடிட்டர் இருக்காரா...?"

"அவர் இப்பத்தான் வீட்டுக்குப் புறப்பட்டுப் போனார் ஸார்..."

"வேற யார் இருக்காங்க..."

"ட்யூட்டி இன்சார்ஜ் இருக்கார் ஸார்."

"பேரு...?"

"பரந்தாமன்"

"அவரைப் பார்க்கணும்.."

"ஃபர்ஸ்ட் ஃப்ளோர்ல ரெண்டாவது ரூம் ஸார்"

போனார்கள். நியூஸ் பிரிண்ட் பேப்பரின் வாசனையும், மை வாசனையும் காற்றில் உறைந்து போயிருந்தன.

முதல் மாடியின் இரண்டாவது அறையில் கையில் டீ டம்ளரோடு கம்ப்யூட்டரைப் பார்த்துக் கொண்டிருந்த அந்த ஐம்பது வயது பரந்தாமன், கமிஷனர் வைத்யாவைப் பார்த்ததுமே தன்னிச்சையாய் எழுந்து நின்றார்.

"வாங்க ஸார்..." கையிலிருந்த டீ டம்ளரை மேஜையின் ஓரமாய் வைத்தார். "உட்காருங்க ஸார்"

வைத்யாவும் ரங்கராஜனும் உட்கார்ந்தார்கள்.

"மிஸ்டர் பரந்தாமன்! உங்களால ஒரு உதவியாகணும்..."

"சொல்லுங்க ஸார்."

"அஞ்சு வருஷத்துக்கு முந்தின உங்க 'காலை மல்லிகை' பேப்பர் வேணும்..."

"இஷ்யூவோட தேதி ஸார்...?"

"செப்டம்பர் 3ம் தேதி..."

"எதுக்காகன்னு தெரிஞ்சுக்கலாமா ஸார்?"

"அந்த இஷ்யூவோட ரெண்டாவது பக்கத்தில் ஓர செய்தி இருக்கு. அதைப் பார்க்கணும்..."

"என்ன நியூஸ்... ஸார்?"

"அது எங்களுக்கே தெரியாது. பேப்பரோட ரெண்டாவது பக்கத்தைப் பார்த்தால்தான் எங்களுக்கே தெரியும்..."

"அஞ்சு வருஷத்துக்கு முந்தின பேப்பர். தேதி செப்டம்பர் 3ம் தேதி..."

"ஆமா..."

"அந்த தேதி பேப்பரின் ரெண்டாவது பக்கத்தை கம்ப்யூட்டரிலேயே பிரிண்ட் அவுட் எடுத்துடலாம் ஸார்..." சொன்ன பரந்தாமன், தனக்குப் பக்கத்தில் இருந்த கம்ப்யூட்டரை உயிருக்குக் கொண்டு வந்து கீ போர்டில் விரல்களைத் தட்டினார். ஒரு நிமிஷ நேரத்துக்குப் பிறகு ஐந்து வருஷத்துக்கு முந்தின செப்டம்பர் 3ம் தேதி 'காலை மல்லிகை' இஷ்யூ, கம்ப்யூட்டரின் மானிட்டர் திரையில் பளிச்சென்று தெரிந்தது!

"இஷ்யூ ரெடி ஸார்...! முழு பேப்பரையும் பிரிண்ட் அவுட் எடுத்துக் கொடுக்கட்டுமா...?"

"வேண்டாம்... ரெண்டாவது பக்கம் மட்டும் போதும்."

பரந்தாமன் கீ போர்டில் விரல்களை ஓட்ட, மானிட்டர் திரை முழுவதும் பேப்பரின் இரண்டாவது பக்கம் வியாபித்தது. கொட்டை கொட்டையாய் எழுத்துக்கள்.

பிரிண்ட் அவுட் பட்டனைத் தட்ட, பேப்பர் வெளியே வந்தது. படங்களோடு செய்திகள்...! பேப்பரை உருவி, வைத்யாவிடம் நீட்டினார் பரந்தாமன்.

வைத்யா பேப்பரை வாங்கி அந்தப் பக்கம் முழுவதும் பார்வையை ஓட்டினார். அந்தப் பக்கத்தின் பிரதான செய்தியாய் அந்த வெளிநாட்டு செய்தி இடம் பிடித்து இருந்தது.

'நைஜீரியா பிரதமர் சுட்டுக் கொலை! உடம்பில் 27 தோட்டாக்கள் பாய்ந்தன.'

டாக்டர் ரங்கராஜனும், போலீஸ் கமிஷனர் வைத்யாவும் 'காலை மல்லிகை' பேப்பரின் இரண்டாவது பக்கத்தில் வெளியாகியிருந்த அந்தச் செய்தியைப் படித்து திகைத்துப் போய் ஒருத்தரை ஒருத்தர் பார்த்துக் கொண்டார்கள். வைத்யா மறுபடியும் அந்தச் செய்தியை வாய்விட்டுப் படித்தார்.

"நைஜீரியா பிரதமர் சுட்டுக் கொலை! உடம்பில் 27 தோட்டாக்கள் பாய்ந்தன."

ரங்கராஜன் கேட்டார்... "மிஸ்டர் வைத்யா! இந்தச் செய்திக்கும், கொலை செய்யப்பட்ட இளைஞனுக்கும் என்ன சம்பந்தம் இருக்க முடியும்...? இதே பக்கத்துல வேற ஏதாவது செய்தி இருக்கான்னு பாருங்க."

வைத்யாவின் பார்வை, பேப்பர் பூராவும் பரவியது.

'டி.வி. சீரியல் நடிகை சூர்யகலாவின் நூதன விபச்சாரம்... போலீஸ் விரித்த வலையில் சிக்கினார்.'

'அரசாங்மே விபச்சார விடுதிகளை நடத்த முன் வர வேண்டும் முன்னாள் நடிகை கோரிக்கை!'

'மதுரையில் விற்ற லாட்டரி சீட்டுக்கு ஒரு கோடி பரிசு... யார் அந்த அதிர்ஷ்டசாலி?'

'கள்ளச்சாரயம் குடித்த இரண்டு பேர் பலி இரண்டு பேருக்கு பார்வை போயிற்று.'

'சென்னை வேளச்சேரி சின்மயா நகரில் நூற்றுக்கும் மேற்பட்ட குடிசைகள் எரிந்து சாம்பல்.'

'லாரியும் பஸ்ஸீம் நேருக்கு நேர் மோதல்; மூன்று பெண்கள் உள்பட ஒன்பது பேர் மரணம்.'

'என்னுடன் ஒரே தொகுதியில் போட்டியிடத் தயாரா? அமைச்சருக்கு எதிர்க்கட்சி எம்.எல்.ஏ. சவால்.'

வைத்யா பேப்பரின் அந்த இரண்டாம் பக்கத்தில் இருந்த எல்லா செய்திகளையும் படித்துவிட்டு ரங்கராஜனை ஏறிட்டார்.

"டாக்டர்...! இந்தச் செய்திகளில் எந்தச் செய்தியாவது உங்க மனசுக்கு நெருடலா படுதா...?"

"எல்லாமே வழக்கமான செய்திகள். அந்த இளைஞனின் மரணத்தோடு சம்பந்தப்படுகிற மாதிரி எந்தச் செய்தியும் இல்லை... கொஞ்சம் நிதானமாய் படிச்சுப் பார்த்தா ஒருவேளை புரியலாம்."

"சென்ற வருடம் 'மாலை மருதம்' அக்டோபர் 14ம் தேதி இஷ்யூவின் முதல் பக்கம் வலது பக்க ஓரச்செய்தி என்ன என்று தெரிந்தால் யார் என்பது பிடிப்பட்டுவிடும். லெட்டரிலும் அப்படித்தான் எழுதியிருந்தது. "

"அந்தச் செய்தி என்ன என்பதை 'மாலை மருதம்' பத்திரிகைக்கு போன் செய்து கேட்டுப் பார்த்தால் என்ன...?"

வைத்யா 'மாலை மருதம்' பத்திரிகையின் போன் நெம்பரை 'காலை மல்லிகை' பத்திரிகையின் எடிட்டர் இன்சார்ஜ் பரந்தாமனிடம் கேட்டுத்தெரிந்து கொண்டு, தன்னுடைய செல்போனிலேயே தொடர்பு கொண்டார். பத்திரிகையின் ஆசிரியரே லைனில் கிடைத்தார். பேசுவது வைத்யா என்று தெரிந்ததும் பவ்யமானார்.

"என்ன ஸார்... இந்த மிட் நைட்ல போன்...?"

"ஒரு தகவல் வேணும்..."

"கேளுங்க ஸார்..."

"லாஸ்ட் இயர் அக்டோபர் 14 தேதியிட்ட 'மாலை மருதம்' இதழில் முதல் பக்கம் ரைட் சைடு கார்னரில் என்ன செய்தி வெளியாகியிருந்ததுன்னு சொல்ல முடியுமா...?"

"தகவல் உடனே வேணுமா ஸார்...?"

"உடனே... உடனே..."

"ஒரு ரெண்டு நிமிஷம் லைன்ல இருங்க ஸார்."

வைத்யா காதோடு செல்போனை ஒட்ட வைத்துக் கொண்டு காத்திருந்தார். சரியாய் தொண்ணூறு விநாடிகளுக்குப் பிறகு எடிட்டரின் குரல் கேட்டது.

"ஸார்..."

"சொல்லுங்க... அது என்ன செய்தி...?"

"அது செய்தி கிடையாது ஸார்."

"பின்னே...?"

"அது ஒரு விளம்பரம் ஸார்..."

"விளம்பரமா...?"

"எஸ்... ஸார்... அது ஒரு ஃபைவ் ஸ்டார் ஹோட்டலோட ஓபனிங் செர்மனி விளம்பரம்..."

"ஹோட்டலோட பேர்...?"

"ஸ்நேகா இண்டர்நேஷனல்"

"வேளச்சேரி சின்மயா நகரில் கட்டியிருக்கிற அந்த புது ஹோட்டல்தானே...?"

"அதேதான் ஸார்...?"

"ஹோட்டலோட ஓனர் யாரு...?"

"சாரங்கபாணி ஸார். எக்ஸ் ராஜ்யசபா எம்.பி.! ஏன் ஸார்... என்ன விஷயம்? ஆள் ஏதாவது பிரச்சினையில் மாட்டிக்கிட்டாரா?"

"அவர் பிரச்சினையில் மாட்டிக்கிட்டாரா, இல்லையான்னு நாளைக்குக் காலையில்தான் தெரியும்..." வைத்யா செல்போனை பாக்கெட்டில் வைத்துக் கொண்டே ரங்கராஜனிடம் திரும்பினார். விஷயத்தைச் சொல்லிவிட்டு தொடர்ந்தார்.

"டாக்டர்...! அஞ்சு வருஷத்துக்கு முந்தி வெளியான 'காலை மல்லிகை' செப்டம்பர் 3ம் தேதி பேப்பரில் இரண்டாவது பக்கம் வெளியாகியிருந்த ஒரு செய்திக்கும் இந்த ஸ்நேகா இண்டர்நேஷனல் ஹோட்டலுக்கும் ஒரு முக்கியமான ஒற்றுமை இருக்கு..."

"என்ன ஒற்றுமை....?" டாக்டர் ரங்கராஜன் தன் கையில் இருந்த 'காலை மல்லிகை' பேப்பரின் இரண்டாவது பக்கத்தை மறுபடியும் பார்த்தார். வைத்யா ஒரு செய்தியை சுட்டிக் காட்டினார்.

"இதைப் படிங்க டாக்டர்..."

ரங்கராஜன் படித்தார். "சென்னை வேளச்சேரி சின்மயா நகரில் நூற்றுக்கும் மேற்பட்ட குடிசைகள் எரிந்து சாம்பல்."

வைத்யா புன்னகைத்தார். "அஞ்சு வருஷத்துக்கு முன்னாடி எந்த இடத்துல நூற்றுக்கணக்கான குடிசைகள் எரிந்து சாம்பலானதோ அதே இடத்துல போன வருஷம் ஸ்நேகா இண்டர்நேஷனல்னு ஒரு ஃபைவ் ஸ்டார் ஹோட்டால் ஏழு மாடிகளோடு உருவாகியிருக்கு."

"வீட் காட் த பாயிண்ட்...!"

"ஹோட்டலின் ஓனர் சாரங்கபாணியை அவரோட பங்களாவிலேயே போய்ப் பார்த்து ஒரு பத்து நிமிஷம் என்கொயிரி பண்ணினா போதும். ஹாஸ்பிடல்ல இறந்து கிடந்த இளைஞன் யார்ங்கிறதைக் கண்டுபிடிச்சுடலாம்."

"அவரோட பங்களா எங்கே இருக்கு.?"

"ஸ்நேகா இண்டர்நேஷனலுக்கு போன் பண்ணினா அட்ரஸ்

கிடைக்காதா என்ன?..?" வைத்யா சொல்லிக் கொண்டே மேஜையின் மேல் இருந்த டெலிபோன் டைரக்டரியை எடுத்தார். 'யெல்லோ பேஜ்'களைப் புரட்டி 'ஹோட்டல்ஸ்' பிரிவுக்கு வந்து ஸ்நேகா இண்டர்நேஷனலின் டெலிபோன் எண்களைத் தேடினார். கிடைத்தது.

நல்ல தூக்கத்தில் இருந்த ஸ்ருதிக்கு சட்டென்று விழிப்புத் தட்டியது பார்வை, குடிலின் சுவரில் மாட்டியிருந்த கடிகாரத்துக்குப் போயிற்று.

மணி 2.25.

'எப்படி விழிப்பு தட்டியது?'

'ஏதோ சத்தம் கேட்டமாதிரி இருந்ததே...!'

எழுந்து உட்கார்ந்தாள். தொண்டையில் வறட்சி தெரிய, எழுந்து அறையின் மூலையில் இருந்த மண்பானையை நோக்கி நடந்தாள்.

ஜன்னல் வழியே தெரிந்த ஆஸ்ரம வளாகம், இருட்டிலும் நிசப்தத்திலும் சிக்கியிருந்தது. அடித்த காற்றுக்கு வேப்ப மரத்தின் கிளைகள், யாரையோ 'வா' என்று கூப்பிடுவது போல் அசைந்து கொண்டிருந்தன. இரண்டு டம்ளர் தண்ணீரை வயிற்றுக்குக் காண்பித்து விட்டு மறுபடியும் கட்டிலுக்குத் திரும்பி படுக்க முயன்றாள் ஸ்ருதி.

அந்த சத்தம் கேட்டது. "கிக்க்க்கீ...!"

ஏதோ ஒரு பறவை கீச்சிடுவது போல். 'கிக்க்க்கீ...' என்ற அந்தச் சத்தத்தில் ஒரு வித்தியாசம் இருப்பதை சட்டென்று உணர்ந்தாள் ஸ்ருதி.

'யாரோ பறவை கத்துவது போல் குரல் கொடுக்கிறார்கள்!'

ஸ்ருதி உடம்பின் ஒவ்வொரு மில்லி மீட்டரிலும் ஜாக்கிரதை உணர்வு ஒட்டிக் கொள்ள, எழுந்து ஜன்னலுக்கு வந்தாள்.

மறைவாய் நின்று கொண்டு வெளியே பார்த்தாள்.

இருட்டு மட்டும் தெரிந்தது. எந்தப் பக்கமும் ஒரு துளி வெளிச்சம் கிடையாது.

'கதவைத் திறந்து கொண்டு வெளியே போய்ப் பார்க்கலாமா?'

'வேண்டாம்...! இன்றைக்குத்தான் ஆஸ்ரமத்துக்கு வந்திருக்கிறோம். ரிஸ்க் எடுக்க வேண்டாம்...!'

ஸ்ருதி யோசித்துக் கொண்டிருக்கும்போதே நூறு மீட்டர் தொலைவில் இருந்த ஒரு வேப்ப மரத்துக்குப் பின்னால் இருந்து யாரோ நிழல் உருவமாய் வெளிப்பட்டார்கள்.

'யாரது...?'

'ஆணா... பெண்ணா...?'

ஸ்ருதிக்குப் பிடிபடவில்லை. வேக வேகமாய் போய் தன்னுடைய சூட்கேஸீக்குள் மறைத்து வைத்து இருந்த 'நைட் விஷன்' பைனாகுலரை எடுத்து வந்து கண்களுக்குப் பொருத்தினாள்.

உருவம் பிடிபட்டது.

அது ஒரு பெண். உயர்த்திப் போட்ட கொண்டை. பைனாகுலரின் பட்டனைத் திருகி, லென்ஸை ஜூம் செய்தாள். உருவம் சட்டென்று அண்மைக்கு வந்தது. அதிர்ந்தாள் ஸ்ருதி.

அது நிவேதிதா.

உடம்பில் துணியில்லை. பிறந்த மேனி!

ஸ்ருதிக்கு உடம்பு நடுங்கியது 'இந்த ராத்திரி வேளையில் இப்படியொரு நிர்வாணக் கோலத்தில் எங்கே போகிறாள் நிவேதிதா?'

'பின்னால் போய்ப் பார்க்கலாமா...?'

'பார்த்துவிட வேண்டியதுதான்....!'

ஸ்ருதி குடிலை பூட்டிக் கொண்டு வெளியே வந்து, கொட்டியிருந்த இருட்டில் கலந்து விறுவிறுவென்று நடந்தாள். முதல் இரண்டு நிமிஷங்களுக்கு நடை தடுமாற்றமாய் இருந்தாலும் போகப் போக இருட்டு கண்களுக்குப் பழகி, பாதை ஓரளவுக்குத் தெளிவாய் தெரிந்தது. அடித்த காற்றில் ஐஸ் கட்டியாய் குளிர். இருதயம் படபடக்க ஸ்ருதி, சுற்றும் முற்றும் பார்த்துக் கொண்டு வேகமாய் நடந்தாள். தொலைவில் நிவேதிதா ஒரு நிழல் உருவமாய் தெரிந்தாள். நிதானமான நடை.

ஐம்பது மீட்டர் இடைவெளி விட்டு, ஜாக்கிரதையாய் நிவேதிதாவை பின்தொடர்ந்தாள் ஸ்ருதி. தபோவனம் எல்லை முடிந்து போயிருக்க, மரங்கள் அடர்ந்த அந்தப் பகுதிக்குள் நிவேதிதா நுழைந்தாள். ஒரு மரத்துக்குக் கீழே போய் நின்றாள்.

இரண்டு நிமிடங்கள் மௌனமாய் கரைந்தன. ஸ்ருதி பார்த்துக் கொண்டிருக்கும்போதே நிவேதிதா மெதுவாய் நடந்து போய் மரத்துக்குக் கீழே இருந்த சிமென்ட் சீட்டின் மேல் போய் உட்கார்ந்தாள். கண்களை மூடிக் கொண்டாள்.

நிமிடங்கள் கரைந்தன.

முழுதாய் பதினைந்து நிமிடங்கள்.

நிவேதிதா இருந்த இடத்தை விட்டு அசையவில்லை. ஏதோ ஒரு கோயில் சிலை போலத் தெரிந்தாள். காற்றின் வேகம் இப்போது அதிகமாயிருந்தது.

ஸ்ருதி அவளையே பார்த்துக் கொண்டு நின்றாள்.

'என்ன செய்யலாம்...?'

'திரும்பிப் போய்விடலாமா...? இல்லை, இன்னும் சிறிது நேரம் இருந்து பார்க்கலாமா...?'

ஸ்ருதி யோசிக்க, யோசிக்க அவளுடைய தோளில் கனமாய் ஒரு கை விழுந்தது. வெப்பமாய் அழுத்தியது.

போலீஸ் கமிஷனர் வைத்யாவும் டாக்டர் ரங்கராஜனும் அடையார் இந்திரா நகரில் இருந்த சாரங்கபாணியின் பங்களாவை ஜீப்பில் போய் தொட்டபோது நள்ளிரவு இரண்டரை மணி. யாரையும் மிரட்டுகிற சைலில் பிரம்மாண்டம் காட்டியது பங்களா காம்பௌண்ட் கேட்டுக்கே சில லட்சங்களைச் செலவழித்திருந்தார். கேட்டில் செக்யூரிட்டிகள். வைத்யாவைப் பார்த்ததும் சல்யூட் வைத்தார்கள்.

"சாரங்கபாணி இருக்காரா...?"

"இருக்கார் ஸார்..."

"பார்க்கணும்..."

செக்யூரிட்டிகள் தயங்கினார்கள். "ஸ... ஸார்...! அது வந்து..."

"என்ன...?"

"இந்த நேரத்துல ஐயா... யாரையும் பார்த்துப் பேச மாட்டாங்க..."

"எனக்கு இந்த அகால நேரத்துல வந்து அவருக்குத் தொந்தரவு தர்றது பிடிக்கலைதான்... போன்ல காண்டாக்ட் பண்ணிப் பார்த்தேன்...! என்கேஜ்ட் டோன் கேட்டுகிட்டேயிருந்தது..."

"ஸார்! ராத்திரி பத்து மணிக்கு மேல ஐயாவுக்கு யாரும் போன் பண்ணி பேசமுடியாது. காலையில் ஆறு மணி வரைக்கும் அவரோட போன், செல்போன் எல்லாமே இன்ஆக்டிவாகத்தான் இருக்கும்."

"வீட்ல வேற யார்... யாரெல்லாம் இருக்காங்க...?"

"அம்மா இருக்காங்க ஸார்..."

"சாரங்கபாணிக்கு சன்ஸ், டாட்டர்ஸ் இருக்காங்களா.?"

"இருக்காங்க ஸார்...! ரெண்டு சன்ஸ்... ஒரு டாட்டர்..."

"அவங்க எல்லாம் எங்கே...?"

"பொண்ணுக்கு கல்யாணமாகி மாப்பிள்ளையோடு

அமெரிக்காவில் இருக்கு ஸார். ஒரு சன் ஊட்டியிலேயும் இன்னொரு சன் கொடைக்கானலிலேயும் எஸ்டேட் விவகாரங்களைப் பார்த்துகிட்டு இருக்காங்க..."

"இதோ பார்...! ஒரு முக்கியமான விஷயமா மிஸ்டர் சாரங்கபாணிகிட்டே பேசணும்... போலீஸ் கமிஷனர் வந்திருக்கார்ன்னு சொல்லு."

இரண்டு செக்யூரிட்டிகளில் ஒருவர் உள்ளே போனார். ஐந்து நிமிஷம் கழித்துத் திரும்பினார்.

"வாங்க ஸார் என்கூட...!"

வைத்யாவும் ரங்கராஜனும் பின்தொடர்ந்தார்கள். ஒரு குட்டி மைதானம் போன்ற ஹாலைக் கடந்து மாடிப்படிகளில் ஏறி, வராந்தாவில் எதிர்ப்பட்ட முதல் அறைக்குள் நுழைந்தார்கள்.

கொஞ்சம் ஆர்பட்டம் காட்டிய நைட் கவுனுக்குள் அறுபது வயது சாரங்கபாணி தெரிந்தார். முகத்தில் விலகாத தூக்கக் கலக்கம். கண்களில் துளியூண்டு பயம். பக்கத்தில் அவருடைய மனைவி, இரட்டை நாடி சரீரத்தில் ஒரு சால்வையைப் போர்த்திக் கொண்டு மிரட்சியாய் தெரிந்தாள்.

வைத்யா, சாரங்கபாணியின் கைகளைப் பற்றிக் கொண்டார்.

"ஸாரி ஸார்...! ராத்திரி நேரத்துல உங்களுக்குத் தொந்தரவு தர்றோம்..."

சாரங்கபாணி சின்னதாய்ப் புன்னகைத்தார்.

"ஒரு போலீஸ் கமிஷனரான நீங்க, காரணமில்லாம இந்த நேரத்துக்கு வரமாட்டீங்களே...? சொல்லுங்க என்ன விஷயம்...?"

வைத்யாவும் ரங்கராஜனும் சாரங்கபாணிக்கு எதிரில் இருந்த சோபாவில் சாய்ந்து கொண்டு, நடந்த விஷயங்களை ஒரு ஐந்து நிமிஷ நேரத்தில் சொல்லி முடிக்க... சாரங்கபாணியும் அவருடைய மனைவியும் அதிர்ச்சியில் உறைந்து போனார்கள். சாரங்கபாணி நடுக்கமான குரலில் கேட்டார். "உங்க

ஹாஸ்பிடலில் கொலையுண்ட இளைஞனுக்கு எவ்வளவு வயசு இருக்கும்னு சொன்னீங்க?"

"முப்பதில் இருந்து முப்பத்தஞ்சு வயசுக்குள்ள"

சாரங்கபாணியின் மனைவி, அழுது கொண்டே எழுந்தாள்.

"என்னங்க...! பு... பு... புறப்படுங்க...! மொதல்ல போய் பார்க்கலாம்... அந்த இடத்தில் ஹோட்டல் கட்டாதீங்கன்னு உங்க கால்லேயும், பசங்க கால்லேயும் விழுந்து கெஞ்சினேன். யாரும் எம் பேச்சை காது கொடுத்துக் கேட்கலை... இப்ப என்னாச்சு பார்த்தீங்களா...?"

சாரங்கபாணி நடுங்கும் கைகளோடு தன்னுடைய செல்போனை எடுத்தார்.

"பர்வதம்! பயப்படாதே...! நம்ம பசங்களுக்கு ஒண்ணும் ஆயிருக்காது... ரெண்டு பேருக்கும் இப்போ போன் பண்றேன். அவங்க நம்மகிட்டே பேசுவாங்க... பாரேன்."

சொல்லிவிட்டு செல்போனில் எண்களைத் தட்ட ஆரம்பித்தார் சாரங்கபாணி.

29

தன் தோளில் வெப்பமாய் ஒரு கை விழுந்து அழுத்துவதை உணர்ந்த ஸ்ருதி, திடுக்கிட்டுப் போய் திரும்பிப் பார்த்தாள்.

இருட்டில் முகம் சரியாகத் தெரியாவிட்டாலும் அது ஒரு இளைஞனின் உருவம் என்பது ஸ்ருதிக்குப் புரிந்தது. உயரமான இளைஞன். மொட்டையடிக்கப்பட்ட தலை, இருட்டிலும் லேசாய் மினுமினுப்பைக் காட்டியது. காவி வஸ்திரம், நேர்த்தியாய் உடம்பில் சுற்றப்பட்டிருந்தது. பாதரசம் பூசப்பட்ட தினுசில் கண்கள் பளபளத்தன. உதடுகள் புன்னகையில் விரிந்தபோது பல்வரிசை, ஒரு சாக்பீஸ் கோடு போல தெரிந்தது.

ஸ்ருதியின் உடம்பு ஒரு வியர்வைக் குளியலுக்கு உட்பட்டு மெல்ல நடுங்க, இளைஞன் அவளுடைய தோளை அழுத்தி ஹாஸ்கி வாய்ஸில் கிசுகிசுத்தான். "பயப்படாதீங்க ஸ்ருதி..."

'பெயர் சொல்லி ஸ்நேகமாய் கூப்பிடுகிறான். இவன் எதிரியாய் இருக்க முடியாது...!'

ஸ்ருதியின் உடம்பு வியர்ப்பதை நிறுத்தியது.

"நீ... நீங்க... யாரு...?"

"இங்கே நின்னுகிட்டு எதையும் பேச வேண்டாம் ஸ்ருதி. வாங்க... அந்த வேப்பமரத்துக்குப் பின்னாடி போயிடலாம்..." சொல்லிவிட்டு அந்த இளைஞன் பூனை நடை நடந்து கொஞ்சம

231

தொலைவில் இருந்த வேப்ப மரத்தை நோக்கிப் போக, ஸ்ருதியும் பின்தொடர்ந்தாள். ரகசியம் பேசுகிற மாதிரி காற்று வீசியது.

இருவரும் வேப்பமரத்துக்குப் பின்னால் இருந்த இருட்டில் கரைந்து நின்றார்கள். இளைஞன் மெல்லச் சிரித்தான்.

"ஆஸ்ரமத்துக்குள்ளே நுழைஞ்சு முதல்நாளே துப்பறியற வேலையை ஆரம்பிச்சுட்டீங்க போலிருக்கே...?"

"எ... என்னை உங்களுக்குத் தெரியுமா?"

"நல்லாவே தெரியும்...! ஒரு சீஃப் மினிஸ்டரோட மகளைத் தெரியாம இருக்குமா...?"

"நீங்க யார்ன்னு நான் தெரிஞ்சுக்கலாமா...?"

"தாராளமா தெரிஞ்சுக்கலாம்... என்னோட பேர், இளங்கோ.. டெல்லி சி.பி.ஐயில் ஸ்பை ஸ்க்வாட் பிரிவில் உத்யோகம்."

ஸ்ருதியின் விழிகள் வியப்பில் விரிந்து அப்படியே சில விநாடிகளுக்கு உறைந்து போயிற்று.

"நீ... நீங்க... சி.பி.ஐயா...?"

"ஆமா! நான் இந்த ஆஸ்ரமத்துக்குள்ளே நுழைஞ்சு இன்னியோட நாற்பதாவது நாள். நீங்க என்ன வேலை பார்க்கிறதுக்காக இங்கே வந்தீங்களோ அதே வேலையை பார்க்கத்தான் நானும் வந்தேன். என்னோட குடில் எண் 58."

ஸ்ருதி இளங்கோவையே இமைக்காமல் பார்த்தாள். மனசு முழுவதையும் பிரமிப்பு அடைத்துக் கொண்டது.

"என்ன அப்படிப் பார்க்கறீங்க ஸ்ருதி...?"

"என்னால நம்ப முடியலை..."

"எதை...! நான் ஒரு சி.பி.ஐன்னு சொன்னதையா?"

"இல்லை...! இப்படியொரு சந்திப்பை..."

இளங்கோ சிரித்துக்கொண்டே ஆங்கிலத்தில் பேசினான்.

"ஆறு மாதங்களுக்கு முன்பே டெல்லி சி.பி.ஐ. இந்த ஆஸ்ரமத்தின் மேல் ஒரு கண் வைத்து விட்டது. ஆனால் எதுவும் செய்ய முடியாத நிலைமை. இன்றைக்கு ஆளும் கட்சியில் இருக்கின்ற எல்லா வி.ஐ.பிக்களும் தேவானந்தா ஸ்வாமிகளின் பாதங்களுக்கு பூஜை செய்கிற பக்தர்களாக மாறிவிட்டார்கள்... உயர் போலீஸ் அதிகாரிகளின் வீட்டுப் பூஜையறைகளில் கைகளை உயர்த்தி ஆசிர்வாதம் செய்கிற தேவானந்தா ஸ்வாமிகளின் ஃபோட்டோ. பூனைக்கு யார் மணி கட்டுவது...? சி.பி.ஐயில் இருக்கின்ற துணிச்சலான ஆபீஸர் என்னை ஒரு நாள் கூப்பிட்டார். எனக்கு ரெண்டு மாத மெடிக்கல் லீவும் இந்த உளவு பார்க்கற வேலையையும் கொடுத்தார். முதல் பதினைந்து நாள் ஆஸ்ரமத்துக்கு ஒழுங்காக வந்து பூஜைகளிலும், பிரார்த்தனை மீட்டிங்களிலும் கலந்துகொண்டேன். அதற்குப்பிறகு இங்கேயே தங்கிக்கொள்ள ஒரு தியானக்குடில் கேட்டேன். கொடுத்தார்கள்..."

"உங்க மேல யாரும் சந்தேகப்படலையா...?"

"நான் சந்தேகப்படுகிற மாதிரி நடந்துகிட்டாத்தானே...?"

"தேவானந்தா சுவாமிகள் உங்ககிட்டே பேசியிருக்காரா?"

"நிறைய தடவை...! சில சமயம் வேடிக்கையாய் இளங்கோ அடிகளேன்னு கூப்பிடுவார்..."

ஸ்ருதி சில விநாடிகள் மௌனமாய் இருந்துவிட்டு இளங்கோவிடம் நிமிர்ந்தாள். "நீங்க இந்த ஆஸ்ரமத்துக்கு வந்து நாற்பது நாள் ஆச்சுன்னு சொன்னீங்க... இந்த நாற்பது நாளில் உங்க மனசுக்கு நெருடலா பட்ட சம்பவங்கள் ஏதாவது நடந்து இருக்கா...?"

"இல்லை..."

"ஒரு சம்பவம் கூடவா நடக்கலை...?"

"இல்லை...!"

"என்ன... இப்படிச் சொல்றீங்க...? நிவேதிதா நிர்வாணக் கோலத்தில் இந்த ராத்திரி நேரத்துல நடந்து போய் ஒரு மரத்துக்குக் கீழே உட்கார்ந்து நிஷ்டையில் இருக்கிறாளே... அது உங்க மனசுக்கு நெருடலா படலையா...?"

இளங்கோ சிரித்தான். "இன்னிக்கு அமாவாசை நாள். இந்த அமாவாசை நாளில் இந்த ஆஸ்ரமத்தில் நிர்வாண நிஷ்டை ரொம்பவும் சகஜம். சிலபேர் தியானக் குடில்களுக்குள்ளேயே பிறந்தமேனியா உட்கார்ந்து நிர்வாண நிஷ்டையை அனுசரிப்பாங்க... எங்கேயும் ஒரு பொட்டு வெளிச்சம் இருக்காது. நீங்க இப்படியே இன்னும் கொஞ்ச தூரம் நடந்து போய் பார்த்தா, எல்லா மரத்துக்குக் கீழேயும் ஒரு ஆணோ, ஒரு பொண்ணோ நிர்வாண நிஷ்டையில் இருப்பாங்க... போன அமாவாசையன்னிக்கு நானும் இது மாதிரியான காட்சிகளைப் பார்த்து கொஞ்சம் அதிர்ந்து போயிட்டேன். மறுநாள் காலையில் எல்லாரும் அதைப்பற்றி சகஜமா பேசிகிட்டாங்க. ஸ்வாமிகள் கூட பிரார்த்தனை மீட்டிங்கில் நிர்வாண நிஷ்டையின் மகிமையைப் பத்தி பேசினார்."

"அதிலென்ன மகிமை இருக்கு...?"

"ஸ்வாமிகள் சொன்னதை அப்படியே சொல்லட்டுமா?"

"ம்... சொல்லுங்க..."

"கிரகங்கள் ஒன்பது. இந்த ஒன்பது கிரகங்களில் சூரியன், சந்திரன் என்கிற இந்த இரண்டு கிரகங்களை மட்டுமே நாம் அனுதினமும் வெறுங் கண்களால் பார்த்து வருகிறோம். முற்ற ஏழு கிரகங்களை நாம் பார்க்க முடிவது இல்லை. இப்படி வெறும் கண்ணால் பார்க்க முடிகிற சூரியன் மனித உடம்பாகவும், சந்திரன் மனிதனின் மனமாகவும் உள்ளது. ஒரு மனிதனின் உடம்பும், மனதும் ஆரோக்கியமாய் இருக்க வேண்டுமென்றால் சூரியனிடமிருந்தும் சந்திரனிடமிருந்தும் வெளிப்படுகிற சக்தி அலைகளை நாம் முழுமையாகப் பெற வேண்டும். அமாவாசை நாளில்தான் சூரியனும் சந்திரனும் ஒரே

ராசியில் இணைவார்கள். அந்த நாளின் இரவு நேரத்தில் அர்த்த ஜாம வேளையில் நிர்வாண நிஷ்டையை அனுசரிப்பவர்களுக்கு ஆரோக்கிய பலமும் மனோ பலமும் கூடும். வெட்ட வெளியில் நிஷ்டை இருந்தால் கூடுதல் பலம். நிர்வாணம் என்பது ஆபாசம் கிடையாது. அது நித்ய உண்மை..."

ஸ்ருதி தலையசைத்தாள். "இதை என்னால ஜீரணிக்க முடியலை... ஸ்வாமிகள்கிட்டே என்னவோ தப்பு இருக்கு..."

"நானும் அப்படித்தான் ஆரம்பத்துல நினைச்சேன்... அப்படி நினைச்சது தப்புன்னு பின்னாடி உணர்ந்துட்டேன். கடந்த நாற்பது நாட்களா கண்ணுக்குள்ளே ஒரு ஸ்கேன் யூனிட்டை வெச்சுகிட்டு இந்த ஆஸ்ரமத்தை ராத்திரியும் பகலுமா அலசிப் பார்த்துட்டேன். என்னோட மனசுக்கு இங்கே எந்தத் தப்பும் நடக்கலைன்னு தோணுது..."

ஸ்ருதி புன்னகைத்தாள்.

"உங்க கண்ணில் இருக்கிற ஸ்கேன் யூனிட் சரியில்லைலன்னு நினைக்கிறேன்..."

"என்ன சொல்றீங்க ஸ்ருதி...?"

"இந்த ஆஸ்ரமத்துக்குள்ளே நான் இன்னிக்குத்தான் நுழைஞ்சேன்... ரெண்டு மணி நேரத்துக்கு முந்தி ஒரு சம்பவம் இங்கே நடந்தது. அதை நீங்க பார்க்கலைன்னு நினைக்கிறேன்..."

"என்ன சம்பவம்...?"

"தேவானந்தா சுவாமிகளை ஒரு திருடன் மாதிரி நான் பார்த்தேன்...!"

"ஒரு திருடன் மாதிரியா?"

"ம்..."

"எங்கே... எப்படி...?"

"ரெண்டு மணி நேரத்துக்கு முந்தி ஒரு பழைய வேன், இந்த ஆஸ்ரமத்துக்குள்ளே வந்தது. ஹெட்லைட்டுகளை ஆஃப் பண்ணிட்டு வந்த அந்த வேன், ஒரு மரத்தடியில் போய் மறைவாய் நின்னுது. கொஞ்சம் நேரம் கழிச்சு அந்த வேனுக்குப் பக்கத்தில் யாரோ ஒருத்தர் தயங்கிக் தயங்கி வந்தாங்க. முகம் தெரியலை. நான் உடனே இருட்டில் பார்க்கக்கூடிய பைனாகுலரை எடுத்து அந்த நபர் யார்ன்னு பார்த்தேன்."

"தேவானந்தா சுவாமிகளா...?"

"அவரேதான்...!"

இளங்கோ மெல்லச் சிரித்தான்.

"எதுக்காகச் சிரிக்கறீங்க...?"

"அதுக்கப்புறம் என்ன நடந்ததுன்னு நான் சொல்லட்டுமா...?"

"சொ... சொல்லுங்க..."

"வேன்ல வந்தவங்க வேனை விட்டு கீழே இறங்கவேயில்லை. தேவானந்தா சுவாமிகள்தான் வேனுக்குள் போனார். ஒரு பத்து நிமிஷம் வேனுக்குள் இருந்தார். அப்புறம் கீழே இறங்கி தன்னோட இருப்பிடத்துக்குப் போயிட்டார். வேனும் உடனே புறப்பட்டுப் போயிடுச்சு... இதுதானே நடந்தது?"

ஸ்ருதி இளங்கோவை வியப்பாய் பார்க்க, அவன் தொடர்ந்தான். "அந்த வேன், பழைய மாடல் வேன், பச்சை பெயிண்ட். சரியா?"

"ச.. ச.. சரி..."

"வேனோட ரெஜிஸ்ட்ரேஷன் நெம்பர் டி.எம்.டி. 5679. இதுவும் சரியா...?"

"சரி...!" என்று பிரமிப்போடு தலையாட்டிய ஸ்ருதி கேட்டாள் "அந்த வேன் யாரோடதுன்னு உங்களுக்குத் தெரியுமா?"

"தெரியும்...! அந்த வேன் யாரோடது...அதுல வந்தவங்க

யாரு... எதுக்காக வந்தாங்க... தேவானந்தா ஸ்வாமிகள் அந்த வேனுக்குள்ளே போய் என்ன பண்ணினார்? இது எல்லாமே கூட எனக்குத் தெரியும்... உங்களுக்குச் சொல்லட்டுமா...?"

"சொ... சொல்லுங்க..."

"டேவிட் சாமுவேல் பெயரை கேள்விப்பட்டு இருக்கீங்களா?"

"ஆந்திர மாநிலத்தின் எக்ஸ் கவர்னர்தானே...?"

"அவரேதான்...! கவர்னர் பதவியிலிருந்து ஓய்வு பெற்றதும் தமிழ்நாட்டிலேயே.... அதாவது இந்த சென்னையிலேயே செட்டிலாயிட்டார். நீலாங்கரை ரோட்டில் பங்களா... மனைவி... மகன்கள், பேரன், பேத்திகளோடு சந்தோஷமாய் பொழுதைப் போக்கிட்டு இருந்தவருக்கு இப்போ ஒரு பிரச்சினை. அவரோட பதினைந்து வயது பேரன் தியோடர், ஒரு விபத்துல சிக்கி அடிபட்டு ஆறுமாத சிகிச்சைக்குப்பின் வீடு திரும்பியும் பூர்ண குணம் ஏற்படலை... மனநிலை பாதிக்கப்பட்டு ஒரே திசையைப் பார்த்துக்கிட்டு வீல்சேரில் நாட்களை நகர்த்திக் கிட்டு இருக்கிறான். இனி அவனைக் குணப்படுத்த முடியாதுன்னு டாக்டர்கள் சொல்லிட்டால டேவிட் சாமுவேல் தன் பேரனைக் குணப்படுத்துற பொறுப்பை தேவானந்தா ஸ்வாமிகளிடம் கொடுத்து இருக்கிறார். இது வெளியே தெரிஞ்சா தன்னுடைய மதத்தில் உள்ளவங்க வீணான சர்ச்சைகளைக் கிளப்புவாங்கனு டேவிட் சாமுவேல் பயப்படறதால ஒவ்வொரு அமாவாசையன்னிக்கும் பௌர்ணமியன்னிக்கும் இந்த ரகசிய சிகிச்சை. இதுக்காக ஒரு பழைய வேனை உபயோகப்படுத்துறாங்க. வேன்ல தியோடர கொண்டு வருவாங்க. சுவாமிகள் வேன் இருக்குற இடத்துக்கே போய் தியோடரின் தோளில் பச்சை குத்திட்டு வருவார். பனிரெண்டு அமாவாசைகள், பனிரெண்டு பௌர்ணமிகள் முடியற வரைக்கும் இந்த சிகிச்சை தொடரும்..."

ஸ்ருதி இளங்கோவை பிரமிப்பு நீங்காத பார்வை ஒன்றைப் பார்த்தாள். "இதெல்லாம் உங்களுக்கு... எப்படி...?"

"தெரியும்ன்னு கேட்கறீங்களா...? இந்த ஆஸ்ரமத்துக்கு வந்த

புதுசுல நானும் உங்களை மாதிரிதான் வேவு பார்த்தேன். ஒரு பௌர்ணமி ராத்திரியில் அந்த பழைய வேனைப் பார்த்தேன். தேவானந்தா ஸ்வாமிகள் வேனுக்குள்ளே போயிட்டு வந்ததையும் பார்த்தேன். வேன் நெம்பரை நோட் பண்ணி என்கிட்டயிருந்த செல்ஃபோன் மூலமா என்னோட உளவுத்துறைக்கு தகவல் கொடுத்தேன், அவங்க உடனே விசாரணையில் இறங்கி நூல் பிடிச்சுப் போய் பார்த்தப்ப எக்ஸ் கவர்னர் மாட்டினார். உண்மை வெளியே வந்தது..."

"அப்படீன்னா... இந்த ஆஸ்ரமத்தில் எந்த ஒரு தப்பான காரியமும் நடக்கலைன்னு சொல்ல வர்றீங்களா...?"

"கடந்த நாற்பது நாளா இந்த ஆஸ்ரமத்துக்குள்ளேயே கண்கொத்திப் பாம்பாய் சுத்தி வந்துட்டிருக்கேன். எனக்குத் தெரிஞ்சு ஒரு தப்பும் நடக்கலை..."

"நடிகை அப்ஸராவுக்கும் ஸ்வாமிகளுக்கும் தொடர்பு இருக்கு. அவரே செல்ஃபோனில் அப்ஸரா கிட்டே பேசியிருக்கார்..."

"உங்களுக்கு இப்போ ஒரு அதிர்ச்சியான விஷயத்தைச் சொல்லட்டுமா ஸ்ருதி...?"

'என்ன' என்பது போல் ஸ்ருதி பார்க்க, இளங்கோ தொடர்ந்தான். "இந்த ஆஸ்ரமத்துக்கு ஸ்வாமிகளைப் பார்க்க அப்ஸரா மட்டும் இல்லை. இன்னும் பல நடிகைகள் வர்றாங்க...! வடநாட்டிலிருந்து ஹிந்தி நடிகைகளும் வர்றாங்க. ஸ்வாமிகளை சந்திக்கறாங்க.... அவரோட கால்களில் விழுந்து ஆசிர்வாதங்களை வாங்கிட்டுப் போறாங்க... எல்லாமே ஆசிர்வாதங்களோடு சரி... மற்றபடி ஸ்வாமிகளுக்கும் அந்த நடிகைகளுக்கும் எந்தத் தொடர்பும் கிடையாது. நடிகை அப்ஸராவோடு ஸ்வாமிகள் டெலிஃபோனில் பேசியதாகச் சொல்றீங்க... இல்லையா...? அது உண்மை கிடையாது."

"உண்மை கிடையாதா...? போலீஸ் கமிஷனர் வைத்யாவே ஸ்வாமிகள் அப்ஸராகிட்டே பேசினதை செல்ஃபோனில் இடைமறித்துக் கேட்டு இருக்கார்... சுவாமிகள் உருகி உருகிப்

பேசியிருக்கார்." என சொல்லிவிட்டு அந்த உரையாடலை சொன்னாள்.

"இதுதான் சுவாமிகள் ஒரு நடிகைக்கு ஆசிர்வாதம் செய்யற லட்சணமா...?"

இளங்கோ சிரித்தான்.

"என்ன சிரிக்கறீங்க...?"

"சிரிக்காம என்ன பண்றது ஸ்ருதி...! நடிகை அப்ஸராகிட்டே பேசியது தேவானந்தா சுவாமிகள் கிடையாது."

"பின்னே...?"

இளங்கோ பதில் சொல்ல முயன்ற விநாடி

பின்னால் அந்தச் சத்தம் கேட்டது.

சருகுகளை மிதித்துக் கொண்டு யாரோ வேகமாய் நடந்து வரும் சத்தம்.

இளங்கோவும் ஸ்ருதியும் தங்களுக்குப் பின்னால் எழுந்த நடைச்சத்தத்தைக் கேட்டு ஒருத்தரையொருவர் பரஸ்பரம் பார்த்துக் கொண்டார்கள்.

"ஸ்ருதி...! யாரோ வர்றாங்க..."

"என்ன செய்யலாம்....?"

"அப்படியே மரத்துக்குப் பின்னாடி மறைஞ்சு உட்கார்ந்துக்கலாம்..."

"பார்த்துடமாட்டாங்களே...?"

"இந்த இருட்டு நமக்கு சாதகம்.."

இருவரும் உடம்பை குறுக்கிக் கொண்டு அந்தப் பெரிய மரத்துக்குப் பின்னால் குத்துக்காலிட்டு உட்கார்ந்தார்கள். காதுகளுக்கு உன்னிப்பைக் கொடுத்தார்கள்.

யாரோ சருகுகளை மிதிக்கும் சத்தம். பத்து விநாடிகளுக்கு கேட்ட சத்தம், சட்டென்று ஸ்விட்சை அணைத்த மாதிரி நின்று போயிற்று. ஸ்ருதியும் இளங்கோவும் அந்த சத்தத்துக்காக மறுபடியும் காத்திருந்தார்கள்.

நடைச்சத்தம் கேட்கவில்லை!

ஒரு நிமிடம்...

இரண்டு நிமிடம்...

ஸ்ருதி, இளங்கோவின் தோளை மெல்ல சுரண்டினாள்.

"ம்..."

"சத்தத்தையே காணோமே...?"

"நான் எட்டிப் பார்க்கட்டுமா...?"

"மெல்ல..."

இளங்கோ உட்கார்ந்த நிலையிலேயே மெல்ல நகர்ந்து தலையை மட்டும் நீட்டி வெளியே எட்டிப் பார்த்தான். எல்லாப் பக்கமும் கரித்தூளை நிரப்பிய மாதிரி இருள். அடித்துக் கொண்டிருந்த காற்றும் இப்போது நின்று போயிருக்க, தீட்டிய ஓவியங்கள் போல் மரங்கள் தெரிந்தன.

"என்ன இளங்கோ...?"

"யாரையும் காணோம்..."

"அதெப்படி? நடைச்சத்தம் கேட்டுச்சே...?"

"ஒருவேளை திரும்பிப் போயிருக்கலாம்..."

"அப்படி திரும்பிப் போயிருந்தாலும் சத்தம் கேட்டு இருக்குமே...?"

"வந்தவங்க நிர்வாண நிஷ்டையில் உட்கார்ந்துட்டாங்களோ...?"

"இருங்க! நான் பார்க்கிறேன்..."

"இந்த இருட்டுல எப்படி பார்ப்பீங்க...? எல்லா பக்கமும் மரங்கள் அடர்த்தியா இருக்கும்..."

"என்கிட்டத்தான் நைட்விஷன் பைனாகுலர் இருக்கே?"

ஸ்ருதி தன் தோளில் தொங்கிக் கொண்டிருந்த பைனாகுலரை எடுத்து கண்களில் பொருத்தினாள். இருட்டு கரைந்து போய், வேப்ப மரங்களின் அடிப்பாகங்கள் பார்வைக்கு கிடைத்தன. யாரும் நிஷ்டையில் இல்லை.

"என்ன ஸ்ருதி...?"

"யாரையும் காணோம்...!"

"அந்த பைனாகுலரை என்கிட்ட கொடுங்க..."

ஸ்ருதி கொடுத்தாள். இளங்கோ வாங்கி கண்களில் பொருத்தினான். விநாடிகள் வேகமாய் கரைந்து கொண்டிருக்க, இளங்கோவின் உடலில் மெல்ல ஒரு பதற்றம் அரும்பியது.

பைனாகுலரிலிருந்து கண்களை எடுத்துவிட்டு சுற்றும் முற்றும் பார்த்தான்.

"என்ன பார்க்கறீங்க இளங்கோ...?"

"காத்து சுத்தமா இல்லை... எந்தப் பக்கமாவது செடியோ, மரமோ, அசையுதா...?"

ஸ்ருதி சுற்றும் முற்றும் பார்த்துவிட்டு தலையசைத்தாள்.

"இல்லை... ஒரு மரத்தோட இலை கூட அசையலை..."

"நான் சொல்ற திசையில் இந்த பைனாகுலரை வெச்சுப் பாருங்க, ஸ்ருதி..." சொன்ன இளங்கோ ஸ்ருதியிடம் பைனாகுலரை கொடுக்க அவள் வாங்கி, கண்களில் பொருத்தினாள்.

இளங்கோ சொன்னான். "நார்த் டைரக்ஷன்ல இடது பக்கம் ஒரு வாத நாராயணா மரம் தெரியுதா பாருங்க."

ஸ்ருதி பார்த்துவிட்டு, "தெரியுது..." என்றாள்.

"அந்த மரத்துக்கு ரைட் சைடில் அடர்த்தியான செடிகள் இருக்குது உங்க பார்வைக்கு கிடைக்குதான்னு பாருங்க..."

"ம்... பார்த்துட்டேன்!"

"அந்தச் செடிகள் காத்துக்கு அசையற மாதிரி இருக்கா?"

"அட... ஆமாம்..."

"எப்படி...? எந்தப் பக்கமும் காத்து வீசாத போது அங்கே மட்டும் எப்படி...?"

ஸ்ருதி பைனாகுலரிலிருந்து கண்களை எடுத்துவிட்டு இளங்கோவை பயமாய்ப் பார்த்தாள். அவன் வியர்த்த முகமாய் சொன்னான்.

"அங்கே யாரோ இருக்காங்க... எதையோ தோண்டிகிட்டு இருக்காங்க..."

"போ... போய்ப் பார்க்கலாமா?" எழுந்தார்கள் இருவரும்.

எக்ஸ் ராஜ்யசபா எம்.பி. சாரங்கபாணி தன்னுடைய செல்ஃபோனில் ஊட்டியில் இருக்கும் மூத்த மகன் விநோத்துக்கும், இளையமகன் ஜெயதேவ்க்கும் தொடர்பு கொள்ள முயற்சித்து துவண்டு போனார். ரெக்கார்டட் வாய்ஸ், கிளிப்பிள்ளை மாதிரி 'இந்த சந்தாதாரரை இப்போது நீங்கள் தொடர்பு கொள்ள முடியாது' என்று திரும்பத் திரும்ப சொல்லியது.

கமிஷனர் வைத்யா கேட்டார்.

"என்ன ஸார்... உங்க சன்ஸ் ரெண்டு பேருமே லைன்ல கிடைக்கலையா...?"

"கிடைக்கலை..."

"அவங்க ரெண்டு பேருமே செல்ஃபோன்களை ஆஃப் பண்ணி வெச்சிருக்கலாம். வீட்ல இருக்கிற டெலிபோன்களுக்கு ட்ரை பண்ணலாமே?"

செய்தார். முதலில் ஊட்டி, ரிஸீவர் எடுக்கப்பட்டு வேலைக்காரனின் குரல் கேட்டது. "ஐயா...!"

"விநோத்தைக் கூப்பிடு..."

"சின்னய்யா வீட்ல இல்லைங்களே...!"

"எங்கே போயிருக்கான்...?"

"ரெண்டு நாளைக்கு முன்னாடி வெளியூர்க்குப் புறப்பட்டு போனவர், இன்னும் வரல்லீங்க ஐயா..."

"வெளியூர்ன்னா... எந்த ஊரு...?"

"தெரியல்லீங்க ஐயா..."

"சரி...! வெளியூர் போனவன் அங்கிருந்து ஏதாவது போன் பண்ணினானா...?"

"இல்லீங்க ஐயா...!"

"விநோத் அங்கே வந்தா உடனே எனக்கு போன் பண்ணச் சொல்லு."

"சரிங்க ஐயா...!"

சாரங்கபாணி இறுகிப்போன முகத்தோடு கொடைக்கானலில் இருக்கும் ஜெயதேவ் வீட்டுக்கு போன் செய்ய, வாட்ச்மேன் பேசினான்.

"ஐயா...!"

"ஜெயதேவை பேசச் சொல்லு..."

"சின்னய்யா இப்போ மெட்ராஸ்லதான் இருக்கார் ஐயா..."

"என்னது மெட்ராஸிலா...?"

"ஆமாங்க ஐயா...! நேத்திக்கே கார்ல புறப்பட்டு போய்ட்டார்."

"இங்கே வீட்டுக்கு வரலையே... மெட்ராஸீக்கு எதுக்காக வந்தான்...?"

"தெரியல்லீங்க ஐயா... இன்னிக்கு சாயந்தரம் கூட மெட்ராஸிலிருந்து எனக்கு போன் பண்ணி அவரைக் கேட்டு போன்கால் ஏதாவது வந்ததான்னு கேட்டார்."

"சாயந்தரம் எத்தனை மணிக்கு உனக்கு போன் வந்தது...?"

"ஆறு மணி இருக்குங்க ஐயா..."

"சரி... மறுபடியும் ஜெயதேவ் உனக்கு போன் பண்ணினா எனக்கு உடனே போன் பண்ணச் சொல்லு."

"சரிங்க ஐயா..."

சாரங்கபாணி செல்போனை அணைத்து உள்ளங்கையில்

அடக்கிக் கொண்டு வைத்யாவை ஏறிட்டபடி கவலையாய் விஷயத்தைச் சொல்ல, அவர் முகம் வியப்புக்குப் போயிற்று.

"கொடைக்கானலிலிருந்து மெட்ராஸீக்கு வந்த ஜெயதேவ் உங்களைப் பார்க்க ஏன் வரலை...?"

"அதான் எனக்குப் புரியலை..."

"வாங்க முதல்ல ஹாஸ்பிடலுக்குப் போவோம்...! அங்கே ஐ.ஸி. யூனிட்டில் இறந்துக் கிடக்கிற இளைஞன் யார்ன்னு பார்த்து அடையாளம் சொல்லுங்க..."

சாரங்கபாணியின் மனைவி சால்வையால் வாயைப் பொத்திக் கொண்டு பெரிதாய் அழ ஆரம்பிக்க, சாரங்கபாணி அழுகையை அடக்கிக் கொண்டு அவளுடைய தோளில் ஆதரவாய் கையை வைத்தார்.

"சொர்ணம்... நீ தைரியமாயிரு. அது நம்ம பசங்களாயிருக்காது."

"இல்லீங்க... யாரோ பழி தீர்த்துகிட்டாங்க... அந்த சின்மயா நகர்ல ஹோட்டல் கட்ட வேண்டாம்ன்னு தலைத்தலையா நான் அடிச்சுக்கிட்டேன். நீங்களும் கேட்கலை... உங்க புள்ளைகளும் கேட்கலை. என்னிக்காவது ஒரு நாள். இப்படிப்பட்ட விபரீதம் நடக்கும்ன்னு எனக்குத் தெரியும்..." புலம்பிய மனைவியைத் தேற்றயபடி போர்டிகோவில் நின்றிருந்த பென்ஸ் காருக்கு வந்தார் சாரங்கபாணி.

வைத்யாவும் டாக்டர் ரங்கராஜனும் தாங்கள் வந்த காரில் ஏறிக் கொள்ள, இரண்டு கார்களும் புறப்பட்டன.

நள்ளிரவுச் சாலைகள் துடைத்து வைத்தது போல் துப்புரவாய் இருக்க, எய்த அம்புகள் மாதிரி இருபது நிமிஷப் பயணம்.

ஹாஸ்பிடல் வந்தது.

டாக்டர் ரங்கராஜன் இறங்கி முன்னால் நடக்க, எல்லோரும் பின்தொடர்ந்தார்கள். சாரங்கபாணி தளர்ந்து போய் நடக்க, சொர்ணம் பீறிட்டு வந்த அழுகையை அடக்கியபடி நடந்தாள்.

இரண்டு நிமிஷ நடைக்குப்பின் ஐ.ஸி. யூனிட்டுக்குள் நுழைந்தார்கள்.

வெள்ளை விரிப்பால் போர்த்தப்பட்டிருந்த உடலுக்கு முன்பாய் நின்றார்கள். முகத்தை மூடியிருந்த துணியை மெல்ல அகற்றினார் ரங்கராஜன். சாரங்கபாணியும் சொர்ணமும் தங்களுடைய நடுக்கமான பார்வைகளை சடலமாய்க் கிடந்த இளைஞனின் முகத்துக்கு கொண்டு போனார்கள்.

முகத்தைப் பார்த்த சாரங்கபாணியின் முகத்தில் அதிர்வின் அலைகள்.

"ஸ... ஸார்.... இது..."

"உங்க சன்னா...?"

"இ... இல்லை..."

"பின்னே...?"

"என்னோட ஃபேமிலி லாயர், அக்பர் சித்திக்..."

"இவர் உங்க குடும்ப வக்கீலா...?"

"ஆமா...!"

"இவர்... எப்படி இங்கே? எதுக்காக இந்தக் கொலை?"

"தெரியலையே...!" சாரங்கபாணி தன் முகத்தில் பெருகி வழிந்த வியர்வையை வழிக்கத் தோன்றாமல் அக்பர் சித்திக்கின் உடலையே வெறித்துப் பார்த்துக் கொண்டிருக்க... அவருடைய செல்போன், சூழ்நிலையின் இறுக்கம் தெரியாமல் ஒரு சினிமா பாடலின் மியூஸீக்கில் அவரைக் கூப்பிட்டது.

எடுத்து காதுக்கு ஒற்றினார்.

"ஹலோ..."

அவருடைய இளையமகன் ஜெயதேவ்.

"அப்பா...! செல்போனோட வாய்ஸ் மெயில்ல உங்க நெம்பரைப் பார்த்தேன். கூப்பிட்டிருந்தீங்களா....?"

"ஆமா..."

"என்ன விஷயம்பா...?"

"நீ இப்போ மெட்ராஸ்லதானே இருக்கே?"

"ஆமா..."

"உன்னோட அண்ணன்?"

"அவர் பாண்டிச்சேரி போயிருக்கார்..."

"எ... எதுக்கு...?"

"அண்ணன்தான் அரவிந்த அன்னையோட டிவோட்டி ஆச்சே...? மனசு சரியில்லைன்னா, பாண்டிச்சேரிக்கு போயிடுவார்..."

"ஜெயதேவ்! மெட்ராஸ்ல நீ இப்போ எங்கேயிருக்கே...?"

"அடையார்ல ஒரு பிசினஸ் ஃப்ரெண்ட் வீட்ல..."

"சரி...! மல்லிகை நர்ஸிங் ஹோம் உனக்கு தெரியுமா?"

"எக்மோர் மார்ஷல் ரோட்ல இருக்கே..."

"அதேதான்...! உடனே புறப்பட்டு அந்த ஹாஸ்பிடலோட ஐ.ஸி. யூனிட்டுக்கு வா...!"

"அப்பா... யாருக்கு, என்ன உடம்பு... அம்மாவுக்கு ஏதாவது...?"

"அம்மா நல்லாயிருக்கா... இது வேற விஷயம். நீ உடனே புறப்பட்டு வா... லேட் பண்ணிடாதே!"

பார்வைக்குக் கிடைக்காமல் போகவே, சற்று தூரத்தில் தெரிந்த வாதநாராயணா மரத்தை நோக்கி நடந்தார்கள். இளங்கோவின் கண்களில் நைட்விஷன் பைனாகுலர் அப்பியிருந்தது. பூனைநடை நடந்து, மரத்துக்குப் பக்கத்தில் வந்து நின்றார்கள்.

மரத்துக்கு வலதுபக்கம் இருந்த குற்றுச்செடிகள், இப்போது எந்த அசைவும் இல்லாமல் தெரிந்தது.

ஸ்ருதி இளங்கோவின் காதருகில் கிசுகிசுத்தாள்.

"யாரையும் காணோமே...?"

"இன்னும் கொஞ்சம் பக்கத்துல போய் பார்க்கலாமா...?"

"இளங்கோ...! இது ரிஸ்க்..."

"தெரியும்...! இது கொஞ்சம் அதிகப்படியான ரிஸ்க்தான். என்னன்னு பார்த்துடறது நல்லது இல்லையா? ஒரு காரியம் பண்ணலாம்..."

"என்ன...?"

"நீங்க இந்த மரத்துக்குப் பின்னாடி மறைவாயிருங்க... நான் மட்டும் அந்தச் செடிகளுக்குப் பக்கத்தில் போய் பார்த்துட்டு வர்றேன். எனக்கு ஏதாவது ஆபத்துன்னா எதிரியை என்னால சட்டுன்னு தாக்க முடியும்..."

"இளங்கோ...! எதுக்கும் யோசனை பண்ணிட்டு காரியத்தில் இறங்கலாமே...?"

"இதோ பாருங்க ஸ்ருதி...! இந்த ஆஸ்ரமத்தில் ஏதாவது தப்பு நடக்குதான்னு பார்க்கத்தான் நானும் வந்திருக்கேன் நீங்களும் வந்து இருக்கீங்க... அதாவது உயிரைப் பொருட்படுத்தாம காரியத்தில் இறங்கியிருக்கோம். அந்தச் செடிகளுக்குப் பக்கத்துல யாரோ இருந்தாங்க... எதையோ தோண்டிகிட்டும் இருந்தாங்க... அது என்னன்னு பார்க்க வேண்டாமா...?"

சொன்ன இளங்கோ, ஸ்ருதியை அந்த மரத்துக்குப் பின்னால் மறைவாய் இருக்க வைத்துவிட்டு வெளிப்பட்டான். சிறிது நேரத்துக்கு முன்னால் அசைவுகள் ஏற்பட்ட அந்தக் குற்றுச் செடிகளை நோக்கி நடந்தான்.

ஸ்ருதியின் இருதய லயம் தவறியது.

(31)

ஸ்ருதியின் இருதயம் தாள லயம் மாறி துடித்துக் கொண்டிருக்க இளங்கோ குற்றுச்செடிகள் மண்டியிருந்த அந்த இடத்தை நோக்கிப் போனான். செடிகள் பிடுங்கப்பட்டு எறியப்பட்டிருக்க, மண் பறிக்கப்பட்டு குழியாய் தெரிந்தது. கொஞ்சம் தள்ளி ஒரு மண்வெட்டி கிடந்தது. இளங்கோ பின்னால் திரும்பிப் பார்த்து இருட்டில் மறைவாய் நின்றிருந்த ஸ்ருதியை கையசைத்துக் கூப்பிட்டான். அவள் வேகவேகமாய் வந்தாள். பக்கத்தில் நெருங்கியதும் கிசுகிசுப்பாய் கேட்டாள்

"என்ன இளங்கோ...?"

"யாரோ இந்த இடத்துல குழியைப் தோண்டியிருக்காங்க."

"எதுக்கு...?"

"தெரியலையே!" சொன்ன இளங்கோ, குழிக்குப் பக்கத்தில் மண்டியிட்டு உட்கார்ந்து உள்ளே உன்னிப்பாய்ப் பார்த்தான். குழியின் ஒரு புறத்தில் கதவு மாதிரி எதுவோ தெரிந்தது. ஸ்ருதியை ஏறிட்டான்.

"இது என்னன்னு பாருங்க..."

ஸ்ருதியும் குனிந்து உன்னிப்பாய் பார்த்துவிட்டு இளங்கோவிடம் நிமிர்ந்தாள்.

"அந்த நிலத்துக்கு கீழே ஏதோ அறை இருக்குன்னு நினைக்கிறேன்... யாரோ இறங்கி உள்ளே போயிருக்கணும்..."

249

"நாமும் உள்ளே இறங்கிப் பார்த்துடலமா...?"

"ஆழம் தெரியாம காலை விட வேண்டாமென்னு பார்க்கிறேன்..."

"காலை விட்டுப் பார்த்தால்தானே ஆழம் தெரியும்...?"

இளங்கோ சொல்லிக் கொண்டிருக்கும்போதே குழிக்குள் ஏதோ சத்தம் கேட்டது. புரியாத குழப்ப ஒலிகள்.

"உள்ளே போன நபர், மேலே வந்துகிட்டு இருக்கான்னு நினைக்கிறேன்..."

"வாங்க...! அப்படி போய் மறைஞ்சு நின்னுக்கலாம்."

ஸ்ருதியும் இளங்கோவும் சட்டென்று அந்த இடத்தைவிட்டு நகர்ந்து, வேகவேகமாய் ஒரு மரத்துக்குப் பின்னால் போய் மறைந்தார்கள். தலைகளை கொஞ்சமாய் நீட்டி, பார்வைகளை மட்டும் வெளியே போட்டுக் காத்திருந்தார்கள்.

ஒரு நிமிஷம்....

இரண்டு நிமிஷம்....

மூன்றாவது நிமிஷம்...

குழிக்குள்ளிருந்து அந்த உருவம் வெளியே வந்தது. மொட்டைத்தலை. முகம் பிடிபடவில்லை. கழுத்திலிருந்து பாதம் வரைக்கும் நீளமான அங்கி தொங்கியது. குழிக்கு மேலே வந்த அந்த உருவம், சுற்றும் முற்றும் பார்த்துவிட்டு மண்வெட்டியை கையில் எடுத்துக் கொண்டு, தோண்டி எடுத்துக் குவித்து வைத்திருந்த மண்ணை மறுபடியும் குழிக்குள் சரித்தது. மண்ணால் குழி நிரம்பியது.

இளங்கோ ஸ்ருதியிடம் கிசுகிசுத்தான்.

"போய் ஆளை மடக்கிடலாமா...?"

"வேண்டாம் இளங்கோ... நடக்கறதை மட்டும் அப்ஸர்வ் பண்ணுவோம். அதிரடியாய் காரியம் பண்ணி ஆபத்துல போய் மாட்டிக்கக்கூடாது... இது ஆஸ்ரமம்... நம்ம இடம் கிடையாது."

அந்த மொட்டைத்தலை ஆசாமி இப்போது குழியை மண்ணால் மூடிவிட்டு அதன்மேல் பிடுங்கப்பட்ட குற்றுச் செடிகளை நட்டுக் கொண்டிருந்தான்.

"தேவானந்தா ஸ்வாமிகள்கிட்டே ஏதோ தப்பு இருக்குன்னு இப்பவாவது ஒத்துக்கறீங்களா இளங்கோ...?"

"ஸ்வாமிகளுக்கு தெரியாமலேகூட இந்தக் காரியம் நடக்கலாம் இல்லையா...?"

குற்றுச் செடிகளை நட்டு முடித்த ஆசாமி, பெரிது பெரிதாய் மூச்சு வாங்கிக் கொண்டு சுற்றும் முற்றும் பார்த்தான். வியர்வையில் மொட்டைத் தலை மினுமினுத்தது. மண்வெட்டியை கையில் எடுத்துக் கொண்டவன், பக்கத்தில் இருந்த புதர்மறைவுக்குப் போய் அதற்குள் ஒளித்து வைத்தான். பின், வந்த வழியே வேகமாய் நடந்து இருட்டில் கலந்தான். நிமிஷ நேரத்துக்குள் காணாமல் போனான்.

ஸ்ருதியும் இளங்கோவும் ஒருத்தரையொருத்தர் பார்த்துக் கொண்டார்கள்.

"என்ன செய்யலாம்...? "

"ஆள் போய்ட்டான். புதர்ல மண்வெட்டி இருக்கு! குழியை மறுபடியும் தோண்டிப் பார்த்துடலாம். நிலத்தடி அறைக்குள்ளே என்ன இருக்குன்னு அப்பத்தான் தெரியும்..."

"இளங்கோ உங்களுக்கு ரொம்பவும் துணிச்சல்."

"துணிச்சல் இல்லைன்னா டிபார்ட்மென்ட்ல இருக்க முடியாதே...! வாங்க தோண்டிடலாம்..."

"போனவன் திரும்பவும் வந்துட்டான்னா...?"

"வந்துட்டான்னா.. தமிழ் சினிமாவில் வர்ற மாதிரி ஒரு ஃபைட் சீனை நீங்க பார்க்கலாம்."

"இளங்கோ! பீ ஸீரியஸ்... இது விளையாட்டு விஷயம் கிடையாது... மாட்டிகிட்டா நாம ரெண்டு பேரும் இந்த ஆஸ்ரமத்தை விட்டு உயிரோட வெளியே போகமுடியாது..."

"எனக்கு மட்டும் அது தெரியாதா என்ன...?"

"நான் ஒண்ணைச் சொல்லட்டுமா...?"

"என்ன?"

"இந்த இடத்துல நிலத்தடி அறை இருக்கிறது உறுதியாயிடுச்சு... நாளைக்கு காலையில் முதல் காரியமா போலீஸ்க்கு தகவல் கொடுத்து வரச் சொன்னால் அவங்க வந்து தோண்டிப் பார்த்துடப் போறாங்க."

"நீங்க சொல்றது சரிதான் ஸ்ருதி... ஆனால் இந்த நிலத்தடி அறைக்குள்ளே சட்டவிரோதமான விஷயங்கள் ஏதாவது இருக்கான்னு பார்த்து கன்ஃபர்ம் பண்ணிக்கிறது நல்லது இல்லையா...?"

"அப்போ தோண்டிப் பார்த்துடலாம்ன்னு சொல்றீங்க...?"

"ஆமா... அந்த இடத்தைத் தோண்டறோம். நீங்க வெளியவே நின்னுக்கறீங்க... நான் உள்ளே போய் என்ன சட்டவிரோதம் இருக்குன்னு பார்த்துட்டு வந்துடப் போறேன். அப்படி ஏதாவது இருந்ததுன்னா நாளைக்கு காலைவரைக்கும் நாம காத்திட்டு இருக்க வேண்டாம். உங்ககிட்டே செல்ஃபோன் இருக்கு. உடனடியா போலீஸ்க்கு தகவல் கொடுத்துடலாம்..." இளங்கோ சொல்லிக் கொண்டே புதரை நோக்கி நடக்க ஆரம்பித்துவிட, ஸ்ருதியும் ரத்தத்தில் கலந்துவிட்ட குளிரோடு அவனைப் பின்தொடர்ந்தாள்.

இளங்கோ புதரின் இருட்டுக்குள் இரண்டு நிமிஷம் சிரமமாய்த் தேடி, மண்வெட்டியை எடுத்துக் கொண்டான். நடப்பட்டு இருந்த குற்றுச் செடிகளை ஸ்ருதி பிடுங்கி அப்புறப்படுத்த, இளங்கோ சுற்றும் முற்றும் பார்த்துவிட்டு மண்ணைத் தோண்ட ஆரம்பித்தான்.

"சக்... சக்... சக்..." மண் வேகமாய் வெளியே வர குழி, வாயைப் பிளக்க ஆரம்பித்தது.

மல்லிகை நர்ஸிங் ஹோம் நள்ளிரவைத் தாண்டிய அந்த வேளையிலூம் அமைதியைத் தொலைத்து விட்டு புதற்றமாய் இருந்தது.

போலீஸ் கமிஷனர் வைத்யா, எக்ஸ் எம்.பியான சாரங்க பாணியை டாக்டரின் அறைக்குள் உட்கார வைத்துக் கொண்டு சின்னச் சின்ன கேள்விகளாய் கேட்டுக் கொண்டிருந்தார்.

"கொலை செய்யப்பட்டிருக்கிற லாயர் அக்பர் சித்திக், எத்தனை வருஷமா உங்களுக்கு குடும்ப லாயர்...?"

"அஞ்சு வருஷமா..."

"அமிர்தம் என்றால் விஷம்' என்கிற வார்த்தையை அக்பர் சித்திக்கின் மார்பில் பச்சை குத்தி, அவரை கொலை பண்ணியிருக்காங்க. கொலைக்கான காரணத்தை உங்களால கெஸ் பண்ண முடியுதா...?"

"ஓரளவுக்கு..."

"சொல்லுங்க..."

"அஞ்சு வருஷத்துக்கு முந்தி, வேளச்சேரி சின்மயா நகர்ல ஒரு ஸ்டார் ஹோட்டலைக் கட்டறதுக்காக பத்து கிரவுண்ட் நிலம் வாங்கினோம். அந்த நிலத்துல சில பேர், குடிசைகளைப் போட்டு ஆக்ரமிப்பு பண்ணியிருந்தாங்க... அவங்களை சட்டப்படி காலி பண்ணி வைக்க கோர்ட்டில் கேஸ் போட்டிருந்தோம். அக்பர் சித்திக் எங்களுக்கு குடும்ப லாயராக இருந்தாலும் அவருக்கு இந்த கோர்ட் விஷயங்களில் அவ்வளவு நம்பிக்கை கிடையாது. சில விஷயங்களை கோர்ட்டுக்கு போகாமலேயே தீர்க்கணும்ன்னு சொல்வார்.

சின்மயா நகர் நில விவகாரத்திலும் அந்த பாலிஸியை கடைபிடிக்கணும்ன்னு சொன்னார். அங்க இருக்கற குடிசைகளை ஒரே ராத்திரியில் சுத்தமாக நீக்க, ஒரு தீக்குச்சியும், ஐம்பது லிட்டர் பெட்ரோலும் போதும்ன்னு சொன்னார். லாயரோட

பேச்சைக் கேட்டு நானும் என்னோட ரெண்டு மகன்களும் பயந்துட்டோம். 'கோர்ட் மூலமாகவே நமக்கு நியாயம் கிடைக்கட்டும். இந்த அராஜகமான குறுக்கு வழியெல்லாம் வேண்டாம்'ன்னு எவ்வளவோ சொல்லிப் பார்த்தோம். அவர் கேட்கலை. 'ஒரு எக்ஸ் எம்.பியா இருந்துகிட்டு இப்படி பயப்படறீங்களே... நீங்களும் உங்க சன்ஸ்'ம் இதுல தலையிடாம தள்ளி நின்னுகிட்டு வேடிக்கை மட்டும் பாருங்க. நான் அந்த இடத்தை சுத்தப்படுத்தறேன்னு சொன்னார்.

எங்களால அவரைக் கட்டுப்படுத்த முடியலை... லாயர் அந்த ஏரியா தாதா ஒருத்தனைக் கையில் போட்டுகிட்டு, போலீஸ்க்கும் பணத்தைக் கொடுத்து, செப்டம்பர் மூணாம் தேதி அர்த்த ராத்திரியில் குடிசைகளை தகனம் பண்ணிட்டார். நூத்துக்கும் மேற்பட்ட குடிசைகள் எரிந்து சாம்பலாச்சு. பத்து குழந்தைங்க உட்பட பதினேழு பேர், கருகி செத்தாங்க... சரியாய் அடுப்பை அணைக்காத ஒரு குடிசையில் பத்துன நெருப்புதான், தீ விபத்துக்கு காரணம்னு போலீஸ் தரப்பில் சொல்லப்பட்டு ஃபைல் அவசர அவசரமாய் குளோஸ் செஞ் சாங்க.''

சாரங்கபாணி கண்கலங்கி பத்து விநாடிகளுக்கு பேச்சை நிறுத்திவிட்டு, பின் மீண்டும் தொடர்ந்தார்.

''அந்தச் சம்பவம் எனக்கும் என்னோட ஃபேமிலிக்கும் பெரிய அதிர்ச்சியாயிருந்தது. அந்த இடத்துல ஹோட்டல் கட்டக்கூடாதுன்னு, என் மனைவி சொர்ணம் பிடிவாதம் பிடிச்சா. எனக்கும் அந்த இடத்துல ஹோட்டல் கட்ட அரை மனசாய் இருந்தது. ஆனா லாயர் கேட்கலை... தினமும் ஃபோன் பண்ணி நச்சரிச்சு எங்கள ப்ரெய்ன் வாஷ் பண்ண ஆரம்பிச்சாரு. ஒரு வருஷம் வரைக்கும் தாக்கு பிடிச்சோம். அதுக்கப்புறம் முடியலை. என்னோட சன்ஸ்'ம் ஹோட்டலைக் கட்டிடலாம்ன்னு சொன்னாங்க. அதனால கட்டி முடிச்சு, போன வருஷம்தான் ஓபனிங் செரிமனி பண்ணினோம்...''

கமிஷனர் வைத்யா தன் மோவாயை யோசனையாய் தேய்த்தார். "அந்தக் குடிசை எரிப்பு சம்பவம்தான் அக்பர் சித்திக்கோட கொலைக்குக் காரணம்ன்னு சொல்ல வர்றீங்களா...?"

"ஆமா..."

"குடிசை எரிப்பு சம்பவம் நடந்து ஐந்து வருஷமாகியிருக்கு. இவ்வளவு வருஷம் கழிச்சு ஒருத்தனுக்குப் பழியுணர்ச்சி வருமா...?"

"ஸார்! லாயரோட கொலைக்கு இதுவும் ஒரு காரணமாக இருக்கலாம்... இல்லேன்னா புதுசா ஒரு காரணமும் உருவாகியிருக்கலாம்." சாரங்கபாணி சொல்லிக் கொண்டிருக்கும்போதே அறை வாசலில் நிழல் தட்டியது.

திரும்பினார்.

அவருடைய இரண்டாவது மகன் ஜெயதேவ். முகம் கலங்கியிருந்தது. கண்களில் லேசாய் நீர். கமிஷனருக்கு மகனை அறிமுகப்படுத்தினார்.

"ஸார்... இவன் ஜெயதேவ். என்னோட ரெண்டாவது சன்."

ஜெயதேவ் மௌனமாய் உள்ளே வந்தான். வைத்யா ஒரு நாற்காலியைக் காட்ட அவன் உட்கார்ந்தான்.

"லாயரோட பாடியைப் பார்த்தீங்களா ஜெயதேவ்?"

"பா... பார்த்தேன் ஸார்..."

"இந்த மர்டரைப் பத்தி உங்க கெஸ் ஒர்க் என்ன?"

ஜெயதேவ் சில விநாடிகள் தயங்கிவிட்டு தொடர்ந்தான். "இப்படியொரு சம்பவம் நடக்கும்ன்னு எனக்கு போன மாசமே தெரியும் ஸார்."

வைத்யா, சாரங்கபாணி இரண்டு பேருமே நிமிர்ந்து உட்கார்ந்தார்கள். வைத்யாவின் நெற்றிப் பரப்பு, அதிர்ச்சியில்

ஏராளமான சுருக்கங்களுக்கு உட்பட்டது.

"என்னது.. உங்களுக்கு முன்னாடியே இப்படியொரு சம்பவம் நடக்கப்போறது தெரியுமா!"

"தெரியும்" என்று சொன்னவன், தன் சட்டைப் பாக்கெட்டுக்குள் கையை நுழைத்து அந்த பாலிதீன் பொட்டலத்தை எடுத்தான்.

இரண்டடி ஆழம் தோண்டுவதற்குள் வியர்த்துப் போனான் இளங்கோ. மண் கட்டி கட்டியாய் வெளிப்பட்டது. ஸ்ருதி கொஞ்சம் தள்ளி நின்று கொண்டு யாராவது வந்து விடுவார்களோ என்கிற பயத்தோடு சுற்றும் முற்றும் பார்க்க, இளங்கோ மூச்சிரைத்தபடி கூப்பிட்டான்.

"ஸ்ருதி...! செல்ஃபோன் இப்போ உங்க கையில் இருக்கா... இல்லை, தியானக் குடிலில் இருக்கா...?"

"என்கிட்டதான் இருக்கு... இடுப்புச் சேலையோட மடிப்பில்."

"உங்களுக்கு இன்கம்மிங் கால் வராதா?"

"வராது...! அப்படியே வந்தாலும் சத்தம் கேட்காது. வைப்ரேஷன் மட்டும்தான் இருக்கும். எடுத்து யார்ன்னு டிஸ்ப்ளேயில் பார்த்துட்டு பேச விருப்பம் இருந்தா பேசுவேன்... இல்லேன்னா ஆஃப் பண்ணிடுவேன்."

இளங்கோ இப்போது மூன்றடி ஆழ குழியில் இருந்தான். மண்வெட்டி நிலத்தைக் கொத்தும் சத்தம் பெரிதாய் கேட்டது. ஸ்ருதி நாலாபக்கமும் பார்வையைத் துரத்தினாள். எந்த அசைவும் கிடைக்கவில்லை.

"இளங்கோ... சீக்கிரம்..."

"இதோ... ஆச்சு...! இன்னும் ஒரு அடி தோண்டினா போதும்..." மண் வேகவேமாய் வெளியே வந்தது.

சரியாய் ஐந்து நிமிடத் தோண்டல். மண்வெட்டி எதன் மீதோ 'டங்'கென்று மோதிக் கொண்டது.

"ஸ்ருதி...! வீ காட் இட்...! இந்த மண்வெட்டியைப் பிடிங்க..."

ஸ்ருதி வாங்கிக்கொள்ள, இளங்கோ குழிக்குள் குனிந்து உட்கார்ந்து அந்தச் சிறிய இரும்புக் கதவைத் தள்ளினான். கொஞ்சம் சிரமத்தோடு அது திறந்தது கொண்டது.

உள்ளே ஏதோ குகை மாதிரி தெரிய, ஒருவிதமாய் புகை படிந்த தினுசில் வெளிச்சம்.

"ஸ்ருதி...!"

"ம்..."

"நீங்க மேலேயே இருங்க... நான் உள்ளே போறேன். உள்ளே என்ன இருக்குன்னு பார்த்துட்டு, அரைமணி நேரத்துக்குள்ளே திரும்பிடுவேன். அப்படி அரைமணி நேரத்துக்குள்ளே நான் திரும்பி வரலைன்னா உங்க செல்ஃபோன் மூலமா போலீஸுக்கு இன்ஃபார்ம் பண்ணிடுங்க..."

"ஜாக்கிரதை இளங்கோ...! உள்ளே போகும்போதே ஏதாவது ஆபத்து இருக்கிற மாதிரி ஃபீல் பண்ணினா உடனே திரும்பிடுங்க. ரிஸ்க் எடுக்க வேண்டாம்..."

"ம்" தலையாட்டிய இளங்கோ, இரண்டு கைகளையும் ஊன்றிக் கொண்டு ஒரு பிராணியைப் போல் தவழ்ந்து உள்ளே நுழைந்தான்.

32

ஸ்ருதி தன் மணிக்கட்டில் இடம் பிடித்து இருந்த ரேடியம் வாட்ச்சைப் பார்த்தாள். இருட்டில் அது பச்சையாய் ஒளிர்ந்து நேரத்தைக் காட்டியது.

2.45.

'இளங்கோ குழியின் வழியாக உள்ளேபோய் பத்து நிமிடம் கரைந்துவிட்டது. இன்னும் இருபது நிமிஷ நேரத்துக்குள் இளங்கோ வெளியே வராவிட்டால் செல்ஃபோன் மூலமாக போலீஸ்க்கு தகவல் கொடுத்து விட வேண்டியதுதான்.'

ஸ்ருதிக்கு அந்தக் குளிரான வேளையிலும் எக்கச்சக்கமாய் வியர்த்தது. சேலைத்தலைப்பு வியர்வையை உறிஞ்சி உறிஞ்சி கனத்துப் போயிற்று. 'யாராவது அந்தப் பக்கமாய் வருவதற்குள் இளங்கோ குழியிலிருந்து வெளியே வந்துவிட்டால் பரவாயில்லை.'

ஸ்ருதி, பார்வையை முழுவட்டமாய் சுழற்றி ஆஸ்ரம வளாகத்தை ஊடுருவினாள். காற்று இல்லாததால் அசையாத மரங்கள் மட்டும் ஏதோ ஓவியம் வரைந்த தினுசில் தெரிந்தன. அடிவானத்தில் கொட்டிய வைரக்கற்களாய் ஒரு நட்சத்திரக் கும்பல்.

மறுபடியும் ஸ்ருதி, மணிக்கட்டைப் பார்த்தாள்.

258

நேரம் 2.55.

'இன்னும் பத்து நிமிடம்தான் இருக்கிறது. அதற்குள் இளங்கோ வெளியே வர வேண்டும்.'

'வருவாரா...?'

'இல்லை, உள்ளே போனவர்க்கு ஏதாவது ஆபத்து ஏற்பட்டு இருக்குமோ...?'

ஸ்ருதியின் இருதயம் உதைத்துக் கொண்டது. 'இளங்கோவை தனியாய் குழிக்குள் அனுப்பியிருக்கக் கூடாது.!'

குழிக்குள் எட்டிப் பார்த்தாள்.

ஒன்றும் தெரியவில்லை. கரித்துண்டுகளைப் போட்டு நிரப்பின மாதிரி இருட்டு.

'இறங்கிப் பார்க்கலாமா?'

'வேண்டாம்...! பிறகு போலீஸ்க்குத் தகவல் கொடுக்க முடியாமல் போய்விடும்...!'

யோசிக்க யோசிக்க நிமிஷங்கள் கரைந்து நேரம் இப்போது சரியாய் மூன்று மணி.

இன்னும் ஐந்தே நிமிடங்கள் பாக்கி! 'இளங்கோ வெளியே வந்து விடுவாரா?'

ஸ்ருதி அந்த இருட்டில் அப்படியே மண்டியிட்டு உட்கார்ந்து குழியின் வாயையே கலக்கமாய்ப் பார்த்துக் கொண்டிருந்தாள். விநாடிகள் நொண்டியடித்து நிமிஷங்களை விரட்டியது.

ஜெயதேவ் தன் சட்டைப் பாக்கெட்டில் இருந்த அந்த பாலிதீன் பொட்டலத்தை எடுத்து கமிஷனர் வைத்யாவிடம் நீட்டினான்.

"என்ன இது...?"

"வாங்கிப் பாருங்க ஸார்..."

வைத்யா பொட்டலத்தை வாங்கிப் பிரித்தார். லேசாய் முகம் மாறியது.

"ஏதோ விபூதி மாதிரி தெரியுது..."

"அது விபூதி கிடையாது ஸார். சாம்பல்!"

"சாம்பலா...?"

"ம்... இந்த லெட்டரைப் படிச்சுப்பாருங்க தெரியும்..."

ஜெயதேவ் மறுபடியும் சட்டைப் பாக்கெட்டுக்குள் கையை விட்டு நான்காய் மடிக்கப்பட்ட ஒரு கடிதத்தை எடுத்து நீட்டினான்.

வைத்யா வாங்கிப் பிரித்தார்.

கோணல்மாணலான எழுத்துக்கள் நான்கைந்து வரிகளாய் மாறியிருந்தன. கண்களுக்கு ஸ்பெக்ஸைப் பொருத்திக் கொண்டு படித்தார்.

ஐந்து வருடங்களுக்கு முன் சின்மயா நகரில் சேகரித்த சாம்பல் இது. நூறு குடிசைகளும், பதினேழு உயிர்களும் இதில் அடக்கம். இந்தச் சாம்பலுக்கு காரணமானவர்கள் யார் என்று உங்களுக்கும் தெரியும்; எனக்கும் தெரியும்; இந்தச் சாம்பலுக்கு விலை, சாம்பல்தான்.

இப்படிக்கு

அ.எ.வி

வைத்யா ஜெயதேவ் ஏறிட்டார். "இந்தச் சாம்பலும் லெட்டரும் உங்களுக்கு தபாலில் வந்ததா?"

"ஆமா..."

"எப்போ...?"

"போன மாசம்..."

"இதை ஏன் நீங்க போலீஸ்ல சொல்லலை...?"

"அந்த குடிசை எரிப்பு சம்பவத்துக்குக் காரணம் லாயர்

அக்பர் சித்திக்தான்னு எனக்குத் தெரியும். அவர்கிட்டே இந்த லெட்டரைக் காட்டினேன். அவர் இந்த மிரட்டலை பெரிசா எடுத்துக்கலை. இது மாதிரியான மிரட்டல்கள் எனக்கு ஒண்ணும் புதுசு கிடையாது. 'ஜஸ்ட் இக்னோர் இட்'ன்னு சொல்லிட்டார். நான் போலீஸ்க்கு போகலாம்ன்னு சொன்னேன். அவர் அதுக்கு, 'வேண்டாம்! போலீஸ் ரிக்கார்ட்ஸ்படி சின்மயா நகரில் நடந்த தீ விபத்து எதேச்சையானது. அந்த தீ விபத்துக்கு வெளியாட்கள் காரணமில்லைன்னு பதிவு செய்யப்பட்டிருக்கு. இப்போ வந்திருக்கிற இந்த மிரட்டலை போலீஸ் வரைக்கும் கொண்டு போனால் போலீஸ், கேஸை மறுபடியும் தூசிதட்டி கிளற ஆரம்பிக்கலாம். ஸோ, இதை இப்படியே விட்டுவிடலாம்... என்னை எவரும் இவ்வளவு சுலபத்தில் நெருங்கி என்னோட உயிரை எடுத்துட முடியாது'ன்னு சொன்னார்.''

வைத்யா இந்த லெட்டரில் இருந்த 'அ.எ.வி' என்ற எழுத்துக்களைக் காட்டி கேட்டார்.

''இதுக்கு என்ன அர்த்தம் தெரியுமா?''

''தெரியாது ஸார்.''

''அக்பர் சித்திக் கிட்டே கேட்டீங்களா?''

''கேட்டேன்...! அவருக்கும் தெரியலை...''

''இதுக்கு அர்த்தம் 'அமிர்தம் என்றால் விஷம்' கடந்த சில நாட்களாக இந்த வாக்கியம் உடம்பில் பச்சை குத்தப்பட்டு வி.ஐ. பிக்கள் உட்பட சிலர் கொலை செய்யப்பட்டு இருக்காங்க... அந்த லிஸ்ட்டில் இப்போ அக்பர் சித்திக்கும் சேர்க்கப்படிருக்கார்..''

''நீங்க சொல்றதைப் பார்த்தா இது ஏதோ ஒரு இயக்கம் மாதிரி தெரியுது ஸார்...''

''நோ... டவுட்... இது இயக்கமேதான். அநீதிகளைக் கண்டு பொங்கி எழுந்திருக்கிற ஒரு இயக்கம், உயிர்களைச் சத்தம் இல்லாமே அறுவடை பண்ணிகிட்டு இருக்காங்க... அக்பர் சித்திக் கொலை செய்யப்பட்ட விதத்தில் இன்னொரு விபரீதமும்

நடந்து இருக்கு...! இந்த ஹாஸ்பிடலில் உயிருக்கு ஆபத்தான நிலமையில் அனுமதிக்கப்பட்டிருந்த செழியனைக் காணோம். சுயநினைவு இல்லாம கிடந்த அவர், நிச்சயமாக தானாக எழுந்து போயிருக்க முடியாது. யாரோ அவரைக் கடத்தியிருக்காங்க..."

இதுவரைக்கும் ஒன்றும் பேசாமல் மௌனமாய் இருந்த டாக்டர் ரங்கராஜன், வைத்யாவிடம் திரும்பினார்.

"செழியனை கொலை செய்யறது எதிரியோட நோக்கமாக இருந்திருந்தா அதை இங்கேயே பண்ணியிருக்கலாம். சுயநினைவு இல்லாம கிடந்த செழியனின் உயிரை எடுக்கிறது ரொம்பவும் சுலபம். பட் செழியனை கடத்திட்டுப் போயிருக்காங்க... அது எதுக்காகன்னு தெரியலை."

"அதே மாதிரி... இன்னொரு குழப்பமும் இருக்கு. லாயர் அக்பர் சித்தக், யாரைப் பார்க்கிறதுக்காக இந்த ஹாஸ்பிடலுக்கு வந்தார்? செழியனைப் பார்க்கவா... இல்லை, வேறு யாரையாவது பார்க்காவா?"

கமிஷனர் வைத்யா ஜெயதேவை ஏறிட்டார்.

"அக்பர் சித்திக்கோட வீடு எங்கே...?"

"தியாகராயநகர்ல பாகீரதி வீதியில்..."

"அவர் கல்யாணமானவரா...?"

"அது வந்து..."

"என்ன தயக்கம்...?"

"கல்யாணமாகலை... ஆனால் ஒரு பொண்ணோடு குடும்பம் நடத்திகிட்டு வர்றார்."

"யார் அவ...?"

"அந்த விபரம் எல்லாம் எனக்குத் தெரியாது ஸார்."

"அந்தப் பொண்ணு, வீட்லதான் இருக்கா...?"

"ஆமா..."

"புறப்படுங்க... அவளைப் போய்ப் பார்த்துடலாம்..."

வைத்யாவும் ஜெயதேவும் புறப்பட்டார்கள்.

ஸ்ருதி அந்த இருட்டான குழிக்கு அருகே மண்டியிட்டு உட்கார்ந்தபடி வாட்சைப் பார்த்தாள்.

இன்னும் நான்கு நிமிடங்கள்.

'இளங்கோ வெளியே வருவதற்கான அறிகுறியே தெரியவில்லையே...?'

ஸ்ருதியின் இருதயத்துடிப்பு உச்சத்துக்குப் போக... உடுத்திய சேலைக்குள் உடம்பு, வியர்வைக் குளியலை நடத்திக் கொண்டிருந்து.

மூன்று நிமிடம்...

இரண்டு...

ஒன்று...

இளங்கோ கொடுத்த கெடு முடிந்ததும் ஸ்ருதி தன் இடுப்பைத் தொட்டு மறைவாய் இடம் பிடித்து இருந்த செல்ஃபோனை எடுத்துக் கொண்டாள். போலீஸ் கமிஷனர் வைத்யாவின் செல்லுக்கு எங்களை தட்ட எண்ணியவள், கடைசி விநாடியில் அந்த எண்ணத்தை மாற்றிக் கொண்டு தன்னுடைய அப்பாவுக்கு தட்டினாள். இரண்டு தடவை முயற்சித்தபின், முதலமைச்சர் திருஞானம் தன்னுடைய ஹாட்லைன் டெலிஃபோனில் கொஞ்சம் தூக்கக் கலக்கமாய் கிடைத்தார்.

"என்னம்மா ஸ்ருதி...! ஏதாவது பிரச்சனையா?"

"ஆமாப்பா..."

"என்ன சொல்லு...?"

ஸ்ருதி தன் காய்ந்துபோன உதடுகளை ஈரப்படுத்திக் கொண்டு அன்றைய ராத்திரி நடந்த சம்பவங்களை நிர்வாண நிஷ்டையிலிருந்து இளங்கோ நிலவறைக்குள் போயிருக்கிறவரை வேகவேகமாய் சொல்லி முடித்தாள்.

திருஞானம் பதற்றமானார்.

"அந்த இளங்கோ இன்னும் வெளியே வரலைன்னா அவனுக்கு உள்ளே ஏதோ ஆபத்து ஏற்பட்டு இருக்கணும்ன்னு நினைக்கிறேன்."

"ஆமாப்பா..."

"நீ இப்போ எங்கிருந்து பேசிகிட்டு இருக்கேம்மா?"

"அந்தக் குழிக்குப் பக்கத்தில் இருந்து..."

"ஸ்ருதி! இனி நீ அந்தக் குழிக்குப் பக்கத்துல நிக்காதே! உன்னோட தியானக்குடிலுக்குப் போயிடு..."

"இளங்கோ...?"

"இன்னும் ஒரு மணி நேரத்துக்குள்ளே போலீஸ் அங்கே வரும்... அவங்க பார்த்துக்குவாங்க."

"அ...ப்...பா..."

"என்னம்மா...?"

"போலீஸ் வே... வேண்டாம். குழிக்குள்ளே ஏதோ சத்தம் கேட்குது... இளங்கோ வெளியே வந்துட்டார்ன்னு நினைக்கிறேன்." ஸ்ருதி சொல்லிக்கொண்டே குழிக்குள் எட்டிப்பார்த்தாள். இளங்கோ நிலவறைக் கதவைத் திறந்து கொண்டு ஒரு பிராணியையப் போல் ஊர்ந்து வெளியே வந்து கொண்டிருந்தான்.

"அப்பா...! இளங்கோ வந்துட்டார். நான் அவர்கிட்ட பேசிட்டு ஒரு பத்து நிமிஷம் கழிச்சு மறுபடியும் உங்களுக்கு போன் பண்றேன்..." ஸ்ருதி செல்ஃபோனை அணைத்துவிட்டு குழிக்குள்

குனிந்து குரல் கொடுத்தாள்.

"இளங்கோ..."

"ம்..." அவன் தலையை உயர்த்தினான்.

"என்ன... லேட் பண்ணிட்டீங்க...?"

"பயந்துட்டீங்களா...?"

"பின்னே...?"

"போலீஸ்க்குத் தகவல் கொடுத்துடலையே...?"

"இல்லை...! அப்பாகிட்டதான் பேசிட்டிருந்தேன்."

இளங்கோ குழியிலிருந்து மேலே வெளிப்பட்டான். வியர்த்துப் போயிருந்த உடம்பில் மண் துகள்கள் ஒட்டியிருந்தன.

"நிலவறைக்குள்ளே என்ன இருந்தது இளங்கோ?"

"மொதல்ல குழியை மூடுவோம்... அப்புறமா பேசுவோம்" சொன்ன இளங்கோ, மண்வெட்டியை எடுத்துக்கொண்டு மண்ணை வேகமாய்க் கொத்தி, குழிக்குள் சரிக்க ஆரம்பித்தான். ஐந்தே நிமிடம்!

குழி, மண்ணைத் தின்று வயிற்றை நிரப்பிக் கொண்டது. அதன் மேல் குற்றுச் செடிகளை பழையபடி நட்டுவைத்துவிட்டு மண்வெட்டியை புதருக்குள் தூக்கிப் போட்டான் இளங்கோ.

அவன் பேசப்போகும் விநாடிகளுக்காகக் காத்திருக்க ஆரம்பித்தாள் ஸ்ருதி.

தியாகராய நகர் பாகீரதி தெரு அந்த நள்ளிரவு நேரத்தில் சோடியம் வேப்பர் விளக்குகளின் வெளிச்சத்தில் வெறிச்சோடித் தெரிந்தது. தெருவின் இரண்டு பக்கமும் பங்களாக்கள் நெருக்கியடித்து உட்கார்ந்திருக்க, ஜெயதேவிடம் வைத்யா கேட்டார்.

"எந்த பங்களா...?"

"இன்னும் கொஞ்சம் உள்ளே போகணும் ஸார்."

போனார்கள். நூறு மீட்டர் தூரம் உள்ளே போனதும் ரோடு வளைவுக்கு உட்பட, ஜெயதேவ் கைகாட்டினான்.

"இந்த பங்களாதான் ஸார்..."

ஜீப் பங்களாவுக்கு முன்பாய் போய் நின்றது. இறங்கினார்கள். கேட்டில் வாட்ச்மேன் இல்லை. ஜெயதேவ் காம்பௌண்ட் கேட்டின் வலது பக்கமாய் சென்று உள்ளே கையைவிட்டு, சுவரில் பதித்து இருந்த அழைப்பு மணியின் பொத்தானுக்கு வேலை கொடுத்தான்.

அது பங்களாவுக்குள் அலறியதும் உள்ளேயிருந்து ஒரு நாயின் குரைப்புச் சத்தம் எழுந்தது. அடுத்த பத்து விநாடிகளுக்குள் போர்ட்டிகோவில் இருந்த ட்யூப் லைட் உயிர்பிடித்துக்கொண்டு வெளிச்சத்தை உமிழ, லுங்கி பனியன் அணிந்த ஒரு வேலைக்காரன், வேகவேகமாய் கேட்டை நோக்கி ஓடி வந்தான். ஜெயதேவை பார்த்து அடையாளம் தெரிந்து கொண்ட வேலைக்காரன், லுங்கியை இறக்கிவிட்டுக் கொண்டான்.

"ஐயா! நீங்க இந்த நேரத்துல...?"

"அம்மாவை கொஞ்சம் பார்க்கணும்..."

"அம்மா வீட்ல இல்லீங்களே... அவங்க ஹாஸ்பிடல்ல அட்மிட்டாயிருக்காங்க."

"என்னது! ஹாஸ்பிடல்ல அட்மிட்டா...?"

"ஆமாங்க ஐயா...! நேத்து காலையில அம்மாவுக்கு திடீர்ன்னு உடம்புக்கு முடியலை.... ஹாஸ்பிடல்ல அட்மிட்டாயிட்டாங்க..."

வைத்யா குறுக்கிட்டுக் கேட்டார்

"எந்த ஹாஸ்பிடல்...?"

"எழும்பூர் மார்ஷல் ரோட்ல இருக்கிற மல்லிகை ஹாஸ்பிடல்!"

33

அக்பர் சித்திக்கின் வீட்டு வேலைக்காரன் சொன்னதைக் கேட்டு போலீஸ் கமிஷனர் வைத்யாவும், ஜெயதேவும் பரஸ்பரம் குழப்பப் பார்வைகளைப் பரிமாறிக் கொண்டார்கள். நெற்றிப் பரப்பில் உற்பத்தியாகிவிட்ட வியப்பு வரிகளோடு வேலைக்காரனை ஏறிட்டார் வைத்யா.

"ஹாஸ்பிடல் பேர் என்னன்னு சொன்னே...?"

"மல்லிகை நர்ஸிங் ஹோம்..."

"வீட்ல இப்ப யார் இருக்காங்க...?"

"யாருமே இல்லீங்கய்யா... நான் மட்டும்தான் வெளியே போயிருக்கிற அய்யாவுக்காகத்தான் தூங்காமே போர்ட்டிகோவில் படுத்துட்டிருந்தேன்..."

"அய்யாவோட அறை திறந்து இருக்கா... பூட்டியிருக்கா...?"

"திறந்துதான் இருக்கய்யா..."

வைத்யா நடக்க ஆரம்பித்தார்.

"வந்து காட்டு..."

வேலைக்காரன் நின்ற இடத்தை நகராமல் அவஸ்தையாய் எச்சில் விழுங்கினான். இடது கைவிரல்கள் பின்னந்தலைக்கு சென்று தேவையில்லாமல் சொரிந்தன.

"அய்யா... வந்து..."

"என்ன நின்னுட்டே...?"

"வெளியே போயிருக்கிற அய்யா இன்னும் கொஞ்சம் நேரத்துல வந்துடுவார், அவர் வந்த பின்னாடி..."

"உன்னோட அய்யாவுக்கு நீ பயப்படறியா...? அவர் ஒண்ணும் சொல்லமாட்டார்... வந்து ரூமைக் காட்டு. உன்னைத் திட்டக்கூடிய நிலைமையில் அவர் இப்போ இல்லை..."

வேலைக்காரன் குழப்பமாகி நடந்தான். வைத்யாவும் ஜெயதேவும் இடைவெளிவிட்டு நடந்தார்கள். வைத்யா குரலைத் தாழ்த்திக் கொண்டார்.

"ஜெயதேவ்...! மல்லிகை நர்ஸிங் ஹோமில் அட்மிட்டாகியிருந்த தன்னோட மனைவியைப் பார்க்கத்தான் லாயர் அக்பர் சித்திக் போயிருக்கார். அவரைப் பின்தொடர்ந்து போன எதிரி ஹாஸ்பிடலுக்குள்ளேயே வெச்சு கொலை பண்ணியிருக்கணும்..."

"மே.பி.... ஸார்..."

"பட்.. எனக்கு இருக்கிற சந்தேகமெல்லாம் அக்பர் சித்திக்கின் மனைவி ஹாஸ்பிடலில் அட்மிட்டாகியிருந்த விஷயம், டாக்டர் ரங்கராஜனுக்கு எப்படி தெரியாமல் போச்சு...?"

"டாக்டருக்கு தெரிய வாய்ப்பில்லை ஸார்...?"

"எப்படிச் சொல்றீங்க...?"

"லாயர் அக்பர் சித்திக் தன்னோடு வாழ்ந்து கொண்டிருக்கும் பொண்ணுக்கு மனைவி என்கிற அந்தஸ்தை கொடுக்கலை. வெளியிடங்களுக்கு ரெண்டு பேரும் சேர்ந்து போகமாட்டாங்க... அது ஒரு மாதிரியான இல்லீகல் காண்டாக்ட். உடம்பு சரியில்லாத அந்தப் பொண்ணு, தானே மல்லிகை நர்ஸிங் ஹோமுக்கு போயி அக்பர் சித்திக்கின் பெயரை உபயோகப்படுத்தாமல் அட்மிட் ஆகியிருக்கலாம்... ராத்திரியில் யாரோ ஒரு பேஷண்டை பார்க்க போற மாதிரி, அக்பர் சித்திக் அவளைப் பார்க்கப் போயிருக்கலாம்."

"என்ன ஒரு கொடுமை பார்த்தீங்களா ஜெயதேவ், லாயர் அக்பர் சித்திக் கொலையாகியிருக்கிற விஷயம் அந்த ஹாஸ்பிடலில் இருக்கிற அந்த பொண்ணுக்கே தெரியாது...! எந்த உறவுமே முறையானதாக இருக்கணும். இல்லேன்னா இப்படித்தான்..."

"ஸார்... அக்பர் சித்திக் ஒரு நல்ல லாயர். ஆனால் நல்ல மனிதர் கிடையாது. சட்டத்தைத் திறமையா வளைச்சு ஒரு குற்றவாளிக்குக் கூட விடுதலை வாங்கிக் கொடுத்துடுவார். அதே குறுக்கு வழிகளை தன்னோட வாழ்க்கையிலேயும் கடைபிடிச்சார். அதுக்கான தண்டனைதான் இந்த மரணம். ஃபைவ் ஸ்டார் ஹோட்டலைக் கட்டறதுக்காக சின்மயா நகரில் இருந்த குடிசைகளை அப்புறப்படுத்த அப்படியொரு திட்டம் போடுவார்ன்னு நானோ, அப்பாவோ, அண்ணனோ கொஞ்சம் கூட எதிர்ப்பார்க்கலை... மூணு மணி நேரத்துக்குள்ளே நூறு குடிசைகள் சாம்பல்; பதினேழு பேர் மரணம். நாங்க நடுங்கிப் போயிட்டோம். அவர் சிரிச்சார். போலீஸ்க்குப் பணத்தைக் கொடுத்து அந்தக் குடிசை எரிப்பு சம்பவத்தை ஒரு பிக்பாக்கெட் கேஸ் மாதிரி பிசுபிசுத்து போகப் பண்ணினார்."

பங்களா ஹாலில் நடந்து, மாடிப்படிகளும் முடிந்து போயிருக்க வேலைக்காரன் மாடி வராந்தாவில் இருந்த அந்த முதல் அறையைத் திறந்து விட்டான். "அய்யாவோட ரூம் இதுதாங்க..."

உள்ளே போனார்கள். ட்யூப்லைட் ஸ்விட்ச் தேய்க்கப்பட, அறைக்குள் வெளிச்சம் யோசித்து யோசித்து நிரம்பிக் கொண்டது. அறையின் கால்பங்கு பகுதியை அலமாரிகள் ஆக்ரமித்து இருக்க, உள்ளே வரிசையாய் காலிக்கோவின் பச்சை நிறத் துணியால் பைண்ட் செய்யப்பட்ட புத்தகங்கள், நெம்பர் போடப்பட்டு அணிவகுத்து இருந்தன. அறையின் மூலையில் இருந்த பெரிய கண்ணாடி மேஜையின் மேல் நூற்றுக்கணக்கில் கேஸ் கட்டுக்கள். 'அர்ஜெண்ட்' என்று சிவப்பு ஸ்கெட்ச் பேனாவால் எழுதப்பட்ட ஃபைல்கள், 'ஜட்ஜ்மெண்ட்

காப்பீஸ்' டாக்குமெண்டேஷன், எஸ்.சி., ஹெச்.சி. அப்பீல்ஸ் என்று பார்வைக்குப் கிடைத்த ஃபைல்களையெல்லாம் வலது கையின் ஆட்காட்டி விரலால் நகர்த்திக் கொண்டே வந்தார் வைத்யா.

திடுமென்று அந்த அறையிலிருந்த ஃபேக்ஸோடு இணைக்கப்பட்டிருந்த டெலிஃபோன், குரல் கொடுத்தது. ஜெயதேவ் நிமிர்ந்தான்.

"ஸார்... ஏதோ ஃபேக்ஸ் நியூஸ்..."

இருவரும் வேகவேகமாய் நகர்ந்து ஃபேக்ஸ் மெஷினுக்கு முன்பாய் போய் நின்றார்கள்.

அடுத்த சில நிமிஷங்களில் ஃபேக்ஸ் மெஷினுக்கு பிரசவ வலி எடுத்து அந்தப் பேப்பரை வெளித் தள்ளியது. அதை எடுத்துப் படித்தார் வைத்யா.

'தூங்க வேண்டிய நேரத்தில் துப்பறிந்து கொண்டிருக்கும் கமிஷனர் வைத்யா அவர்களுக்கு நள்ளிரவு வணக்கம்! நேற்று நடந்ததும், இன்று நடப்பதும் நாளைக்கு நடக்கப் போவதும் எல்லாம் நன்மைக்கே. கொலையாளியும் நானே; கொலை செய்யப்பட்டவனும் நானே. அமிர்தமும் நானே; விஷமும் நானே. துப்பாக்கியும் நானே; தோட்டாக்களும் நானே. நான் எது செய்தாலும் அது எல்லோருடைய நன்மைக்கே...!

புதிய பகவத் கீதை'

போலீஸ் கமிஷனர் வைத்யாவும் ஜெயதேவும் ஃபேக்ஸில் வந்த கடிதவரிகளைப் படித்துவிட்டு கலக்கமாய் பார்த்துக் கொண்டார்கள்.

முதலைமைச்சர் திருஞானம், ராத்திரி தூக்கத்தைத் தள்ளி வைத்து விட்டு தன்னுடைய படுக்கையறைக்குள் நடை போட்டுக் கொண்டிருந்தார். முகத்தில் கோபமும் கவலையும் மாறி மாறிக் தெரிய, எதிரில் அவருடைய பி.ஏ. கையில் செல்ஃபோனை வைத்து எண்களைத் தட்டிக் கொண்டிருந்தார்.

"என்ன... லைன் கிடைச்சுதா...?"

"இல்ல ஸார்."

"வீட்டு டெலிஃபோனுக்கு ட்ரை பண்ணுங்க."

"பண்ணினேன் ஸார். கமிஷனரோட மிஸஸ்தான் பேசினாங்க... ஏதோ அவசர கால் வந்ததினால புறப்பட்டுப் போனாராம்."

"எங்கேன்னு கேட்டீங்களா?"

"கேட்டேன்... அவர் சொல்லிட்டுப் போகலையாம்..."

"சரி... மறுபடியும் ட்ரை பண்ணுங்க..." திருஞானம் சொல்லிவிட்டு, நடையை நிறுத்தி அங்குள்ள ஒரு நாற்காலிக்கு சாய்ந்து கொண்டார்.

ஒரு பத்து நிமிஷம் கரைந்து போயிருக்க, பி.ஏ. வேகவேகமாய் செல்ஃபோனோடு பக்கத்தில் வந்தார்.

"ஸார்...! கமிஷனர் லைனில்..."

வாங்கிப் பேசினார் திருஞானம்.

"எங்கே இருக்கீங்க வைத்யா...?"

"தி. நகர்ல... ஒரு லாயர் வீட்ல..."

"ஏதாவது பிரச்னையா...?"

"ஆமாம்... ஸார்..."

"என்ன...?"

"மறுபடியும் அந்த 'அமிர்தம் என்றால் விஷம்..."

"கொல்லப்பட்டது யார்...?"

"லாயர் அக்பர் சித்திக்..."

"எ... எ... எப்போ...?"

"சம்பவம் நடந்து ஒரு மணி நேரத்துக்கு மேலாச்சு. இந்தக் கொலை நடந்தது ஒரு அதிர்ச்சியான விஷயம்னா ஹாஸ்பிடலில் அனுமதிக்கப்பட்டிருந்த செழியன் காணாமல் போனது மிகப் பெரிய அதிர்ச்சி."

"எ.... என்ன சொன்னீங்க... செ... செழியனைக் காணோமா?"

"ஆமா ஸார்.... மல்லிகை ஹாஸ்பிடல் ஐ.ஸி. யூனிட்டில் அட்மிட்டாகி கோமா நிலைமையில இருந்த செழியன் காணாமல் போயிருக்க, அதே அறையில்தான் லாயர் அக்பர் சித்திக் கொலை செய்யப்பட்டுக் கிடந்தார்."

"எ... எப்படி...?"

"புரியலை ஸார்...! செக்யூரிட்டி ரெண்டு பேரும் அலர்ட்டாகவே இருந்து இருக்காங்க... அப்படி இருந்தும் தன் மனைவியையப் பார்க்கிறதுக்காக ஹாஸ்பிடல் வந்த லாயர் அக்பர் சித்திக், கொலை செய்யப்பட்டு இருக்கார். கோமா ஸ்டேஜில இருந்த செழியன் காணாமல் போயிருக்கார்."

"நீங்க சொல்ற எல்லா விஷயங்களுமே ஆச்சரியமாவும் இருக்கு.... அதிர்ச்சியாவும் இருக்கு. அக்பர் சித்திக்கோட கொலைக்கு என்ன காரணம்?"

"அஞ்சு வருஷத்துக்கு முன்னாடி வேளச்சேரி சின்மயா நகர்ல நூறு குடிசைகள் எரிக்கப்பட்டு 17 பேர் பலியானதுக்குக் காரணம் லாயர் அக்பர் சித்திக்...! இது தவிர ஒரு ஃபேக்ஸ் செய்தியும் வந்திருக்கு ஸார்..."

"ஃபேக்ஸ்ல என்ன செய்தி...?"

"அந்தச் செய்தியோடு நான் நேரில் வரட்டுமா ஸார்? உங்களோடு ஒரு முக்கியமான விஷயத்தைப் பத்தி பேச வேண்டியிருக்கிறது..."

"வாங்க...?"

அடுத்த இருபதாவது நிமிஷம், முதலமைச்சர் திருஞானத்துக்கு முன்பாய் உட்கார்ந்திருந்தார் கமிஷனர் வைத்யா.

திருஞானம் அந்த ஃபேக்ஸ் செய்தியை படித்துவிட்டு கவலையாய் நிமிர்ந்தார்.

"புதிய பகவத் கீதைன்னு போட்டிருக்காங்க... ஏதாவது இயக்கமா...?"

"எனக்கு அப்படி தோணலை ஸார்...! நாம அப்படி நினைக்கணும்ங்கிறதுதான் கொலையாளியோட எண்ணம்."

"ஃபேக்ஸ் எங்கேயிருந்து கொடுக்கப்பட்டிருக்கும்...?"

"ட்ரேஸ் பண்ணிட்டேன் ஸார்... பெங்களூர்ல 24 மணி நேரமும் செயல்படற எஸ்.டி.டி. பூத்தோடு இணைந்த ஒரு ஃபேக்ஸ் சென்ட்டர் இருக்கு... அந்த ஃபேக்ஸ் சென்ட்டரிலிருந்துதான் யாரோ கொடுத்து இருக்காங்க. பெங்களூர் போலீஸுக்கு தகவல் கொடுத்து விசாரிக்கச் சொல்லியிருக்கேன்."

திருஞானம் பெருமூச்சுவிட்டார். "அந்த இன்வெஸ்டிகேஷன் எல்லாம் உபயோகப்படாது வைத்யா. என்னோட மனசுல இருக்கிற ஒரு சந்தேகத்தைச் சொல்லட்டுமா...?"

"இந்த ஃபேக்ஸ் செய்தியைப் படிக்கும்போது லேசா ஒரு வாசனை வருது... கவனிச்சீங்களா வைத்யா..."

"வாசனையா...?"

"ம்... ஆன்மிக வாசனை...! இப்படியொரு வார்த்தைப் பிரயோகம், ஆன்மிகவாதிகளுக்குத்தான் வரும்."

"ஸார்... நீங்க தேவானந்தா சுவாமிகளை சந்தேகப்படறீங்களா...?"

"ஆமாம்.."

"ஃபேக்ஸ் செய்தியை மட்டும் வெச்சுகிட்டு நாம அந்த முடிவுக்கு வரமுடியாது ஸார்...! உங்க டாட்டர் ஸ்ருதி, உளவு பார்க்கிறதுக்காக நேத்திக்குத்தான் ஆஸ்ரமத்துக்குள்ளே நுழைஞ்சிருக்காங்க. அவங்ககிட்டயிருந்து ஏதாவது ரெட் சிக்னல் வரட்டும்... பின்னாடி பார்ப்போம்."

"ரெட் சிக்னல் வந்தாச்சு..."

"ஸார்"

"ஸ்ருதி கொஞ்ச நேரத்துக்கு முந்தி, ஆஸ்ரமத்திலிருந்து தன்னோட செல்போன் மூலமா என்னைக் காண்டாக்ட் பண்ணிப் பேசினா. ஆஸ்ரமத்துல தப்பு இருக்குன்னு சொல்றா..."

"என்ன தப்பு ஸார்...?"

"ஆஸ்ரமத்தோட மரங்கள் அடர்ந்த பகுதியில் ஒரு ஆள் குழியைத் தோண்டி நிலவறைக்குள்ளே போயிட்டு வந்திருக்கான். ஆஸ்ரமத்துக்குள்ளே எதுக்காக நிலவறை...? கொஞ்சம் யோசனைப் பண்ணிப் பாருங்க. மனசுக்கு நெருடலாப் படலை...?"

"ஸார்...! ஸ்ருதி எனக்கு ஃபோன் பண்ணி, ஆஸ்ரமத்துக்குள்ளே ஒரு வேன் வந்ததாகவும் அந்த வேனுக்குள்ளே தேவானந்தா ஸ்வாமிகள் மட்டும் போய் பத்து நிமிஷம் இருந்துட்டு வந்ததாகவும் சொன்னாங்க... அந்த வேனோட ரெஜிஸ்ட்ரேஷன் நெம்பரையும் நோட் பண்ணிச் சொன்னாங்க... நாளைக்குக் காலையில் பத்து மணிக்கு ஆர்.டி. ஆபீஸுக்குப் போய் அந்த வேன் யாருக்குச் சொந்தம் என்கிற விவரத்தைத் தோண்டி எடுக்கணும்..."

"ஒரே ராத்திரிக்குள்ளே ஸ்ருதி இவ்வளவு உண்மைகளைக் கண்டு பிடிச்சிருக்கா... இந்த உண்மைகளை அடிப்படை ஆதாரங்களா வெச்சுகிட்டு தேவானந்தா ஸ்வாமிகள்கிட்டே ஏன் விசாரணை நடத்தக் கூடாது? அவருடைய ஆஸ்ரமத்தை ஏன் சோதனை போடக் கூடாது?"

முதலமைச்சர் திருஞானம் கேட்டுக் கொண்டிருக்கும்போதே கமிஷனர் வைத்யாவின் செல்ஃபோன் மெலிதாய் சிணுங்கிக் கூப்பிட்டது. செல்ஃபோனை எடுத்து டிஸ்ப்ளேயில் கூப்பிட்டது யார் என்று பார்த்தார்.

இன்ஸ்பெக்டர் சபரி.

கேட்டார்.

"என்ன சபரி...?"

"ஸார்... ஒரு முக்கியமான விஷயம்."

"என்ன...?"

"ஹாஸ்பிடலில் அட்மிட்டாகியிருந்த செழியன் நாம நினைச்ச மாதிரி கடத்தப்படலை ஸார்."

"பின்னே...?"

"அவராகத் தப்பிச்சுப் போயிருக்கணும்..."

"என்னது... தப்பிச்சுப் போயிருக்கணுமா...! எப்படிச் சொல்றீங்க...?"

"பத்து நிமிஷத்துக்கு முந்தி, செழியனைப் பார்த்தேன் ஸார்..."

"வ்வாட்...! எங்கே பார்த்தீங்க...?"

"மின்ட் ரோட்ல வாகன சோதனை பண்ணிட்டிருந்தபோது வேகமாக ஒரு கார் வந்தது ஸார். நிறுத்தினேன். நிறுத்தற மாதிரி பாவ்லா காட்டின கார், நான் கொஞ்சம் அசட்டையா இருந்த விநாடியில் மறுபடியும் வேகம் எடுத்து மின்னல் வேகத்தில் பறந்துடுச்சு... பட், ட்ரைவிங் சீட்ல இருந்த செழியனை நான் பார்த்துட்டேன்."

34

"சரி...! நீங்க சொல்றது உண்மையா...?"

"உண்மை ஸார்..."

"நீங்க செழியனைப் பார்த்தீங்களா...?"

"ஆமாம் ஸார்... கார்ல உட்கார்ந்திருந்த செழியனை நான் பார்த்தேன். எல்லாம் ஒரு விநாடி நேரம்தான். கார் அதுக்குள்ளே வேகமா நகர்ந்து பறந்துடுச்சு..."

"என்ன கார் அது...?"

"க்வாலிஸ்..."

"அந்தக் காரை ஃபாலோ பண்ண ஏற்பாடு செஞ்சீங்களா?"

"காரை சேஸ் பண்ணிகிட்டு ஜீப் போயிருக்கு ஸார். எப்படியும் காரை மடக்கிடுவாங்க..."

"கார் நெம்பரை நோட் பண்ணீங்களா?"

"பார்க்க முடியலை ஸார்."

"சரி...! செழியன் போன காரை மடக்கினதும் உடனே எனக்குத் தகவல் கொடுங்க.. நான் இப்போ சி.எம். வீட்ல தான் இருக்கேன்..."

"எஸ்... ஸார்"

வைத்யா செல்போனை அணைத்து உள்ளங்கையில் அடக்கிக் கொண்டு, முதலமைச்சர் திருஞானத்தை ஏறிட்டார். சபரிக்கும் தனக்கும் நடந்த டெலிபோன் உரையாடலைச் சொன்னதும் திருஞானம், கண்கள் நிலை குத்தினார்.

"காரில் போனது செழியனா...?"

"எஸ்... ஸார்..."

"ஹாஸ்பிடலில் மயக்கமாய் கிடந்த செழியன் எப்படி?"

"அவன் மயக்கம் வந்த மாதிரி கிடந்து இருக்கான் ஸார்... எல்லாமே நடிப்பு!"

"டாக்டரை ஏமாத்த முடியுமா?"

"அது ஒரு பெரிய விஷயமே கிடையாது ஸார்... இஷ்டப்பட்டபோது மூச்சை அடக்கி உடம்பை அந்நியப் படுத்தக்கூடிய யோகா முறைகள் எத்தனையோ இருக்கு... அதை செழியன் பயன்படுத்தியிருக்கலாம்..."

திருஞானம் குழப்பமாய் கண்களை மூடி, சில விநாடிகளுக்குப் பின் திறந்தார்.

"மிஸ்டர் வைத்யா...!"

"ஸார்..."

"நீங்க சொன்ன தகவலை வெச்சுப் பார்க்கும்போது 'அமிர்தம் என்றால் விஷம்' என்கிற பேருக்கு கீழ் நடந்த எல்லா கொலைகளுக்கும் காரணம், செழியனாகத்தான் இருக்கும் போலிருக்கே...?"

"எனக்கும் அதே சந்தேகம்தான் ஸார்... பட் கொலைகளுக்கான மோட்டீவ்...?"

"மே பி பாலிடிக்ஸ்..."

"பாலிட்டிக்ஸ் மட்டும் காரணமாய் இருக்க முடியாது ஸார்... வேற ஏதோ ஒரு விவகாரமும் இருக்கு... என் மனசுக்குள்ளே இப்போ ஒரு புது சந்தேகம் முளைவிட்டிருக்கு ஸார்."

"சொல்லுங்க..."

"அமிர்தம் என்றால் விஷம் என்கிற பேர்க்கு கீழே நடந்த கொலைகள் அசாதாரணமானவை. செழியன் மாதிரி ஒரு தனிநபர், தனியா களத்தில் நின்னு அந்தக் கொலைகளை நிகழ்த்தியிருக்க முடியாது. செழியனுக்குப் பின்னால் ஒரு இயக்கமே இருந்து இருக்கணும்... ஸார்."

"அது ஏன் தேவானந்தா சுவாமிகளாய் இருக்கக் கூடாது...? ஒரு காலத்தில் அரசியலும் ஆன்மிகமும் எதிர் துருவங்களாய் இருந்துச்சு. ஆனா இன்னிக்கு நிலைமை அப்படி கிடையாது. அரசியல்வாதிகளும், ஆன்மிகவாதிகளும் மேடைகளில் பக்கம் பக்கமாய் உட்கார்ந்துகிட்டு மக்களைப் பார்த்து கைகளை ஆட்டிகிட்டு இருக்காங்க..." திருஞானம் கோபத்தோடு சொல்லிக் கொண்டிருக்கும்போதே வைத்யாவின் செல்போன் மறுபடியும் சிணுங்கிக் கூப்பிட்டது. எடுத்து காதுக்கு ஒற்றினார்.

"எஸ்..."

"ஸார்... நான் சபரி..."

"என்ன... செழியன் போன காரை மடக்கிட்டீங்களா?"

"ஸாரி ஸார்... அந்தக் காரை சேஸ் பண்ணி மடக்க முடியலை... எப்படியோ கண்ணை விட்டு மறைஞ்சுட்டதா, ஃபாலோ பண்ணிப்போன ஸ்க்வாடோட ரிப்போர்ட்"

"அவங்க சேஸ் பண்ணின ரூட் எது...?"

"பொன்கிரி ஹில்ஸ் ஏரியா ஸார்... அந்த ஏரியாவில் ஸ்ட்ரீட் லைட்ஸ் எதுவுமே கிடையாது. அந்த இருட்டை உபயோகப்படுத்திகிட்டு கார் எப்படியோ எஸ்கேப் ஆயிடுச்சு ஸார்."

"பொன்கிரி மலையடிவாரம் வரைக்கும் கார் போயிருக்கு?"

"ஆமாம் ஸார்..."

"சரி... அந்த ஏரியாவை தொடர்ந்து கண்காணிங்க"

வைத்யா செல்போனை அணைத்துவிட்டு, முதலமைச்சரை ஏறிட்டார்.

"ஸார்... நீங்க சந்தேகப்பட்ட கோணம் சரி."

"என்ன சொல்றீங்க வைத்யா...?"

"அமிர்தம் என்றால் விஷம் கொலைகளுக்குப் பின்னாடி ஆன்மிகமும், அரசியலும் கைகோர்த்திருக்கலாம்ன்னு சொன்னீங்க. நிஜமாகவே கைகோர்த்து இருக்கு ஸார்... செழியன் பயணம் பண்ண க்வாலிஸ் கார், பொன்கிறி ஹில்ஸ் பக்கம் போயிருக்கு... பொன்கிறி மலையடிவாரத்தில்தான் தேவானந்தா சுவாமிகளின் ஆஸ்ரமமும் இருக்கு..."

திருஞானம் மலர்ந்தார்.

"இந்தக் கேஸ்ல நாம க்ளைமேக்ஸை நெருங்கிட்டோம் வைத்யா. 'ஆல் ரோட்ஸ் லீட் டு ரோம்'ன்னு ஆங்கிலத்தில் ஒரு பழமொழி சொல்லுவாங்க. அதுமாதிரி இந்த கேஸோட எல்லாக் கோணங்களும் தேவானந்தா ஸ்வாமிகளின் ஆஸ்ரமத்தை நோக்கிக் திரும்பியிருக்கு. ஆஸ்ரமத்தை ஒரு அதிரடிச் சோதனைக்கு உட்படுத்தினா, எல்லா உண்மைகளும் கையைக் கட்டிகிட்டு வெளியே வந்து நிற்கும்..."

"ஸார்..."

"என்ன...?"

வைத்யா தயக்கக் குரலில் கேட்டார். "தேவானந்தா ஸ்வாமிகளின் ஆஸ்ரமத்தைச் சோதனை போட டெல்லி ஒத்துக்கணுமே...?"

"அதைப்பத்தி நீங்க கவலைப்படாதீங்க.. இது ஸ்டேட் கவர்மெண்ட் விவகாரம்... இதில் தலையிட சென்ட்ரல் கவர்மென்டுக்கு எந்த உரிமையும் கிடையாது. நீங்க சர்ச் வாரண்ட்டோடு ரெடியா இருங்க. ரெண்டு பட்டாலியன் போலீசைக் கொண்டு போய் ஆஸ்ரமத்துக்குள்ளே இறக்கினா போதும்,

எல்லாவித உண்மைகளையும் வெளியே கொண்டு வந்து விடலாம்."

"ஸார்...! உங்களுக்கே தெரியும்...தேவானந்தா ஸ்வாமிகள் செல்வாக்கு உள்ளவர். இப்படிப்பட்ட நிலையில் உள்ள ஒருத்தரை நாம அணுகும்போது கொஞ்சம் ஜாக்ரதையாய் இருக்கணும்... அவசரப்பட்டு ஏதாவது பண்ணிட்டு, அப்புறம் முழிக்கக் கூடாது."

"மிஸ்டர் வைத்யா...! ஏன் இப்படிப் பயப்படறீங்க...? ஸ்வாமிகளை நாம் கைது பண்ணப்போறது கிடையாது. ஒரு அதிரடிச் சோதனை மட்டும் நடத்தப் போறோம்... என்னோட டாட்டர் ஸ்ருதி போன் பண்ணி, ஆஸ்ரம் வளாகத்துக்குள்ளே ஏதோ நிலவறை இருக்குன்னு சொல்லியிருக்கா. அந்த நிலவறைக்குள்ளே ஏதாவது சட்ட விரோத காரியங்கள் நடக்கக்கூடிய சாத்தியங்கள் இருக்கலாம். அப்படி ஏதாவது இருந்தா, சுவாமிகளை ஸ்பாட் அரெஸ்ட் பண்ண அது ஒண்ணே போதுமே...! இரண்டாவதா செழியன் பயணம் பண்ணின க்வாலிஸ் கார், அந்த ஆஸ்ரமத்துக்குள்ளே இருக்கலாம்... அப்படி இருந்தா செழியனையும் கண்டுபிடிச்சுடலாம்..."

"ஸார்..." வைத்யா குரலை இழுத்தார்.

"சொல்லுங்க..."

"உங்க டாட்டர் ஸ்ருதியை செல்போனில் காண்டாக்ட் பண்ணி, இப்போ அங்கே நிலைமை எப்படி இருக்குன்னு கேட்டுப் பாருங்க... ப்ளஸ் பார்த்துட்டுப் போறது பெட்டர்."

"ம்... கேட்டுடலாம்..." சொன்ன திருஞானம் தன்னிடம் இருந்த செல்போனை உயிர்ப்பித்து ஸ்ருதியின் செல்போனோடு தொடர்பு கொள்ள முயல ரிக்கார்டட் வாய்ஸ் சொன்னது, "இந்த சந்தாதாரை இப்போது நீங்கள் தொடர்பு கொள்ள முடியாது!" திருஞானம் நான்கைந்து முறை முயற்சித்துப் பார்த்துவிட்டு வைத்யாவிடம் நிமிர்ந்தார்.

"ஸ்ருதி செல்போனை ஆஃப் பண்ணி வெச்சிருக்கான்னு

நினைக்கிறேன்.... அவளாக காண்டாக்ட் பண்ணினால்தான் உண்டு...! வைத்யா! உங்களுக்கு இதில் எந்தத் தயக்கமும் வேண்டியதில்லை... ஆஸ்ரமத்துக்குள்ளே நீங்க போனதுமே தியானக் குடிலில் இருக்கிற ஸ்ருதியையும் இளங்கோவையும் மீட் பண்ணுங்க... அதுக்கப்புறமா தேவானந்தா ஸ்வாமிகளை மீட் பண்ணி, ஆஸ்ரமத்தை சோதனை போடணும்ன்னு சொல்லுங்க. அவர் எதுக்காக சோதனைன்னு கேட்பார். ஆஸ்ரமத்துக்குள்ளே நிலவறை இருக்கிறதாகத் தகவல் வந்தது; அது உண்மையா, இல்லையான்னு பார்க்க வந்ததாகச் சொல்லுங்க... சர்ச் வாரண்டையும் காட்டுங்க. ஸ்வாமிகளால எதுவும் பேச முடியாது... அவர் டெல்லிக்கு போன் பண்ணி சர்ச் வாரண்ட்டை ரத்து செய்யறதுக்குள்ளே நீங்க நிலவறை மர்மங்களை வெளியே கொண்டு வந்துவிடலாம்... சுவாமிகள் குற்றவாளிங்கிறதுக்கான ஆதாரம் ஒண்ணு கிடைச்சாலும் போதும், டெல்லியில் இருக்கிற அரசியல் புள்ளிகளால எதுவும் பேச முடியாது..."

வைத்யாவுக்குள் இப்போது துணிச்சல் அரும்பியது. சி.எம்க்கு சல்யூட் கொடுத்தபடி சொன்னார்

"இன்னும் ஒரு மணி நேரத்துக்குள்ளே போலீஸ் படையோடு ஆஸ்ரமத்துக்குள்ளே இருப்பேன் ஸார்... நாளைக்குக் காலையில் பொழுது விடியும்போது கொலையாளி யார் என்கிற கேள்விக்கு விடை வெளியாகியிருக்கும்..."

"அதிரடிச் சோதனை என்கிற பெயரில் ஸ்வாமிகளை அவமதிக்கிற எந்தக் காரியமும் வேண்டாம். சட்டத்துக்கு முன்னாடி எல்லோரும் சமம் என்கிற கருத்தைச் சொல்லி, சோதனை விவகாரத்தை ஸ்மூத்தாவே ஹேண்டில் பண்ணுங்க... ஆஸ்ரமத்தைச் சோதனை போட ஸ்வாமிகள் ஒத்துக்காத பட்சத்தில் எனக்குத் தகவல் கொடுங்க... நான் அவர்கிட்டே பேசறேன்... எதையுமே சொல்ற விதத்துல சொன்னா அவர் ஒத்துக்குவார்."

"எஸ்... ஸார்..."

சல்யூட் அடித்துத் தளர்ந்த வைத்யா, ஒரு புதிய வேகத்தோடு வெளியேறினார்.

விடியற்காலை ஐந்து மணி.

பொன்கிரி மலையடிவாரம், வைகறை இருட்டில் சாம்பலை பூசிக் கொண்ட தினுசில் தெரிந்தது. சூரியனின் முதல் கதிர் இன்னமும் எட்டிப் பார்க்காத காரணத்தால் கிழக்கு திசை, இன்னமும் கருப்புப் போர்வைக்குள் சுருண்டிருந்தது. ஆஸ்ரமத்திலிருந்து நூறு மீட்டர் தொலைவிலேயே போலீஸ் வேன்களை நிறுத்திக் கொண்ட கமிஷனர் வைத்யா தான் மட்டும் ஜீப்பினின்றும் இறங்கினார். பின்பக்கம் பார்த்துக் குரல் கொடுத்தார்.

"சபரி..."

"ஸார்..."

"மொதல்ல நான் உள்ளே போய் ஸ்வாமிகள்கிட்டே பேசறேன்... அவர் ஆஸ்ரமத்தைச் சோதனை போட சம்மதம் கொடுத்ததும், வாக்கி டாக்கி மூலமா உங்களுக்கு இன்ஃபார்ம் பண்றேன். நீங்க போலீஸ் வேன்களோடு உள்ளே வந்துடலாம்."

"எஸ் ஸார்..."

வைத்யா, ஆஸ்ரமத்தை நோக்கி நடந்தார். ஆஸ்ரமத்தின் பிரதான கேட்டில் பொருத்தப்பட்டிருந்த இரண்டு உருண்டை விளக்குகள், சுற்றிலும் கொட்டியிருந்த இருட்டை ஓரளவுக்குக் கழுவியிருந்தது. காற்றுக்கு வேப்ப மரங்கள் தலையாட்டிக் கொண்டிருக்க, அவற்றில் இருந்த பட்சிகள் விடியலை உணர்ந்து கொண்டு குரல் கொடுக்க ஆரம்பித்து இருந்தன.

மூன்று நிமிட வேகமான நடை. ஆஸ்ரமத்தின் காம்பெளண்ட் கேட் வந்தது. வலுவான புஜங்களோடு இருந்த இரண்டு செக்யூரிட்டிகள், மஞ்சள் யூனிஃபார்மில் வைத்யாவை

மறித்தார்கள். அவர் தன் சட்டைப்பையில் இருந்த உத்யோக அட்டையை எடுத்துக் காட்டியதும் குழப்ப முகங்களோடு பின்வாங்கினார்கள். ஒருவன் கேட்டான்

"யாரைப் பார்க்க வேண்டும்?"

"ஸ்வாமிகளை..."

"அவரை இந்நேரத்துக்கு யாரும் பார்க்க முடியாதே...!"

"ஒரு முக்கியமான விஷயமாய் பார்க்க வேண்டியுள்ளது."

"அப்படியானால் நீங்கள் முதலில் பார்க்க வேண்டியது ஸ்வாமிகளின் ஆலோசகரான நிவேதிதாவை"

"நிவேதிதாவை எங்கே பார்க்கலாம்?"

"அதோ... அந்த அலுவலக அறையில்." செக்யூரிட்டி கைகாட்டிய பக்கம், வைத்யா நடந்தார்.

குளிர்காற்று வீசிக்கொண்டிருக்க காலை நேர ஆஸ்ரமம், கொஞ்சம் சுறுசுறுப்பாய் தெரிந்தது. ஆங்காங்கே தென்பட்ட வெளிச்சம் சிதறல்களுக்கு நடுவில் மொட்டை அடித்த நபர்களின் நடமாட்டம், விநாடிக்கும் குறைவான நேரத்தில் தெரிந்து மறைந்தது. ஒலிபெருக்கி ஒன்று விழித்துக் கொண்டு, வடமொழி ஸ்லோகங்களை உதிர்த்துக் கொண்டிருந்தது.

வைத்யா சுற்றும் முற்றும் பார்த்தபடியே நடந்து அலுவலக அறைக்குள் நுழைந்தார். சாம்பிராணி புகைக்கு நடுவில் நிவேதிதா தெரிந்தாள். குளித்து சிவப்பு சேலைக்கு மாறியிருந்தாள். வைத்யாவைப் பார்த்ததும் புன்னகைத்தாள்.

"நீங்க வந்துட்டிருக்கிறதா செக்யூரிட்டிஸ் சொன்னாங்க. ஸ்வாமிகளைப் பார்க்கணுமா...?"

"ஆமாம்...!"

"என்ன விஷயமாய்...?"

"அதை அவர்கிட்டத்தான் சொல்லணும்..."

"பொதுவா இந்நேரத்துக்கு வெளியாட்களைப் பார்க்க

ஸ்வாமிகள் பிரியப்பட மாட்டார்..."

"நான் ஒரு பார்வையாளனா வரலை... போலீஸ் அதிகாரியா வந்திருக்கேன்."

"சரி... நீங்க இங்கேயே வெயிட் பண்ணுங்க, நான் ஸ்வாமிகளைப் பார்த்து நீங்க வந்திருக்கிற விஷயத்தைச் சொல்றேன். அவர் வரச் சொன்னதும் உங்களுக்கு தகவல் தர்றேன். நீங்க வந்து பார்க்கலாம்."

"எனக்குத் தகவல் கிடைக்க எவ்வளவு நேரமாகும்?"

"பதினைந்து நிமிடத்திலிருந்து இருபது நிமிடத்துக்குள்"

வைத்யா தலையசைக்க நிவேதிதா அந்த அலுவலக அறையினின்றும் வெளிப்பட்டு, இருட்டில் கரைந்தாள்.

வைத்யா அலுவலக அறையின் உள்ளே போடப்பட்டிருந்த பிரம்பு நாற்காலியில் உட்கார்ந்து கொண்டே டீப்பாயின் மேல் போடப்பட்டிருந்த புத்தகங்களைப் பார்த்தார். எல்லாமே ஆன்மிகம் சம்பந்தப்பட்ட புத்தங்கள். ஒவ்வொன்றையும் எடுத்துப் பார்த்தார். புத்தகத் தலைப்புகள், கண்ணுக்குள் பாய்ந்தன.

ஞான ரதம்

ஆத்மாவின் வெளிச்சம்

உனக்குள்ளே நீ

ஸ்ரீ அன்னையின் கீதங்கள்.

தலைப்புகளைப் பார்த்துக்கொண்டே வந்த வைத்யாவின் பார்வை, டீப்பாயின் ஓரத்தில் இருந்த அந்தப் புத்தக் தலைப்பின் மேல்பட்டதும் திகைத்தது.

புதிய பகவத் கீதை!

35

நிவேதிதா அந்த வைகறை இருட்டில் மெல்ல நடந்து தேவானந்த ஸ்வாமிகள் தங்கியிருந்த குடிலை நெருங்கினாள். ஸ்வாமிகளுக்க பணிவிடை செய்யும் பணியாள் முருகானந்தம், குடிலின் திண்ணையில் உட்கார்ந்தபடி காத்து இருப்பது தெரிந்தது. நிவேதிதாவைப் பார்த்ததும் முருகானந்தம், மார்புக்கு குறுக்கே கைகளைக் கட்டியபடி எழுந்தான்.

"அம்மா..."

"ஸ்வாமிகள் குளிச்சுட்டாரா முருகானந்தம்...?"

"இல்லேம்மா... அவர் இன்னமும் எழுந்திருக்கவேயில்லை...?"

"என்ன சொல்றே... ஸ்வாமிகள் இந்நேரத்துக்கு குளிச்சு பூஜையில் உட்கார்ந்து இருக்கணுமே...?"

"அதுதாம்மா எனக்கும் புரியலை. ஸ்வாமிகள் குரல் கொடுப்பார்ன்னு நாலரை மணியிலிருந்து இந்தத் திண்ணையிலேயே உட்கார்ந்துட்டிருக்கேன்... நல்லாத் தூங்கறார்ன்னு நினைக்கிறேன்..."

"உடம்புக்கு ஏதாவது முடியலையோ என்னவோ...! வா உள்ளே போய் பார்க்கலாம்..." நிவேதிதா வாசற்படி ஏற முயன்றாள்.

285

"அ... அம்மா.." என்று குரலை இழுத்த முருகானந்தம், தொடர்ந்து பேசினான் "ஸ்வாமிகள் குரல் கொடுக்காம உள்ளே யாரும் போகக்கூடாதே...?"

"ஸ்வாமிகள் கேட்டா நான் பேசிக்கறேன்... வா..." சொன்ன நிவேதிதா குடிலின் வாசற்படி ஏறி, கதவின் மேல் கையை வைத்தாள். மெல்லத் தள்ளினாள். அது சத்தம் இல்லாமல் உள்ளே போயிற்று.

நுழைந்தாள்.

அறையின் மையத்தில் அந்த மரக்கட்டில் தெரிய, ஸ்வாமிகள் மல்லாந்த நிலையில் தெரிந்தார். நிவேதிதா கட்டிலை நெருங்கினாள்.

ஸ்வாமிகளின் முகம் இப்போது ஸ்பஷ்டமாய் பார்வைக்குக் கிடைக்க, நிவேதிதாவின் முகத்தில் அதிர்ச்சி பரவியது.

ஸ்வாமிகளின் கண்கள் திறந்தபடி இருக்க, வாய் பிளந்து பல்வரிசை தெரிந்தது. உடுத்தியிருந்த வெள்ளை வஸ்திரம், ரத்தத்தில் நனைந்து உறைந்து போயிருந்தது.

பக்கத்தில் நின்றிருந்த முருகானந்தாம், "ஸ்வாமீஈ...ஈ...! என்று அலறியபடி குனிந்து அவருடைய தோள்பட்டையைப் பிடித்து உசுப்ப, மார்புத் துணி விலகியது. ரோமம் இல்லாத மார்பில் பச்சை குத்தப்பட்ட அந்த வாசகம் தெரிந்தது.

'அமிர்தம் என்றால் விஷம்.'

அடுத்த அரைமணி நேரத்திற்குள் ஆஸ்ரமம், தீ பற்றிக் கொண்ட மாதிரியான பரபரப்புக்குள் விழுந்தது.

ஸ்வாமிகளின் பக்தர்கள், கண்களில் மிரட்சியோடு ஒரு பக்கம் ஒதுங்கி நின்றிருக்க காக்கி யூனிஃபார்ம்கள் ஆஸ்ரமத்தின் எல்லா பகுதிகளிலும் பரவி, சந்தேகப்பட்டவர்களை மடக்கி கேள்விகளால் குடைந்து கொண்டு இருந்தார்கள். போலீஸ் கமிஷனர் வைத்யா ஒரு பக்கம் ஒதுங்கி, செல்போனில்

முதலமைச்சர் திருஞானத்தோடு பேசிக் கொண்டிருந்தார்.

"ஸார்...! நடக்கிற சம்பவங்களையெல்லாம் பார்க்கும் போது மனசுக்கு கலக்கமாயிருக்கு... 'அமிர்தம் என்றால் விஷம்' என்கிற பேர்க்கு கீழே நடைபெறும் கொலைகளுக்கு தேவானந்தா ஸ்வாமிகள் காரணகர்த்தாவாக இருப்பார்ன்னு நினைச்சோம். ஆனா இப்போ அவரே கொலை செய்யப்பட்டிருக்கிறார். மார்பில் பச்சை குத்தப்பட்ட 'அமிர்தம் என்றால் விஷம்' என்கிற வாசகம் வேற இருக்கு..."

திருஞானம் கேட்டார்.

"ஸ்பாட்டுக்கு ஃபாரன்ஸிக் வந்தாச்சா?"

"வந்தாச்சு ஸார்..."

"ஸ்வாமிகள் எத்தனை மணிக்குக் கொல்லப்பட்டார் எங்கிற விவரம் தெரிஞ்சுதா...?"

"விடியற்காலை மூணு மணியிலிருந்து மூணரை மணிக்குள் சம்பவம் நடந்த இருக்கும் ஸார்..."

"அப்படின்னா இது வெளியாட்களோட வேலை கிடையாது. ஆஸ்ரமத்துக்குள்ளேயே இருக்கிற யாரோ ஒருத்தர்தான் பண்ணியிருக்கணும்."

"எனக்கும் அந்த சந்தேகம்தான் ஸார். பட், உடனடியா யாரையும் சந்தேகப்பட முடியலை... செழியன் இந்தக் கொலைக்கு காரணமாயிருக்கலாம்."

"ஒரு காரியம் பண்ணுங்க வைத்யா."

"சொல்லுங்க ஸார்..."

"ஆஸ்ரமத்துல தங்கியிருக்கிற எல்லாரையும் ஒரு லிஸ்ட் பண்ணுங்க... ஒவ்வொருத்தரோட ஃபேமிலி பேக்ரௌண்டையும் டீப்பா அலசிப் பார்த்தா சில பேர், மனசை நெருடுவாங்க... அவங்களை மட்டும் லாக்கப்புக்கு கொண்டுபோய் போலீஸ் மரியாதையோடு விசாரிச்சா கொலையாளி யார் என்கிற உண்மை பிடிபடலாம்... செழியனைப் பத்தின விவரங்களும்

கிடைக்கலாம்.''

"எஸ்... ஸார்...! அந்த வேலையை இப்பவே ஸ்டார்ட் பண்ணிடறேன்..''

"பை த பை... என்னோட டாட்டர் ஸ்ருதியும் அந்த இளங்கோவும் உங்களை வந்து மீட் பண்ணினாங்களா?''

"மீட் பண்ணினாங்க ஸார்...''

"அந்த நிலவறை மேட்டர் என்னாச்சு...?''

"இளங்கோகிட்டே அதைப்பத்தி கேட்டேன் ஸார். நிலவறைக்குள்ளே ஏழெட்டு குட்டி பீரோக்கள் இருந்ததாகவும் அவைகளைத் திறக்க எவ்வளவோ முயற்சி பண்ணியும் முடியலைன்னு சொன்னார். தேவானந்தா ஸ்வாமிகளின் பாடியை போஸ்ட் மார்ட்டத்துக்கு அனுப்பிட்டுத்தான் நிலவறைக்குள்ளே போய்ப் பார்க்கணும்.''

"ஸ்ருதி பக்கத்துல இருந்தா கொஞ்சம் பேசச் சொல்லுங்க.''

"ஒரு நிமிஷம் ஸார்...'' சொன்ன வைத்யா, கொஞ்சம் தள்ளி ஒரு மரத்துக்கு கீழே நின்றிருந்த ஸ்ருதியை நோக்கிப் போனார். செல்போனை அவளிடம் நீட்டினார்.

"லைன்ல அப்பா இருக்கார்...''

ஸ்ருதி வாங்கிப் பேசினாள்.

"அப்பா...'' குரலில் லேசாய் அழுகை. "நீ அந்த ஆஸ்ரமத்துக்குள்ளே நுழைஞ்சு ஒரு நாள்கூட முழுசா முடியலை. அதுக்குள்ளே எவ்வளவு சம்பவங்கள் நடந்துப் போச்சு பார்த்தியாம்மா...?''

"ஸ்வாமிகள் கொல்லப்பட்டது எனக்கும் பெரிய அதிர்ச்சியா இருக்குப்பா... 'அமிர்தம் என்றால் விஷம்' கொலைகளுக்கு ஸ்வாமிகள்தான் காரணமாயிருப்பார்ன்னு நினைச்சேன்.''

"கொலையாளி யாராகயிருக்கலாம்ன்னு இப்பத்தான்

பிடிபட்டு இருக்கம்மா..."

"நீங்க யாரைச் சொல்றீங்கப்பா...?"

"செழியன்..."

"என்னால நம்ப முடியலைப்பா..."

"என்னாலும்தான் நம்ப முடியலை... ஆனா அதுதான் உண்மை. போலீஸ் அவனை மும்முரமா தேடிக்கிட்டு இருக்காங்க... எப்படியும் இன்னிக்கு சாயந்தரத்துக்குள்ளே போலீஸ் பிடியில் மாட்டிக்குவான். என்னோட சந்தேகமெல்லாம் அவன் அந்த ஆஸ்ரமத்துக்குள்ளேயே எங்கேயாவது மறைஞ்சு இருக்கலாம்ங்கிறதுதான். ஆஸ்ரமத்துல இருக்கிற யாரோ ஒருத்தர்தான் செழியனுக்கு உதவி பண்ணியிருக்கணும்."

ஸ்ருதி செல்போனில் பேசிக் கொண்டிருக்கும் போதே பக்கத்தில் நின்றிருந்த வைத்யாவை நோக்கி இன்ஸ்பெக்டர் சபரி வேகவேகமாய் வந்தான்.

"ஸார்..."

"என்ன...?"

"சுவாமிகளின் குடிலை தரோவா செக் பண்ணின போது இந்த லெட்டர் கிடைச்சுது..." சபரி தன் கையில் வைத்து இருந்த அந்தக் கடிதத்தை நீட்ட, வைத்யா வாங்கினார். கோணல் மாணலான தமிழ் கையெழுத்தில் கடிதம் எழுதப்பட்டு இருந்தது.

தேவானந்தா ஸ்வாமிகளுக்காக யாரும் வருத்தப்படவோ அவருடைய மரணத்துக்கு அனுதாபப்படவோ வேண்டியது இல்லை. அவருடைய மரணத்தால் இந்த ஆஸ்ரமம் இன்று முதல் சுத்தம் அடைகிறது. ஒரு வீடு சுத்தமாக இருக்க குப்பைகளை அகற்றுவது எவ்வளவு முக்கியமோ அதே மாதிரி, ஆன்மிகம் தூய்மையாக இருக்க தேவானந்தா ஸ்வாமிகளைப் போன்ற அசிங்கங்களை அப்புறப்படுத்துவதும் முக்கியம். அளவுக்கு மேல் மிஞ்சினால் அமிர்தமும் விஷம் என்பது பழமொழி. அந்தப் பழமொழியை அர்த்தமுள்ளதாக்கியுள்ளது

இந்த தேவானந்தா ஸ்வாமிகளின் மரணம். இந்த மரணத்துக்காக எல்லோரும் சந்தோஷப்படுங்கள்.

வைத்யா கடிதத்தைப் படித்துவிட்டு சபரியிடம் நிமிர்ந்தார். "இந்த லெட்டர் எந்த இடத்திலிருந்து எடுத்தாங்க...?"

"பூஜையறையில ஒரு படத்துக்குக் கீழே இருந்தது ஸார்."

"வேற ஏதாவது தடயம்...?"

"நாட் ஃபவுண்ட் ஸார்."

"ஃபாரன்ஸிக் பார்வைக்கு ஃபிங்கர் பிரிண்ட்ஸ் ஏதாவது அகப்பட்டதா...?"

"இல்லை ஸார்... கொலையாளி கைகளுக்கு க்ளவுஸ் மாட்டியிருக்கலாம்ங்கிறது ஃபாரன்ஸிக்கோட ரிப்போர்ட்..."

"சபரி..."

"ஸார்..."

"கொலையாளி இதே ஆஸ்ரமத்துக்குள்ளேதான் இருக்கணும். இங்கே தங்கியிருக்கிற நபர்கள் யார், யார்ங்கிறதை லிஸ்ட் பண்ணுங்க..."

"அந்த வேலையை சப்இன்ஸ்பெக்டர் மோகன்ராஜ் பண்ணிட்டிருக்கார் ஸார்.... நான் ஏற்கனவே இன்ஸ்ட்ரக்ஷன் கொடுத்துட்டேன்."

சபரி சொல்லச் சொல்ல அவரிடம் இருந்த செல்போன், எலக்ட்ரானிக் குரல் கொடுத்தது. எடுத்து காதுக்குக் கொடுத்தார்.

"ஹலோ..." என்று சொன்னவனின் முகம் மாறியது. வைத்யாவை ஏறிட்டார். "ஸார்... போன்ல செழியன்." வைத்யா பதற்றமாய் சபரியிடமிருந்து செல்போனை வாங்கிக் குரல் கொடுத்தார்.

"செழியன்...!"

"வணக்கம் கமிஷனர் ஸார்...!" மறுமுனையில் அந்த குரல் சிரித்துக்கொண்டே கேட்டது. "இன்வெஸ்டிகேஷனெல்லாம் எப்படிப் போய்க்கிட்டிருக்கு?"

"செழியன்... நீ... நீ எங்கே இருக்கே...?"

"எதுக்கு...! வந்து அரஸ்ட் பண்ணிட்டு போகலாம்ன்னு பார்க்கறீங்களா...? சரி... உங்க ஆசையைக் கெடுப்பானேன்... ஒரு க்ளூ தர்றேன்... அந்த க்ளூவை வெச்சு ஊரைக் கண்டுப்பிடிக்க முயற்சி பண்ணுங்க. ஆங்கில எழுத்து 'சி' யில் ஆரம்பிக்கிற ஊர் அது. வைகுண்டத்துக்கு வழிகாட்டும் ஊர்."

"செழியன்...! எதுக்காக இத்தனைக் கொலைகள்?"

"ஸாரி கமிஷனர் ஸார்...! அது கொலைகள் கிடையாது... களைகள், என்னோட அப்பா அமைச்சர் கார்மேகவண்ணனிலிருந்து அந்த தேவானந்தா ஸ்வாமிகள் வரைக்கும் நான் சுத்தம் பண்ணின களைகள்... இதோட என் வேலை முடிஞ்சுதுன்னு நினைக்க வேண்டாம். தேவை ஏற்பட்டா இந்தக் களையெடுப்பு வேலை தொடரும்..."

"செழியன்...! சட்டத்தை நீயாகவே கையில் எடுத்துகிட்டு தண்டனை தர்றது தப்பு..."

"சட்டப்படி அது தப்பாக இருக்கலாம். ஆனா என்னோட மனசாட்சிப்படி அது சரி... கடைசியாய் நான் பிடுங்கி வீசிய 'களை' தேவானந்தா ஸ்வாமிகள்! அந்த ஸ்வாமிகளின் செக்ஸ் ஆர்ப்பாட்டங்கள், வெளியுலகுக்குத் தெரியாமல் இருக்கலாம். ஆனா எனக்குத் தெரியும்.

என்னோட அப்பா கார்மேகவண்ணனும், முதலமைச்சர் திருஞானத்தின் மருகனுமான அமைச்சர் கணேச பாண்டியனும் பகல்ல நாத்திகம் பேசுவாங்க; ராத்திரியில் தேவானந்தா ஸ்வாமிகளின் பார்ட்னர்களாக மாறி, குடும்பப் பெண்களை மிரட்டி வரவழைச்சு காமக்களியாட்டம் நடத்துவாங்க. பதினைஞ்சு வயசு சிறுமியிலிருந்து ஐம்பது வயசு பெண் வரை யார் அழகாக இருந்தாலும் சரி, அவங்க இந்த காமுகர்களுக்கு வேணும்... எஸ்.டி.டி. பூத் செண்பகவல்லியும், செண்பக வல்லியின் கணவன் சாத்தப்பனும் இந்த பாவ கைங்கர்யத்துக்கு ஏஜென்ட்கள். இவங்களையெல்லாம் உங்களால எந்த ஜென்மத்துக்கும் கைது

பண்ண முடியாது. ஸோ, நீங்க பண்ண வேண்டிய வேலையை நான் பண்ணினேன். இது தப்பா கமிஷனர் ஸார்...?"

"இதோ... பார்.. நீ பேசின பயலாக்குக்கெல்லாம் சினிமாவுல வேணும்ன்னா கைத்தட்டல் கிடைக்கலாம். நடைமுறையில் அது சாத்தியம் கிடையாது. பண்ணின கொலைகளுக்காக நீ போலீஸ்ல சரணடையறதுதான் புத்திசாலித்தனமான காரியம்..."

"ஸாரி ஸார்...! எது புத்திசாலித்தனம், எது முட்டாள் தனம்ன்னு எனக்குத் தெரியும்...! அமிர்தம் எப்போது விஷமாகும் தெரியுமா...? அதனுடைய அளவு அதிகமாகும்போது! அப்படி அளவு அதிகமாகும்போது அதுக்குக் காரணமாய் இருப்பவர்கள், கண்டிப்பாய் அறுவடை செய்யப்படுவார்கள். ரிஸீவரை வைக்கிறதுக்கு முன்னாடி ஒரு வேண்டுகோள்.

தேவானந்தா ஸ்வாமிகளின் உடல் போஸ்ட் மார்ட்டத்துக்குப் போய்ட்டு வந்ததும் அவருடைய உடலை கூவம் நதிக் கரையோரமாய் அடக்கம் செஞ்சுடுங்க."

வைத்யா மேற்கொண்டு பேசும் முன்பு ரிஸீவர் வைக்கப்பட்டுவிட, வைத்யா முகம் இறுகி சபரியிடம் நிமிர்ந்தார்.

"ஆங்கில எழுத்து 'சி' யில் ஆரம்பிக்கிற ஊர். வைகுண்டத்துக்கு வழி காட்டும் ஊர். இது செழியன் கொடுத்து இருக்கிற க்ளூ. அது உன்ன ஊர்ன்னு உங்களால கெஸ் பண்ண முடியுதா சபரி...?"

சபரி அரை நிமிஷ நேரம் யோசித்துவிட்டுச் சொன்னான்.

"வைகுண்டம்ன்னா திருப்பதி ஸார்... அந்த திருப்பதிக்கு வழிகாட்டும் ஊர், தமிழ்நாடு – ஆந்திரா பார்டர்ல இருக்கிற சித்தூர் ஸார்."

"சபாஷ்" என்றார் வைத்யா.

முதலமைச்சர் திருஞானம், உயர் போலீஸ் அதிகாரிகளின் கூட்டத்தில் நெருப்பாய் வார்த்தைகளைக் கொட்டிக் கொண்டிருந்தார். நேரம் நள்ளிரவு 1.05. இடம், அவருடைய பங்களா.

"'அமிர்தம் என்றால் விஷம்' கொலைகளுக்குப் பின்னால் இருக்கிற நபர் செழியன்தான் என்று இப்போது திட்டவட்டமாய் தெரிந்துவிட்டது. கொலைகளுக்கான மோட்டிவ் அவனால் கொலை செய்யப்பட்ட நபர்கள் எல்லோருமே மோசமானவர்கள், பெண்களை பாலியல் பலாத்காரம் செய்து அவர்களுடைய வாழ்க்கையைத் தொலைத்தவர்கள். அமைச்சர்கள் கார்மேகவண்ணனும், கணேசபாண்டியனும் தேவானந்தா ஸ்வாமிகளை பார்ட்னராய் சேர்த்துக்கொண்டு பெண்களை வேட்டையாடி இருக்கிறார்கள். அவர்களுக்கு உதவி செய்த எஸ்.டி.டி. பூத் பெண் செண்பகவல்லியையும், அவளுடைய கணவனையும் செழியன் தீர்த்துக் கட்டியிருக்கிறான். செழியன் சொல்கிற ஸ்டேட்மெண்ட் சரியானதுதானா...?"

இன்ஸ்பெக்டர் சபரி, அதிகாரிகளுக்கு நடுவில் உட்கார்ந்து கொண்டு கையை உயர்த்தினான்.

"ஸார்! இந்தக் கேள்விக்கு நான் பதில் சொல்லலாமா?"

"சொல்லுங்கள்."

"இந்த கேஸை ஆரம்பத்தில் இருந்தே விசாரித்து வருபவன் நான். இதற்காக விஜயவாடா சென்று கார்மேகவண்ணனின் சின்ன வீடாய் இருக்கும் பழைய ஆந்திரா நடிகை அமிர்தாவையும் முழுமையாய் விசாரித்து வந்து இருக்கிறேன். கார்மேகவண்ணனின் சட்டரீதியான வாரிசு, செழியன் மட்டுமே. எனவே சட்டப்படி எல்லா சொத்துக்களும் செழியனுக்கு சேர வேண்டும். ஆனால் அமைச்சர் கார்மேகவண்ணன் தான் சுயமாய் சம்பாதித்த சொத்தில் பாதியை அமிர்தாவுக்கு உயில் எழுதி வைக்க விரும்பினார். அதை செழியன் விரும்பவில்லை. அப்பா உயிரோடு இருந்தால் சொத்துக்களில் பாதியை அமிர்தாவுக்கு உயில் எழுதி விடுவார் என்று நினைத்து, அவரைத் தீர்த்துக்கட்ட திட்டம் போட்டு இருக்கலாம். இது சொத்துக்காக நடந்த கொலை என்று தெரியாமல் இருப்பதற்காக பெண் பித்தர்களான அமைச்சர் கணேச பாண்டியனையும் தேவானந்தா ஸ்வாமிகளையும் இந்த விவகாரத்தில் இணைத்து இருக்கலாம். உண்மையில் அமைச்சர்கள் கார்மேகவண்ணனும், கணேச பாண்டியனும் பெண்கள் விஷயத்தில் பலஹீனமானவர்கள். பெரிய திரையிலும், சின்னத் திரையிலும் அழகாய் இருக்கும் எந்த ஒரு நடிகையையும் இந்த மூன்று பேரும் விட்டு வைப்பதில்லை. ஒரே நேரத்தில் ஒரே பெண்ணை மூன்று பேரும் தொட்டு விளையாடும் விளையாட்டு, இவர்களுக்குப் பிடித்தமானது."

"இதற்கெல்லாம் ஆதாரம்...?"

"கிடைத்து இருக்கிறது... சி.பி.சி.ஐ.டியான இன்ஸ்பெக்டர் இளங்கோ, தன்னை யார் என்று காட்டிக் கொள்ளாமல் தேவானந்தா ஸ்வாமிகளின் பக்தர் போல ஆஸ்ரமத்தில் உள்ள தியானக்குடிலில் தங்கியிருந்தார். ஸ்வாமிகளின் செயல்பாடுகளை உன்னிப்பாய் கவனித்தவர்க்கு பல ஆதாரங்கள் கிடைத்து இருக்கின்றன. இளங்கோ எனக்கு நெருங்கிய நண்பர் என்பதால் ஆஸ்ரமத்தில் நடக்கும் எல்லா நிகழ்ச்சிகளும்

எனக்கு உடனுக்குடனே அவருடைய செல்போன் மூலமாக என் காதுக்கு வந்துவிடும். இளங்கோவிடம் இருக்கும் ரிஸ்ட் வாட்சில் ஒரு மைக்ரோ டேப் ரிக்கார்டரும், அவர் கழுத்தில் போட்டிருக்கும் ருத்திராட்ச மாலைக்குள் ஒரு மைக்ரோ காமிராவும் இருப்பது எனக்கு மட்டும்தான் தெரியும். ஒவ்வொரு அமாவாசையன்றைக்கும் நிர்வாண நிஷ்டை என்கிற பெயரில் ஆஸ்ரம வளாகத்தின் இருட்டுப் பகுதிகளில் காமக்களியாட்டங்கள் நடக்கும். இந்தக் களியாட்டங்களில் தியானக் குடில்களில் தங்கியிருக்கும் வி.ஐ.பிக்கள் பங்கெடுத்துக் கொள்வதை இளங்கோ தன் மைக்ரோ காமிராவுக்குள் திணித்து இருக்கிறார். அந்த வி.ஐ.பிக்களில் அமைச்சர்கள் கணேசபாண்டியனும், கார்மேகவண்ணனும் அடக்கம்.''

முதலமைச்சர் திருஞானம், உயர் போலீஸ் அதிகாரிகளை கோபமாய்ப் பார்த்தார். ''தேவானந்தா ஸ்வாமிகளின் ஆஸ்ரமத்தில் இத்தனை அட்டூழியங்கள் நடந்து இருக்கிறது. உளவுத்துறையும் உயர் அதிகாரிகளுமான நீங்களும் என்ன செய்து கொண்டிருந்தீர்கள்? மடிப்பு கலையாத யூனிஃபார்ம்களை போட்டுக் கொண்டு சல்யூட் வைக்கவா அரசாங்கம் உங்களுக்கு ஐந்து இலக்கத்தில் சம்பளம் கொடுத்துக் கொண்டு இருக்கிறது...?''

கமிஷனர் வைத்யா, குரல் கொடுத்தார்.

''ஸார்...''

''என்ன... சொல்லுங்கள்...! எல்லாவற்றுக்கும் ஒரு நொண்டிச்சாக்கான பதிலை வைத்துக் கொண்டு இருப்பீர்களே...?''

''ஸார்... இந்த விவகாரத்தில் வீ ஆர் ஹெல்ப்லஸ்! தேவானந்தா ஸ்வாமிகள் அகில இந்திய ரீதியில் செல்வாக்கு படைத்தவர். அவரை நாங்கள் பக்கத்தில் கூட நெருங்க முடியாது. அதேபோல உங்கள் அமைச்சரவையில் இருந்த இரண்டு அமைச்சர்கள் கார்மேகவண்ணன், உங்களுக்கு

அடுத்தபடியான அந்தஸ்தில் இருந்த அமைச்சர். இன்னொரு அமைச்சர், கணேசபாண்டியன் உங்களுடைய மருமகன். இரண்டு பேருமே தங்களின் மேல் போலீஸின் நிழல் கூட படாமல் பார்த்துக் கொண்டார்கள். ஆஸ்ரமத்தில் நடக்கும் அட்டூழியங்களைக்பற்றி ஒரு சில புலனாய்வுப் பத்திரிகைகள் பக்கம் பக்கமாய் எழுதினாலும் அது பத்திரிகைகளின் விற்பனைக்காக எழுதப்பட்டது என்றே இரண்டு அமைச்சர்களும் அறிக்கை விட்டார்கள். இப்படி ஆளும் கட்சியே தேவானந்தா ஸ்வாமிகளுக்கு ஆதரவாக இருக்கும்போது நாங்கள் என்ன செய்ய முடியும் ஸார்...? வீ ஆர் டோட்டலி ஹெல்ப்லஸ்."

திருஞானத்தின் முகம், கோபத்தில் ஜிவுஜிவுத்து சிவப்பது தெரிந்தது. இப்போது சபரி தொடர்ந்தார்.

"ஸார்...! இன்னும் ஒரே ஒரு மாதம் தேவானந்தா ஸ்வாமிகளுக்கு அவகாசம் கொடுத்து இருந்தால் அவர் ஏதாவது ஒரு வெளிநாட்டுக்குத் தப்பித்து போயிருப்பார். அதற்கான ஏற்பாடுகள் எல்லாம் திரைமறைவில் நிலவறையில் மும்முரமாய் நடைபெற்று வந்தன. ஆஸ்ரமத்தின் நிலவறையில் ரகசியமாய் வைக்கப்பட்டிருந்த குட்டி பீரோக்களை உடைத்துப் பார்த்தபோது வெளிநாட்டு டாலர்கள் கட்டுக்கட்டாய் கோடிக்கணக்கான ரூபாய் மதிப்பில் இருந்தது கண்டுபிடிக்கப்பட்டிலிருந்தே இந்த உண்மை நமக்கு அப்பட்டமாய் புரியும்..."

திருஞானம் ஆத்திரத்தோடு நிமிர்ந்தார்.

"அமிர்தம் என்றால் விஷம் என்ற இந்த வாக்கியத்தை மார்பிலும் முதுகிலும் பச்சைக் குத்தி கொலை செய்யப்பட்ட அனைவருமே ஏதோ ஒரு வகையில் மோசமானவர்கள். இந்த சமுதாயத்தைப் பிடித்த நோய் போன்றவர்கள் என்ற உண்மை இப்போது டி.வி. மீடியா மூலமும், பத்திரிகை மூலமாகவும் பொதுமக்களுக்குத் தெரிந்துவிட்டது. குற்றவாளிகளுக்குக் கொடுக்கப்பட்ட தண்டனை சரியான ஒன்றுதான் என்கிற ரீதியில் பொதுமக்களிடையே ஒருமித்த கருத்து பரவிவிட்டது.

இருந்தாலும் செழியன், சட்டத்தை தன்னிச்சையாய் தன் கையில் எடுத்துக் கொண்டு ஒரு ஊழித்தாண்டவம் ஆடியது கொஞ் சமும் சரியில்லை. தன்னுடைய தந்தையின் கொலையை திசை திருப்புவதற்காக செய்யப்பட்ட இந்தக் கொலைகளை நீதியும் சட்டமும் மன்னிக்காது. செழியன் தன்னை ஒரு ஹீரோவாக காட்டிக் கொள்ள முயற்சித்து மேலும் பல கொலைகளைச் செய்வதற்குள் அவனை நீங்கள் பிடிக்க வேண்டும். 24 மணி நேரம் உங்களுக்கு அவகாசம் அதற்குள் அவன் லாக்கப்புக்குள் இருக்க வேண்டும்..."

போலீஸ் கமிஷனர் வைத்யா, தயக்கமான குரலில் குறுக்கிட்டார். "சார்...! இந்த செழியன் விவகாரத்தில் எனக்கொரு சந்தேகம்?"

"என்ன...?"

"கொலைகளைச் செய்த ஒரு குற்றவாளி, பொதுவாய் வலிய போன் செய்து தான் கொலைகள் செய்ததை ஒப்புக் கொள்ள மாட்டான். ஆனால் செழியன் போன் செய்து தான் செய்த கொலைகளைப் பற்றி விரிவாகச் சொல்லியிருக்கிறான். ஏறக்குறைய வாக்குமூலமே கொடுத்து இருக்கிறான். டெலிபோனில் பேசியது உண்மையிலேயே செழியன்தானா? இல்லை வேறு யாராவதா...?"

திருஞானம் தலையசைத்தார். "எனக்கும் அந்த சந்தேகம் இருக்கிறது. ஆனால் தலைக்கு மேல் வெள்ளம் போனால் ஜாண் என்ன, முழம் என்ன என்கிற மாதிரி இன்ஸ்பெக்டர் சபரியின் பார்வையில் பட்டுவிட்ட செழியன், போலீஸ் எப்படியும் தன்னை குற்றவாளியாக அறிவிக்கப் போகிறது அதற்கு முன்பு நாமே போன் செய்து நியாயமான காரணங்களுக்குத்தான் அந்தக் கொலைகளைச் செய்தேன் என்று சொல்லி பொதுமக்களுக்கு மத்தியில் தன்னை ஒரு நல்லவனாகக் காட்டிக் கொண்டுவிட்டான் என்று நினைக்கிறேன். செழியன் நம் கைக்கு கிடைத்தால் அந்த உண்மையும் வெளியே வந்துவிடும்."

இன்ஸ்பெக்டர் சபரி குறுக்கிட்டார். "ஸார்...! அவனிடம் உள்ள ஹிட் லிஸ்ட்டில் யார் யார் இருக்கிறார்கள் என்பது தெரிந்தால் ஒழிய நாம் அவர்களைக் காப்பாற்ற முடியாது."

திருஞானம் கனமாய் பெருமூச்சுவிட்டு, கமிஷனர் வைத்யாவைப் பார்த்தார். "செழியன் தமிழ்நாட்டின் எந்த மூலை முடுக்கில் இருந்தாலும் சரி, அவனை உயிரோடு பிடிக்க வேண்டியது உங்களுடைய கடமை. இன்னும் 24 மணி நேரத்தில் எனக்கு ரிசல்ட் வேண்டும்."

"எஸ்... ஸார்... " கமிஷனர் எழுந்து சல்யூட் வைக்க, மற்ற அதிகாரிகளும் எழுந்து நேர்க்கோடுகளாய் நின்று சல்யூட் அடித்துவிட்டு கலைந்தார்கள்.

போலீஸ் அதிகாரிகள் கலைந்து போனதும் இரண்டு கைகளாலும் தலையைப் பிடித்துக் கொண்டு அப்படியே உட்கார்ந்திருந்த திருஞானம், ஐந்து நிமிஷ நேரத்துக்குப் பின் எழுந்தார். தன்னுடைய அறையை நோக்கி நகர முயன்றவரின் காதுகளில் அந்தக் குரல் விழுந்தது.

"ஸார்... ஸார்..."

பக்கவாட்டில் திரும்பிப் பார்த்தார்.

மாடிப்படிகளின் இருட்டான மறைவிலிருந்து இன்ஸ்பெக்டர் சபரி வெளிப்பட்டான். திருஞானம் சுற்றும் முற்றும் பார்த்துக் கொண்டு சபரியை நெருங்கினார்.

"என்ன சபரி...! இன்னும் நீ போகலையா?"

"போகலை ஸார்... உங்ககிட்டே ஒரு விஷயத்தை சொல்லிட்டுப் போறதுக்காகத்தான் மாடிப்படிகளோட இருட்டில் அப்படி ஓரமா மறைஞ்சுகிட்டேன்..."

"சரி... என்ன விஷயம்... சொல்லு...?"

"செழியனோட காரியம் முடிஞ்சது ஸார். கடைசி வரைக்கும் மயக்கம் தெளியாமலே இருந்து செத்துட்டான். பாடியை தகனம்

பண்ணி, மொத்தம் சாம்பலையும் கூவத்துல போட்டாச்சு..."

திருஞானம் புன்னகைத்தார். சபரியின் தோள் மேல் கையைப் போட்டார். "சபரி...! ஒரு முதலமைச்சரோட முக்கியமான வேலை, மக்களுக்கு வேண்டிய தேவையான அடிப்படை வசதிகளை செய்து தர்றது மட்டுமில்லை. மக்கள் பாதுகாப்போடு வாழ பயமில்லாத ஒரு சமுதாய அமைப்பையும் உருவாக்கித் தரணும்... தமிழ்நாட்டில் சட்டம் ஒழுங்கு பாதிக்கப்பட யார் யார் காரணம்ன்னு லிஸ்ட் எடுத்தபோது ரெண்டு அமைச்சர்கள் உட்பட பனிரெண்டு பேர் மாட்டினாங்க... அரசியல் செல்வாக்கோடு இருந்த அந்த பனிரெண்டு பேரையும் சட்டம் எந்தக் காலத்திலும் நெருங்க முடியாதுன்னு நினைச்சுத்தான் நான் கையில் ஆயுதத்தோடு நீதிபதி ஸ்தானத்துல உட்கார்ந்தேன். அநியாயங்களைக் கண்டு குமுறுகிற உன்னை மாதிரியான போலீஸ் அதிகாரிகளை டிபார்ட்மெண்ட்டிலிருந்து தேர்ந்து எடுத்தேன். நான் தேர்ந்து எடுத்த எல்லாருமே அவங்கவங்க வேலையை பிசிறு இல்லாம, துல்லியமா பண்ணி முடிச்சிருக்காங்க. ஒரு குண்டர் படையை வெச்சுகிட்டு ராத்திரி நேரங்கள்ல சென்னையையே ரத்தக்களறியாக்கிக்கிட்டு இருந்த செழியன் இப்போ கூவத்துல. கேட்கவே சந்தோஷமாயிருக்கு. என்னோட மகள் ஸ்ருதியை தேவானந்தா சுவாமிகளுக்கும், கார்மேகவண்ணனுக்கும் தாரை வார்க்க நினைச்ச என்னோட மாப்பிள்ளை கணேச பாண்டியன், இப்போ ஃபோட்டோவா மாறி ஊதுவத்தி புகை நடுவுல இருக்கிறதைப் பார்க்கும்போது மனசுக்குள்ளே நிம்மதி. ஊருக்கு ஒரு விபச்சார விடுதி கட்டி அதை குடிசைத் தொழிலாய் நடத்திட்டு இருந்த அமைச்சர் கார்மேகவண்ணன் இப்போ உயிரோடு இல்லைன்னு நினைக்கும்போது என்னால சந்தோஷப்படாம இருக்க முடியல. எல்லாத்துக்கும் மேலா, நூத்துக்கும் மேற்பட்ட குடிசைகளையும் பத்து குழந்தைகள் உட்பட பதினேழு பேரையும் எரிச்சு சாம்பலாக்கின லாயர் அக்பர் சித்திக்கும், ஆன்மிகத்தை ஆபாசமாக்கிய தேவானந்தா ஸ்வாமிகளும் இந்த உலகத்தில் இல்லைன்னு நினைக்கும்போது மனசுக்குள்ளே தீபாவளியைக் கொண்டாடின மாதிரி இருக்கு.

இந்த சந்தோஷத்துக்கெல்லாம் காரணம் நீயும், உன்னைப் போலவே போலீஸ் டிபார்ட்மெண்ட்ல இருக்கிற சிலரும்தான்."

சபரி சிரித்தார். "ஸார்...! களைகளைப் பிடுங்கி எறிய சட்டம்ங்கிற கடப்பாரையைத் தேடிகிட்டு இருக்க அவகாசம் இல்லை இந்த கைகளே போதும்ன்னு சொன்னீங்க.. நாங்க அதைத்தான் சத்தம் இல்லாம பண்ணியிருக்கோம். களைகள் எது, எது என்று சுட்டிக் காட்டினால் அதைப் பிடுங்கி எறிய நாங்க தயாராயிருக்கோம் ஸார்."

"இந்த அதிர்ச்சி வைத்தியம் போதும். செழியன் உயிரோட இருக்கிறதாக நினைச்சுட்டு இனி கொஞ்ச நாளைக்கு யாரும் தப்பு பண்ணமாட்டாங்க... இன்னும் 24 மணி நேரத்துக்குள்ளே செழியனை கைது பண்ணனும்ன்னு கமிஷனர் வைத்யாகிட்டே சொல்லியிருக்கேன். அவரும் கைது பண்ணிக் காட்டறதா சொல்லிட்டுப் போயிருக்கார். ஆனா அவரால அது முடியாத காரியம். அதையே காரணமா வெச்சு நான் ஒரு காரியம் பண்ணப் போறேன்.

"எ... என்ன ஸார்...?"

"என்னோட முதலமைச்சர் பதவியை ராஜினாமா பண்ணப் போறேன்..."

சபரி திகைத்தார்.

"ஸார்! நீங்க எதுக்காகப் பதவியை ராஜினாமா பண்ணனும்...?"

"ஒரு உறுத்தல்தான்.. நான் செய்ததை 99 சதவிகிதம் பேர், கண்டிப்பா நியாயம்ன்னுதான் செல்லுவாங்க. ஆனா எப்படியும் 1 சதவிகிதம் பேராவது நான் செய்தது சரியில்லைன்னு சொல்லுவாங்க. அந்த உறுத்தல் என் மனசுக்குள்ளே இருக்கக் கூடாதுன்னா நான் இந்த முதலமைச்சர் பதவியில் இருக்கக் கூடாது."

"ஸ... ஸார்..."

"இந்த ராஜினாமா என்னோட ஆத்ம திருப்திக்காக...! நீ போய்ட்டு வா சபரி.. இனிமே நாம அடிக்கடி பார்த்துக்க வேண்டாம்."

"ஸார்... ஒரு சந்தேகம்..."

"என்ன...?"

"உங்க டாட்டர் ஸ்ருதிக்கு இதெல்லாம் தெரியுமா?"

"தெரியும்! நேத்தே சொல்லிட்டேன்...!"

"அவங்க என்ன சொன்னாங்க ஸார்?"

திருஞானம் அண்ணாந்து சத்தமில்லாமல் சிரித்து விட்டுச் சொன்னார்.

"நான் சொன்ன 99 சதவிகிதத்தில் என்னோட டாட்டர் ஸ்ருதியும் ஒருத்தி... கணேசபாண்டியனோட ஃபோட்டோவுக்கு இனி மாலையோ, ஊதுவத்திப் புகையோ கிடையாதுன்னு ஸ்ருதி கண்டிப்பா சொல்லிட்டா."

சொல்லிவிட்டு திருஞானம் சிரிக்க, அந்தச் சிரிப்பில் சபரியும் சேர்ந்துகொண்டான்.